आगमन

अघोरी विद्येच्या गूढ विश्वात नेणारा लघुकादंबरीसंग्रह

सुनील दांडेकर

मेहता पब्लिशिंग हाऊस

Please contact us at **Mehta Publishing House,** Pune.
Email : production@mehtapublishinghouse.com
Website : www.mehtapublishinghouse.com

AAGAMAN by SUNIL DANDEKAR

© सुनील दांडेकर

आगमन / लघुकादंबरी
author@mehtapublishinghouse.com
प्रकाशक : सुनील अनिल मेहता, मेहता पब्लिशिंग हाऊस,
१९४१, सदाशिव पेठ, माडीवाले कॉलनी, पुणे - ४११०३०.

मुखपृष्ठ : फाल्गुन ग्राफिक्स
आतील चित्रे : चंद्रमोहन कुलकर्णी
प्रथमावृत्ती : फेब्रुवारी, २०२१

P Book ISBN 9789353175399
E Book ISBN 9789353175405
E Books available on : play.google.com/store/books
www.amazon.in
https://books.apple.com

हे पुस्तक प्रकाशित होण्यामागे माझी मुलगी श्रुती दांडेकर-जोशी
हिचा सिंहाचा वाटा आहे.
पुस्तक प्रकाशनयोग्य होण्याआधी
तिने अनेकवेळा हस्तलिखित वाचले,
काही सुधारणा सुचवल्या.
तसेच मेहता पब्लिशिंग हाऊसकडे
हस्तलिखित देण्यापासून न कंटाळता प्रकाशकांशी
वेळोवेळी संपर्क ठेवला.
त्यामुळे हे पुस्तक
श्रुती दांडेकर-जोशी हीस सप्रेम अर्पण.

ऋणनिर्देश

सुबोध दांडेकर यांनी हे पुस्तक प्राथमिक स्वरूपात वाचले आणि अनेक बहुमोल सूचना केल्या. तसेच 'मेहता पब्लिशिंग हाऊस'चे सुनील मेहता, राजश्री देशमुख आणि मुखपृष्ठकार चंद्रमोहन कुलकर्णी या सर्वांचे मन:पूर्वक आभार!

प्रस्तावना

या पुस्तकात तीन लघुकादंबऱ्यांचा समावेश आहे.

या लघुकादंबऱ्यांकडे वाचकांनी फक्त एक साहित्यप्रकार म्हणून पाहावे. कोणत्याही प्रकारच्या अंधश्रद्धेचे समर्थन करण्याची भूमिका या कलाकृतीमागे नाही. कोणत्याही मानसिक आणि शारीरिक व्याधींना आधुनिक वैद्यकीय शास्त्र हाच एकमेव उपाय आहे.

भूतप्रेते, जारणमारण यांवर आधारलेल्या भयकथा व विस्मयकथांचे मानवी मनाला वाटणारे आकर्षण सार्वकालिक आहे. एक मनोरंजन म्हणून त्याकडे पाहणे हीच एक समजूतदार प्रतिक्रिया आहे.

लेखकाचा कोणत्याही अमानवी वा अतिमानवी अस्तित्वांवर, देवदेवतांवर विश्वास नाही व वाचकांना त्यासाठी उद्युक्त करायचा इरादाही नाही.

या लघुकादंबऱ्यांत कथानकाच्या ओघात आलेले तंबाखूसेवन प्राणघातक आहे; पण माणसाच्या अपूर्णतेचे ते प्रतीकही आहे. लेखक या प्राणघातक पदार्थाचे कोणत्याही प्रकारे समर्थन करीत नाही.

सहा

अनुक्रमणिका

आगमन

बिकट वाट वहिवाट

निळसर अंधारात दूरवरच्या टेकड्या हळूहळू अस्पष्ट दिसायला लागल्या होत्या. चढाच्या रस्त्यावर झपाझप चालताना श्रीनिवासचा श्वास फुलला होता. केसांच्या जंजाळातून पाझरणाऱ्या घामाच्या धारांनी चेहरा थबथबला होता. पुन्हा मनाचा ताबा गमावण्याच्या आत या सगळ्या प्रकरणाचा शेवट झाला पाहिजे, हा एकच विचार मनात होता.

चालता चालता एक क्षण श्वासाची लय चुकली, छातीत एक सूक्ष्म कळ येऊन गेली. नकळत चाल मंदावली. लगेच मनात विचार उमटला. 'वा रे गब्रू! सगळं संपवायची भाषा आणि छातीत कळ आली की मात्र तंबूत घबराट, ढोंगी साला!...'

खरं तर चालण्याचा वेग अजून वाढवला पाहिजे. हृदयविकाराचा झटका येत असेल तर बरंच होईल. एका फटक्यात सारं काही संपेल. छातीचा भाता फुटेपर्यंत सालं हे शरीर ताबडवलं पाहिजे.

अचानक वीज चमकल्याप्रमाणे मनात शब्द उमटले. "फुकट किती दमशील राजा? आणि आताच इतका दमलास तर मग रात्री काय करशील बरं?" पाठोपाठ एक लाडिक तक्रार करणारं खळखळतं हास्य.

क्षणभर श्रीनिवासच्या पायांतील त्राणच गेलं. आपला आपल्या मनावर ताबा आहे हा केवळ आपला भ्रमच आहे का काय? का हे सर्व आवाज म्हणजे फक्त रेंगाळणाऱ्या स्मृतीच आहेत? हा जो आपल्या पाठीमागे कोणीतरी खुरडत घसरत चालल्यासारखा आवाज येतो आहे. तो तरी खरा आहे, का तेही मनाचेच खेळ? मागे वळून पाहण्याचा धीर मात्र त्याला होत नाही.

थोड्या वेळाने रों रों आवाज करीत एक ट्रक जिवाच्या आकांताने चढाचा रस्ता चढत पार गेला. ट्रकचा आवाज विरून गेल्यानंतर तर घाटाचा रस्ता अधिकच एकाकी वाटू लागला आणि पुन्हा मागून येणारा तो पावलांचा आवाज!

मनात पुन्हा शब्द उमटले. ''चल राजा, आपण आता परत जाऊ.''

आणि... आणि... पुन्हा एकदा काळ उलटा चालू लागला. त्याला न कळत, न वळता तो पाठमोराच घाट उतरू लागला. फ्यूज उडाल्याप्रमाणे मेंदू शून्यवत झाला होता. हनुवटीच्या टोकावरून टपकायला आलेला घामाचा थेंब पुन्हा वर सरकत सरकत गालावरच्या कल्ल्यांमध्ये लुप्त झाला.

नुकताच ओलांडून गेलेला ट्रक पुन्हा उलटा येत होता. चाकं योग्य दिशेने फिरत होती; पण प्रवास मात्र उलटा होत होता. ट्रक ड्रायव्हर निर्विकारपणे ट्रक चालवत होता. जणू जे काय घडत होतं ते नेहमीचंच होतं. कदाचित त्याच्या जगात सगळं काही सुरळीत चालू असेलही.

हा काल उलटापालटा होण्याचा प्रकार काही आठवडे तरी चालू होता. हंबीर चिडून निघून गेल्यानंतर कालप्रवाह आतून बाहेर उलटलेल्या मोज्याप्रमाणे अचानक उलटा व्हायचा. घटनाक्रम उलट सरकू लागायचा. उलटलेला घटनाक्रम तटस्थपणे पाहणारा मेंदूचा एक भाग. विस्कटलेल्या कार्यकारणभावाच्या विसंगतीने भोवंड येणारा दुसरा भाग आणि या दोन विसंगत जाणिवांच्या तणावाने फुटू पाहणारं डोकं!

ट्रक पाठीमागे चालत चालत पुन्हा वळणामागे दिसेनासा झाला.

हे कसं शक्य आहे? अवघ्या विश्वाचा क्रम बदलायला किती सामर्थ्य लागत असेल? मग एवढं सामर्थ्य असणारी व्यक्ती माझ्यासारख्या य:कश्चित माणसाच्या मागे का लागली आहे? एवढा मोठा तमाशा फक्त एका प्रेक्षकासाठी? का हे फक्त माझ्या मनाला घेरणारं मायाजाल आहे? तसंच काहीतरी असणार. अवघं विश्व उलट चालवणं कोणाला तरी शक्य आहे का?

डोक्यातले विचार आणि वेदना चक्रवाढीने वाढत होत्या. एका क्षणी मेंदूची सहनशक्ती संपली आणि ओव्हरलोड रिले ट्रिप झाल्याप्रमाणे श्रीनिवास खाली कोसळला.

***

प्रकाशाच्या झोतात सरकणाऱ्या पांढऱ्या पट्ट्याकडे अनिमिष नजरेने बघत, गोल्डफ्लेकचे झुरके घेत, अविचल किन्नर सीटवर अस्ताव्यस्त पसरला होता. त्याची लांबसडक बोटं खिडकीच्या कडेवर तालात वाजत होती. त्याचे हलक्या पिंगट रंगाचे डोळे खिडकीतून बाहेर दूर कोठेतरी पाहत होते. वाजवीपेक्षा थोडेसे लांब वाढलेले दाट काळे केस वाऱ्यावर उडत होते. सडसडीत शरीरयष्टीमुळे तो होता त्यापेक्षा थोडा जास्तच उंच वाटत असे. त्याच्या कपाळावर एकही सुरकुती नव्हती. डोळ्यांच्या कडेला मात्र सदैव हसणाऱ्या माणसाच्या सुरकुत्या होत्या आणि चेहऱ्यावर सदैव स्वस्थ आणि आश्वस्त असलेल्या माणसाची प्रगाढ शांती.

बऱ्याच दिवसांनी रस्ता मोकळा मिळाल्यामुळे भैरव क्रूझ सुसाट पळवत होता. भैरव अविचलच्या दुपटीने आडवा आणि कमीत कमी चार-पाच इंच तरी जास्त उंच होता. क्रूझ जरी भैरवची होती तरी ती अविचलच्या दिमतीला असायची. आज बऱ्याच दिवसांनी भैरवला थोडी उसंत मिळाली होती. म्हणून दुपारी ते बाहेर पडले होते. कोठे जायचं नव्हतं, कोणाला भेटायचं नव्हतं. फक्त गाडी पळवत गाणी ऐकत हिंडायचं, एवढाच कार्यक्रम होता.

वळणावळणाच्या रस्त्याने गाडी पळवताना चालकाला कधीकधी रस्ता, गाडी आणि आपण एकरूप झाल्यासारखं वाटतं. भैरव त्याच अवस्थेत पोहचून पांढऱ्या रेषांचे तुकडे गिळत गिळत चालला होता.

कार डेकवर रफीसाहेब 'सावन के महिने मे एक आगसी सीने मे' गात अंगावर शहारे आणत होते. अर्धवट विलगलेल्या ओठांतून धुराचे पुंजके सोडत अविचल एकाग्रतेने गाणं ऐकत होता. काय लोक होते हे! मदनमोहन सर, रफीसाहेब आणि काय अफाट काम करून गेलेत, असे काहीसे विचार त्याच्या मनातून तरळत जात होते.

शेवटचा एक खोल झुरका घेऊन अविचलने थोटूक टिचकीने खिडकीबाहेर उडवलं. निकोटिनची शेवटची लाट मेंदूच्या पेशीपेशींना डसली. साली, दुनियेतली सर्वांत खतरनाक चीज; पण साली पाच-दहा रुपयांत जन्नत दाखवते, असा विचार करत तो मागे रेलला.

क्रूझच्या बदललेल्या वेगाने त्याची तंद्री भंगली. भैरव पुढे वाकून पावसाने भिजलेल्या विंडशील्डमधून बारकाईने समोर बघत होता.

"काय रे, काय झालं?"

"बघ ना, समोर कोणीतरी पडलंय रस्त्यात."

"उडवलंस काय कोणाला?"

"अरे, डुलकी लागली होती का काय तुला? जे काय आहे, ते आधीपासूनच पडलं होतं."

"चल, बघू या तरी काय आहे."

गाडीतून उतरून बोलत बोलत ते त्या पांढुरक्या दिसणाऱ्या ढिगापर्यंत पोहोचले. गारवा, धुकं आणि गर्द झाडीचा मनाला प्रसन्न करणारा वास वातावरणात सुटला होता.

जवळ पोहोचताच त्यांना दिसलं, की तो ढीग म्हणजे एक पालथा पडलेला इसम होता. त्या इसमाच्या शरीरावर कोठेही जखमा दिसत नव्हत्या. अंगावर रक्त वगैरेही काही दिसत नव्हतं. श्वासही चालू होता. अंगावरचे कपडेही ठीकठाक होते.

कपड्यांवरून तो कोणत्या तरी छोट्या गावातून आलेला असावा, हेही कळत

होतं. सस्ता, मळलेला पॉलिएस्टरचा शर्ट आणि तशीच मळकट, कळकट पॅन्ट. केस अस्ताव्यस्त वाढलेले होते. वर्ण रापलेला असला तरी मूळचा गोरा असावा, हे स्पष्ट कळत होतं. अंगाला दारूचा आणि घामाचा उग्र दर्प येत होता. प्रमाणाबाहेर ढोसून तो असा पडला होता, हे स्पष्ट दिसत होतं.

"पण हा इथे आला तरी कसा? इथून सर्वांत जवळचं गाव तर तीसएक किलोमीटर दूर आहे."

"पिऊन, तंद्रीत तरंगत तरंगत इथे आला असेल."

"अरे, पण वस्तीपासून एवढ्या दूर?"

'अविचल, घाटात किंवा धबधब्यांच्या जागी मुद्दाम प्यायला येणारे काय कमी असतात का?"

"हूं! तेही खरं आहे म्हणा! त्याला जरा उताणं कर पाहू."

भैरवने त्याला वळतं करून पाठीवर झोपवलं; पण त्याच्या शरीरावर पुढच्या बाजूसही कोठे कोणतीही जखम दिसत नव्हती.

"चल, याला हॉस्पिटलमध्ये टाकू आणि पुढे जाऊ. डॉक्टर त्याचं काय करायचं ते बघून घेतील. इथल्या रहदारीत तो एवढा वेळ जिवंत राहिला हेच त्याचं नशीब म्हणायचं!"

दोघांनी मिळून त्याला उचलून गाडीमध्ये पाठीमागच्या सीटवर टाकलं. त्याला उचलल्यावर मानवी मूत्राचा उग्र दर्प आला.

"कशाने एवढा घाबरला असेल, कोण जाणे!"

बाटलीतील पाण्याने हात धुऊन ते परत गाडीत बसले. मधूनमधून ते दोघंही मागच्या सीटवर कटाक्ष टाकत होते; परंतु तो माणूस बेशुद्धच राहिला. अविचलने नवीन गोल्डफ्लेक पेटवली. एव्हाना चांगलंच अंधारून आलं होतं. ढग दाटले होते. पाऊस सुरू होण्याच्या आत घाट पार करता आला असता तर बरं झालं असतं.

"साली, ही घाटातली सगळी वळणं सारखीच दिसतात, नाही? हे आत्ता जे वळण गेलं ते हुबेहूब..." अविचलचं वाक्य अर्धवटच घरंगळलं; कारण समोर पुन्हा एक पांढरा ढीग दिसत होता. दोघांनीही चमकून मागच्या सीटकडे पाहिलं. सीट रिकामी होती.

अविचलने भैरवकडे बघून एक निःश्वास टाकला. मघाच्याच एका बेसावध क्षणी त्यांनी काय बरोबर घेतले होतं कोण जाणे? जे काय घेतलं असेल ते असो, आता निस्तरणं तर भागच होतं!

"साली रिकामी कटकट! चांगलं घरी जाऊन निवांत झोपलो असतो, आता हे नसतं लचांड मागे लागलं!" भैरव वैतागून म्हणाला.

"हूं! हा काहीतरी वेगळाच प्रकार दिसतोय! आपल्यासाठी टाकलेला सापळा

तरी, किंवा नाही त्या फंदात न पडण्याचा इशारा तरी! बघू तरी काय प्रकार आहे.''

''पण हे प्रकरण आहे तरी काय?''

''तू चकवा हा प्रकार ऐकला असशील. पौर्णिमेच्या किंवा अमावस्येच्या रात्री मोकळ्या माळरानावर माणूस चकव्यात अडकतो आणि फिरून त्याच जागी येत राहतो. ही त्याचीच आवृत्ती. फक्त स्थलाच्या ऐवजी कालाचा चकवा. वयात अडकलेला माणूस पुन्हापुन्हा त्याच घटनाक्रमातून जात राहतो. हा चकवा जर आपण भेदला नाही तर कदाचित सकाळपर्यंत याच वर्तुळात फिरत राहू. या माणसाला कोणीतरी कालचकव्यात अडकवलंय. आपण त्याला गाडीत घेतलं म्हणून आपणही सापडलो. याला जर आपण परत गाडीत घेतलं नाही, तर कदाचित आपण निसटूही शकू.''

''मग काय करायचं म्हणतोस?''

''ज्या अर्थी हा माणूस इतका घाबरला होता त्या अर्थी तो नक्कीच कोणत्या तरी गंभीर प्रकरणात अडकलेला असणार. त्याला इथे असंच टाकून कसं जायचं?''

अविचलने खाली उतरून क्रूझचा बूट उघडला आणि त्यातून त्याने त्याची पोतडी काढली. तो त्या पालथ्या पडलेल्या माणसाकडे निघाला. त्या माणसाच्या डोक्यापाशी ती पोतडी ठेवून अविचलने त्या माणसाला पुन्हा एकदा उताणं केलं.

आपल्या पोतडीतून त्याने आदिम भस्माचा डबा काढला. ते भस्म, आदिम कालापासून सर्व दुष्ट शक्तींच्या प्रभावापासून मुक्त असलेल्या ज्वालामुखीतून बाहेर पडलेल्या पृथ्वीच्या गर्भातील राखेला अभिमंत्रित करून बनवलेलं होतं. अविचलने ते भस्म त्या माणसाभोवती पंचकोनात पसरलं. फार प्राचीन काळापासून वेगवेगळ्या संस्कृतींत सर्व अभद्र शक्तींना प्रतिरोध करणारी तटबंदी म्हणून पंचकोन मानला गेला आहे.

त्यानंतर त्याने पोतडीतून आदिम जलाची कुपी काढली. हे जलसुद्धा, आर्क्टिक समुद्रातील, अनादि कालापासून कधीही न विरघळलेल्या हिमनगाचे तुकडे वितळवून केलं होतं. या आदिम जलाला नंतर वाराणसी, केदारनाथ, अमृतसर, जेरूसलेम, बेथेलहेम, मदिना अशा अनेक ठिकाणी विविध नामजपाने सिद्ध केलं गेलं होतं.

त्या आदिम जलाने अविचलने त्या माणसाच्या कपाळावर स्वस्तिक काढलं, तसेच आपल्या आणि भैरवच्या कपाळावर आदिम भस्माचे त्रिपुंड्र काढले.

मग तो भैरवला म्हणाला, ''भैरव, मी तुला आता संमोहनात टाकतो; कारण चकवा काय किंवा चेटूक काय, हे सर्व मनाच्या पातळीवर चाललेले कुरघोडी करण्याचे खेळ! या खेळातून मन वजा झालं की मागे उरतो तो फक्त एक पात्र नसलेला रंगमंच.''

भैरव क्रूझच्या पाठीमागच्या सीटवर मोहनिद्रेत शांत पहुडल्यानंतर अविचल

त्या माणसाकडे वळला. त्या माणसाला रस्त्याकडेला सरकवून अविचल त्या माणसाच्या डोक्याशी बसला. त्याने पद्मासनात बैठक घातली आणि दोन्ही हातांचे अंगठे आणि तर्जनी एकमेकांना जुळवून त्या संयोगात जाणवणाऱ्या नाडीच्या स्पंदनाकडे लक्ष एकाग्र करून तो समोर पाहत राहिला.

वातावरण साकळून आल्यासारखं झालं होतं. आजूबाजूचा परिसर आगगाडीच्या खिडकीतून बघावा त्याप्रमाणे झरझर बदलत होता. अविचल आणि भैरव यांनी ते शरीर पहिल्यांदा पाहिल्यापासून ते गाडीत ठेवेपर्यंतची दृश्यं वाढत्या वेगाने त्यांच्या सभोवतीने पुन:पुन्हा जात होती. अविचल एकाग्र चित्ताने तो सर्व चित्रपट पाहत होता.

त्या चित्रपटाची गती क्षणोक्षणी वाढत होती. जसा गोफणीचा दोर अतिवेगाने तुटतो, त्याप्रमाणे काही काळाने हे चक्र तुटणार, याची अविचलला खात्री होती. फक्त या खेळात त्याचं मन अडकणार नाही याची दक्षता घेणं भाग होतं.

चित्रपटाची गती एवढी वाढली की वातावरणात सारंगीसारख्या कोणत्या तरी वाद्यावर अतिउच्च स्वरात काहीतरी वाजविल्यासारखा आवाज येऊ लागला आणि... आणि... काही वेळाने त्या वाद्याची तार तुटावी, इतक्या अचानकपणे तो आवाज थांबला.

अविचल भानावर आला. आजूबाजूचा सर्व परिसर स्तब्ध होता. मुसळधार पाऊस पडत होता. ते दोघंही चिंब भिजले होते. अविचल भैरवला संमोहनातून जागृत करण्यासाठी क्रूझकडे वळला.

खुलासा

क्रूझ पुन्हा एकदा घाटमाथ्याकडे पळू लागली. तो माणूस पाठीमागच्या सीटवर पसरला होता. तो भानावर येत असल्याच्या खुणा हळूहळू दिसत आणि ऐकू येत होत्या. काही वेळाने भैरवने तो माणूस उठून बसल्याचं आरशात पाहिलं. त्या माणसाच्या डोळ्यांत संभ्रम आणि शंका दाटीवाटीने भरलेल्या दिसत होत्या.

"तुम्ही... तुम्ही... कोण आहात?" त्याने चाचरत विचारलं.

"मी अविचल आणि हा भैरव."

"मी... माझं नाव श्रीनिवास. आपण कोठे चाललो आहोत?"

"तूर्त तरी आमच्या घरी. पुढे काय करायचं ते नंतर ठरवू. तुम्ही घाटात बेशुद्ध पडलेले सापडलात आम्हाला. काय झालं, कसं झालं, कुठे झालं, काही आठवतंय?" गाडीत दारूचा वास दरवळत असतानाही अविचलने आडवळणाने प्रश्न केला.

"मी रोजच्यासारखा फिरायला बाहेर पडलो होतो. बराच प्यायलेलाही होतो. रस्त्यात कोठेतरी पडलो असणार. पुढे काय झालं काहीच आठवत नाही." तो थोड्याशा ओशाळलेल्या आवाजात म्हणाला.

"फिरायला? जवळचं गाव तर येथून जवळजवळ तीस-चाळीस किलोमीटर दूर आहे!"

"मी किती वेळ चालत होतो, काय करत होतो, हे काहीही आठवत नाही मला."

अविचलने खांदे उडवले आणि तो पुढे पाहू लागला. आता घाटात आलेल्या अनुभवाने अविचलचं कुतूहल जागं झालं होतं. त्यामुळे त्याने श्रीनिवासला त्याच्या घरी न्यायचा विचार पक्का केला होता.

थोड्या वेळाने भैरवने विचारलं,

"अविचल, मघाशी तू म्हणालास तो कालभोवरा हा प्रकार आहे तरी काय?"

"अगदी साधी गोष्ट घे. मघाशी तुम्ही रस्त्यात बसला होतात. पंधरा-वीस

मिनिटे तरी. प्रत्यक्षातल्या जगात एवढ्या रहदारीच्या रस्त्यावर कदाचित तुमची चटणी झाली असती!''

''अरे, या सर्व क्रिया मानसिक पातळीवर घडतात! आपण या भोवऱ्यातून सुटायला आपल्या दृष्टीने काही तास लागले असतील. भौतिक जगात कदाचित फक्त काही दशलक्षांश सेकंद गेले असतील. ते नक्की कसं घडतं हे मलाही माहीत नाही.

''असं म्हणतात ना, की माणूस जी प्रत्यक्ष सृष्टी म्हणून गृहीत धरून चालतो, ती वास्तविकपणे फक्त त्याच्या ज्ञानेंद्रियांनी उभा केलेला देखावा असते. कदाचित या चकव्यासारख्या प्रकारात हा देखावा वेगळ्या प्रकारे मांडला जात असेल आणि तसं पाहिलं तर आपल्या दृष्टीने काळ म्हणजे तरी काय? तर मेंदूत गिरवलेली घटनांची मालिका. कदाचित मेंदूच्या बदललेल्या अवस्थेत एखादी चित्रफीत उलटी फिरावी तसे काही तरी होत असेल. बाहेरचे जग तसेच्या तसे चाललेले असते; पण आपला मेंदू मात्र भलतंच काही तरी बघत असतो. चकवा लागण्याच्या शेकडो कथा आपल्याला ऐकायला मिळतात हे मात्र खरं.''

''तुमचा या सगळ्या गोष्टींवर विश्वास आहे?'' मागच्या सीटवरून प्रश्न आला.

''या सगळ्या म्हणजे?''

''हेच म्हणजे चकवा, वगैरे...?''

''अलबत! अरे बाबा, त्या अनुभवातून आम्ही आत्ताच गेलो, तर विश्वास ठेवायचा नाही, तर काय करायचं? आणि हे असे अनुभव आजचे थोडेच आहेत? कालाचा चकवा तसा कधी अनुभवला नव्हता. स्थलाचा चकवा मात्र अनेक वेळा अनुभवला आहे.

''सर्वांत ताजा अनुभव साधारण दहा महिन्यांपूर्वी घेतला होता. शेरगाव पिंपरीला खासनिसांच्या वाड्यातून मध्यरात्री बाहेर पडलो होतो. त्या वाड्यात जास्त येळ राहणं, म्हणजे ये रे बैला करण्यासारखं होतं. तेव्हा विचार केला की आत्ता बाहेर पडून सूर्योदय झाल्यानंतर परत यावं. अमावस्येची रात्र होती. डोळ्यांत बोट घातलं तरी दिसू नये असा अंधार! खासनिसांचा वाडा गावाबाहेर. समोर एक अथांग माळरान; पण निरुपाय होता.

''साधारण गावाचा रोख धरून चालू पडलो. जास्तीत जास्त चार-पाच किलोमीटरचं अंतर असेल. ठेचकाळत निघालो. वाड्यात काय झालं आणि उद्या काय करायचं हे विचार मनात होते. पायाला पायवाट लागली आणि मनाला थोडासा आधार मिळाला. विचारांतून भानावर आलो तो पुन्हा खासनिसांच्या दिंडीदरवाज्यासमोर!

''वाटलं, विचारात गढल्यामुळे वाट चुकली असेल. पुन्हा चालू लागलो. पुन्हा

तोच प्रकार! तेव्हा लक्षात आलं, की हे काहीतरी वेगळं आहे. मग तिथेच बैठक मारली. मनात प्रणवमंत्र जागवला. फटफटलं तेव्हा गावाचा रस्ता साफ दिसत होता. सरळ होता. मी कसा आणि का वाट चुकलो, ते सकाळच्या प्रकाशात समजणं शक्यच नव्हतं.''

अविचल पुढे म्हणाला, ''तसं पाहिलं तर अनेकदा आपल्या नेहमीच्या आयुष्यात आपण रस्ते चुकतो. साधारण कोणत्या दिशेला जायचं हे माहीत असतं; पण तरीही आपण गोल गोल फिरत बसतो. शेवटी कोणाला तरी विचारल्याशिवाय आपण योग्य रस्त्याला येऊ शकत नाही. असं का होत असेल? तोही एक प्रकारचा चकवाच असेल का? आपल्याला आपल्या ज्ञानेंद्रियांनी जाणवणाऱ्या पापुद्र्यामागे अजून काही लपलं असेल का?

''मला आता एक करायचंय! जेव्हा जमेल तेव्हा शेरगाव पिंपरीला अमावस्येच्या रात्री जाऊन गुगल नॅव्हिगेशनच्या साहाय्याने खासनिसांच्या वाड्यापासून गावात सुरळीत पोहोचता येतंय का हे पाहायचंय! कळेल तरी की हा फक्त मनातल्या दिशादर्शकाचा गोंधळ आहे, का गूगल नॅव्हिगेशनहीं चकतंय. काय खरं, काय खोटं हे तरी कळेल.''

श्रीनिवास म्हणाला, ''मलाही गेल्या काही दिवसांत, काय खरं, काय खोटं हेच कळेनासं झालंय! इतक्या काही अतर्क्य गोष्टी घडल्या आहेत माझ्या आयुष्यात, की माझी तर मतीच खुंटली आहे.''

''श्रीनिवास, माणसाचा विश्वास वा श्रद्धा ज्याला त्याला आलेल्या अनुभवांवर असतात. खरं काय आणि खोटं काय हे ठरवणारे आपण कोण? तसं पाहिलं तर कोणतंही शास्त्रीय सत्य म्हणजेसुद्धा फक्त एक गणिती सांगाडाच असतो. गुरुत्वाकर्षणाची शक्ती एखाद्या ठिकाणी किती असेल हे न्यूटन किंवा आइनस्टाईनच्या गणिती सांगाड्याप्रमाणे सांगता येतं; पण मूलतः गुरुत्वाकर्षण म्हणजे काय, हे कोणाला समजलंय? गुरुत्वाकर्षण आणि गुरुत्वाकर्षणाचा फॉर्म्युला यात, प्रत्यक्ष अपघात आणि त्याचं वृत्तपत्रांत आलेलं वर्णन यात जेवढा फरक आहे, तेवढाच असतो. माझी श्रद्धा मला आलेल्या अनुभवांवर आधारित आहे. मी तेवढ्यावर समाधानी आहे.''

ही चर्चा चालू असताना क्रूझ घाटमाथ्याला पोहोचली होती. भैरवने क्रूझ तिथल्या चहाच्या टपरीसमोर थांबवली.

''चला चहा घेऊ. पाहिजे तर तुम्ही थोडं खाऊन घ्या. घरी पोहोचेपर्यंत उशीर होईल.'' अविचल म्हणाला

श्रीनिवास गळलेल्या खांद्यांनी आणि झुकलेल्या मानेने टपरीकडे निघाला. पावसामुळे टपरीसमोर तुरळकच गाड्या उभ्या होत्या. गार वारा आणि डोंगरमाथ्यावरील

ताज्या हवेने वातावरण प्रसन्न वाटत होते. गरम कांदाभज्यांचा घमघमाट सुटला होता.

"तीन कांदाभजी. नंतर तीन चहा स्पेशल. साखर वेगळी." अविचलने टपरीवाल्याला ओरडून सांगितलं.

भैरवकडे पाहून त्याने हलकेच श्रीनिवासकडे इशारा केला, "सावध राहा"

मग गोल्डफ्लेक पेटवून तो आडोशाची जागा शोधायला गेला.

"हे, हे अविचल आहेत तरी कोण?" काही क्षणांच्या अवघड शांततेनंतर श्रीनिवासने भैरवला विचारलं.

"मांत्रिक, तांत्रिक, देवऋषी किंवा बुवा अथवा बाबा! काहीही म्हणा, त्याला यापैकी कोणत्याही नावाची लाज वाटत नाही. मला तरी या क्षेत्रातली त्यापेक्षा जास्त अधिकारी व्यक्ती माहीत नाही. अनेक राजकारणी, उद्योगपती, प्रसिद्ध व्यक्ती, सामान्य लोक अनेक जण नेहमी त्याच्याकडे मदतीसाठी येतात आणि तो सर्वांना मदत करतो. तीसुद्धा दमडीची अपेक्षा न ठेवता. बऱ्याचवेळा पदराला खार लावूनही. त्याला पोटासाठी काही करायची आवश्यकता नाही. त्याचं घराणं पिढीजात श्रीमंत आहे. एक मोठं घर, भरपूर शेतीवाडी, अमाप पैसाअडका, सगळं काही आहे; पण त्याचं मन या गोष्टीत रमत नाही. तो आपला सर्व वेळ या असल्या नसत्या उचापती करण्यातच घालवतो."

"आणि तुम्ही?"

"माझा छोटा-मोठा व्यवसाय आहे, संसार आहे. मला अविचलने मागे एकदा अशाच एका प्रकरणात वाचविलं होतं. फार खोलात न शिरता एवढंच सांगतो, माझ्या एकुलत्या एक मुलाला त्याने जवळजवळ मरणाच्या दारातून बाहेर काढलं."

"माझ्या व्यवसायाचा सुरुवातीचा काळ होता तो. मी आणि माझी बायको दोघंही व्यवसायात गढलो होतो. अफाट कष्ट आणि जुजबी उत्पन्न. तरी मुलाला सांभाळायला आम्ही एक बाई ठेवली होती. माझ्या गावचीच. माझ्या चुलत्याच्या परिचयामधली.

"आमच्या रोहनमधला फरक आमच्या लक्षात येईल न येईल इतक्या सूक्ष्म प्रमाणात चालू झाला. अभ्यासात उतरती पायरी, गणितात गटांगळ्या, शाळेमधून तक्रारी. आम्हाला वाटलं की हे सर्व तो आमचं लक्ष वेधण्याकरिता करत असेल. त्याला आम्ही मानसविकार तज्ज्ञाकडे घेऊन गेलो तेव्हा त्यानेसुद्धा आम्हाला हेच सांगितलं.

"आम्हाला त्या परिस्थितीत जेवढा शक्य होता तेवढा वेळ आम्ही त्याच्यासाठी काढायला लागलो; पण त्याने फारसा फरक पडला नाही. रोहन जेव्हा त्या बाईला आई म्हणायला लागला तेव्हाही आम्ही त्याच्याकडे दुर्लक्ष केलं. त्या बाईने त्याला

आईची माया लावली आहे म्हणून हे स्वाभाविकच आहे, असा आम्ही विचार केला.

"पण रोहनची अवस्था दिवसेंदिवस आणखीच खालावत गेली. तो दिवसेंदिवस रोड होत चालला. पांढराफटक चेहरा, चेहऱ्यावर सदोदित धास्तीची भावना!

"योगायोगाने मला त्या दिवसांत अविचल भेटला. त्याच्या घराचं ग्रिलचं काम करायचं होतं. बोलता बोलता विषय निघाला आणि मी अविचलला सगळं सांगून टाकलं. एकतर सगळ्या गोष्टी सहनशक्तीपलीकडे जात चालल्या होत्या आणि अविचलचं कसं आहे, हे तुम्ही पाहिलंच आहे. त्याच्याकडे बघितल्यानंतर एक प्रकारचा विश्वास आणि शांती लाभते.

"त्याच दिवशी अविचल माझ्या घरी आला. पुढे काय झालं ते फार महत्त्वाचं नाही; पण त्या बाईच्या तावडीतून रोहन सुटला हे खरं.

"अविचलने नंतर मला सांगितलं. नवरा गेलेला, मुलंबाळं नाहीत! ती बाई आपल्या अंगभूत वात्सल्याला रोखू शकली नव्हती. रोहनला पाहून केवळ दाईच्या भूमिकेमध्ये राहणं तिला अशक्य होऊ लागलं होतं. त्या बाईच्या मायेला अनेक फाटे फुटले... मग कोणता तरी बाबा त्या बाईच्या माध्यमातून रोहनचा वापर त्याच्या सिद्धींसाठी कसा करता येईल याच्यामागे लागला असावा. रोहन या बाबाच्या कोणत्या कामाला येणार होता हे अविचलने मला कधी सांगितलं नाही; पण रोडावणाऱ्या आणि पांढराफटक पडणाऱ्या रोहनकडे बघून मला त्याची साधारण कल्पना आली होती.

"अविचलच्या मृदू हृदयाचा परिचय मला त्या वेळी झाला. एवढं होऊनही त्या बाईला त्याने कोणत्याही प्रकारचं शासन न करता सोडून दिलं. तो मला त्या वेळी म्हणाला होता, 'कोणावरचं अतीव प्रेम हा काही अपराध होऊ शकत नाही; पण त्या बाईला सल्ला देणाऱ्या बाबाला मात्र त्याने सोडलं नाही. त्याच्या नांग्या त्याने पार ठेचून काढल्या.

"अविचलने त्या वेळी मला जे सांगितलं, ते मात्र माझ्या मनात कायमचं रुजलं आहे. कोणीही, कोणत्याही परिस्थितीत वामपंथी साधकांकडे जाण्याची चूक करू नये. कदाचित, तात्कालिक समस्या सुटतीलही; पण अंतिम हित फक्त त्या साधकाचंच असतं! हे साधक समाजाच्या भल्याकरिता काहीही करत नसतात. ते प्रत्येक याचकाला आपल्याच कोणत्यातरी उद्दिष्टासाठी वापरत असतात.

"माझ्या दृष्टीने अविचलचे माझ्यावरचे उपकार माझ्याकडून कधीच फेडले जाणार नाहीत. तर तेव्हापासून तो मला चल म्हणाला, की मी त्याच्याबरोबर निघतो. त्याला माझी काय मदत होते हेही मला नीटसं कळालेलं नाही. त्याचा मदतनीस, सहकारी किंवा शेरलॉकचा वॉटसन, मला तुम्ही काहीही म्हणू शकता.''

श्रीनिवास विचार करत म्हणाला, "योगायोग पाहा! मीही अशाच काहीशा

भानगडीत अडकलो आहे. मला सुटकेचा मार्ग दिसत नव्हता म्हणून मी गुंजण टोकावर आत्महत्या करायला निघालो होतो.''

"तुझी जी काय समस्या आहे ती अविचलला सांग. तो तुला नक्की मदत करेल,'' भैरव म्हणाला.

''मला यातून कोणी सोडवू शकेल असं मला वाटत नाही.''

श्रीनिवासच्या डोळ्यांसमोर हंबीरचा चेहरा तरळला. मनात प्रियाचे हास्य उमटले. तेवढ्यात अविचल परत आला आणि गरम खेकडा भजीही आली आणि तो विषय तेवढ्यावरच राहिला.

तेथून निघताना अविचलने गाडी चालवायला घेतली. त्याच्या डोक्यात विचारांचा गोंधळ उडाला होता. गाडी चालवताना लागणाऱ्या एकाग्रतेमुळे त्याचे विचार जरा जास्त स्पष्ट व्हायला मदत होणार होती.

जाळे

अविचलने एका जुन्या भक्कम दगडी घरासमोर क्रूझ थांबवली. भैरवने खाली उतरून त्या घराचं प्रचंड लोखंडी दार उघडलं. अविचलने क्रूझ बंद केली. तो आणि भैरव, गवतातून जाणाऱ्या फरश्यांच्या पायवाटेवरून बुटांचे रपरप आवाज करत दारापर्यंत पोहोचले. अविचलने नेहमीप्रमाणे घराच्या किल्ल्या शोधण्यासाठी सर्व खिसे शोध अभियान चालू केले.

"श्री, श्री, इकडे बघ ना..." लोखंडी दाराबाहेरून अतिशय हलक्या आणि मंजुळ आवाजात साद आली.

श्रीनिवासने चमकून दाराकडे पाहिलं. त्याच्या हृदयाचा ठोकाच चुकला. मोरपंखी रेशमी साडी नेसलेली, वाऱ्यावर उडणारे केस डाव्या हाताने सावरणारी प्रिया त्याच्याकडे बघत मंद हसत होती.

श्रीनिवासचा भयाने थरकाप उडाला. अविचलला हाक मारायचा त्याने प्रयत्न केला; पण आत्यंतिक भीतीने त्याच्या तोंडातून शब्द फुटेना.

बाहेर प्रियाने त्याच्याकडे पाहून हात पसरले. अविचलच्या अंगणात असलेल्या बुचाच्या झाडांच्या फुलांचा सुगंध त्या दोघांभोवती दरवळला आणि श्रीनिवासच्या मनातली भीती कणाकणाने ओसरू लागली. आणि उतू जाणाऱ्या वासनेने मन पुन्हा भरून गेलं.

"छे! इतक्या सुरेख आणि आपल्यावर जिवापाड प्रेम करणाऱ्या मुलीपासून आपण दूर जाऊ पाहत होतो?" श्रीनिवासची पावलं नकळत मागे वळली.

त्याच्या पायरवाने सावध होऊन अविचलने वळून पाहिलं.

"आता कोठे तडफडायला चालला हा?" भैरव वैतागून पुटपुटला; कारण श्रीनिवास फाटकाकडे का चालला आहे तेच कळत नव्हतं. दाराबाहेर तर कोणीच दिसत नव्हतं.

अविचलची ट्यूब पेटली. "भैरव, अडव त्याला! कोणत्याही परिस्थितीत

त्याला बाहेर जाऊ देऊ नकोस!'' तो ओरडला.

विचार करण्यात एकही क्षण न घालवता भैरव दाराकडे धावला. श्रीनिवासचा हात कोयंड्यापासून तसूभर दूर असतानाच भैरवने श्रीनिवासचा शर्ट पकडला आणि त्याला मागे खेचलं.

पिसाळलेल्या कुत्र्याप्रमाणे खवळून श्रीनिवास भैरववर उलटला; पण भैरवच्या आणि श्रीनिवासच्या उंचीत आणि रुंदीत बराच फरक असल्याने भैरवने विनासायास श्रीनिवासचा हात मागे पिरगाळून त्याला अविचलकडे चालवलं. श्रीनिवास अंगाला आळोखेपिळोखे देऊन सुटायचा प्रयत्न करत होता. त्याच्या तोंडातून अर्वाच्य शिव्यांची लाखोली चालली होती.

अविचलने काही न बोलता श्रीनिवासच्या कपाळाच्या मध्यभागी आपला अंगठा दाबला. श्रीनिवासच्या नजरेत नजर मिळवून तो शांत उभा राहिला.

''श: श:... शांत!... शांत!...''

अविचलने हाताची शून्यमुद्रा केली आणि मोहविमोचन जप चालू केला. फाटकाबाहेर खरं तर काहीही दिसत नव्हतं. फक्त माळरानं ओलांडून दूरदेशी जाणाऱ्या उच्चदाब वाहिन्यांच्या खाली येणारा कडवट गंध वातावरणात पसरला होता.

मोहविमोचनाचे स्वर आणि लय आणि शून्यमुद्रेने सुचवलेला अव्यक्ताचा भोवरा, यांनी अवकाशातला अभद्रपणा शोषायला सुरुवात केली. बेसिनच्या भोकातून गरगरत नाहीशा होणाऱ्या पाण्याप्रमाणे श्रीनिवासचा उन्माद हळूहळू कमी होत गेला.

''अरे माणसा, अशा कोणत्या भानगडीत अडकला आहेस?'' अविचल श्रीनिवासला थोड्या करुणेने आणि थोड्या नवलाने म्हणाला.

अविचलने दार उघडताच कॅस्पर गुरगुरत बाहेर आला. तो एक प्रचंड आणि अतिकेसाळ प्राणी होता. जरी तो श्रीनिवासकडे बघून गुरगुरत असला तरी त्याच्या हलणाऱ्या शेपटीवरून आणि त्याच्या तपकिरी डोळ्यांकडे बघून स्पष्ट कळत होतं की तो जगन्मित्र या जातकुळीत मोडणारा आहे.

''गप्प उभा राहा. तो तुला काही करणार नाही. एकदा त्याचा वास घेऊन झाला, की तुला घरात जायला प्रमाणपत्र मिळालं म्हणून समज.'' अविचल श्रीनिवासला म्हणाला.

कॅस्परचं स्कॅनिंग संपल्यानंतर ते घरात शिरले.

''भैरव, पिझ्झा मागव,'' स्नानगृहाकडे वळताना अविचल ओरडला.

नंतर अंघोळी वगैरे आटोपून स्वस्थ चित्ताने पिझ्झा आणि बिअरचा आस्वाद घेताना श्रीनिवासच्या चेहऱ्यावरचा तणाव थोडासा कमी झाल्यासारखा वाटला. त्याच्या चेहऱ्यावर किंचितसं स्मितही दिसलं.

"का रे, काय झालं हसायला?"

"नाही. तसं काही विशेष नाही. मघाशी भैरवने तुमची ओळख एक मांत्रिक म्हणून करून दिली. पिझ्झा आणि बिअर पिणारा मांत्रिक पाहून नवल वाटलं, एवढंच."

"अरे, आमच्या पंथात सगळं चालतं. बंदी असेल तर ती फक्त एक-दोन गोष्टींना. दुसऱ्याचं नुकसान करून स्वत:चा फायदा करून घेणं आणि गुरूंची अवज्ञा. या एक-दोन गोष्टी सोडल्या तर आमच्यावर बंधनं फार कमी आहेत."

"पंथ?"

"हो. आमच्या पंथाच्या नावाचं भारदस्त मराठीत भाषांतर करायचं तर ते 'अभद्र संहार पंथ' असं होईल. आमच्या पंथाचे सदस्य सर्व देशांत आहेत. प्रत्येक धर्मातील पवित्र ग्रंथ, सुक्तं, स्तोत्रं, मंत्र, तंत्र, धर्म, कर्म, यम, नियम, साधना, प्रतिमा, प्रतीके वापरून आम्ही अमंगल अस्तित्वांचं निर्मूलन करतो. तुम्ही त्याला सोप्या शब्दांत भूत उतरवणं, बाधा काढणं म्हणू शकता.

"आता आयुष्य म्हणजे काही मनमोहन देसाई साहेबांचा पिक्चर नाही; पण समोर संपूर्ण हत्यारांची पेटी असताना, फक्त एक हातोडीच वापरण्याचा करंटेपणा करावा हे आमच्या पंथाला मान्य नाही. त्यामुळेच आम्ही सर्व धर्मांतल्या सर्व उपयुक्त गोष्टी अभद्र संहारासाठी वापरतो. त्यामुळे इष्टानिष्टाच्या आमच्या कल्पना जरा वेगळ्या आहेत. मांत्रिकाला पिझ्झा आणि बिअर निषिद्ध आहेत, हे आमच्या पंथातल्या इटालियन्सना कसं पटेल?"

"तेही बरोबरच आहे. मी थोड्या वेगळ्या परिस्थितीत वाढलो. त्यामुळे माझे विचार थोडेसे किंवा चांगलेच मागासलेले आहेत किंवा होते असं म्हणायला पाहिजे; कारण जे जे निषिद्ध म्हणून लहानपणापासून माझ्या मनावर बिंबवण्यात आलं होतं, ते ते सर्व काही, गेल्या काही महिन्यांत मी केलं आहे. या घाटाखाली नदीकिनारी मुक्तेश्वराचं मंदिर आहे. त्या मंदिरात माझं लहानपण गेलं.

"हो, ते फार छान आणि शांत मंदिर आहे. काही वर्षांपूर्वी मी तेथे मानसरुद्र केला होता."

"त्या देवळाच्या सेवक कुळात माझा जन्म झाला. मुंजीनंतर पंचांग, पत्रिका, पूजापाठ, मंत्रपठण वगैरे आमच्या व्यवसायाचं शिक्षण रीतसर चालू होतं. वयात येईपर्यंत सगळं आयुष्य अनन्यभावाने देवालयात सेवेत गेलं. शाळेतील शिक्षण नाममात्रच होतं. आयुष्याची दिशा देवळाकडेच जात होती आणि तिथेच संपत होती.

"दिवसांमागून दिवस जात होते. प्रत्यक्ष प्रचितीची आस वाढत होती. शास्त्रपुराणातल्या कथा भाकडकथा वाटायला सुरुवात झाली होती. मंत्रपठणाच्या वेळी तल्लीन होणारं मन आणि नंतर वाटणारी प्रगाढ शांती यापलीकडे ईश्वराच्या

अस्तित्वाची कोणतीही खूण सापडत नव्हती. आयुष्य फुकट चालल्याची भावना बळावत होती. त्या दिवसांत, शहरात गेलेला माझा चुलतभाऊ लग्नानंतर दर्शनासाठी देवळात आला होता. त्याची दूर्वांसारखी दिसणारी नाजूक व प्रसन्न बायको, त्याची नवी गाडी, पाहून पुढचे दोन दिवस मन सैरभैर झालं होतं. बाबा सगळं पाहत होते; पण बोलले मात्र काहीच नाहीत.

"दिवस जातच होते. मी बदलत होतो. पहिल्या वीर्यपतनानंतर सगळीकडे हुंगणाऱ्या मनाला आणखी एक वाट सापडली.

"वाटलं, आपली श्रद्धा आणि साधना कमी पडतेय म्हणून शरीर बहकतंय. मग शरीराला आणखीनच धारेवर धरायला सुरुवात केली. तासन्तास ध्यानधारणा, कडुलिंबाची पानं खाऊन राहणं, फरशीवर झोपणं, हे माझे आत्मक्लेश पाहून लोकांना मी कोणीतरी महान योगी असल्यासारखं वाटायला लागलं.

"पण शरीराला जेवढं छळावं, तेवढं ते जास्तच बंड करायला लागलं. आतून काहीच प्रत्यय नसताना बाहेरून योगी म्हणणारे लोक माझ्या मनाला यातना द्यायचे. शेवटी गुरूच्या शोधात घर सोडून पळालो; पण खरे गुरू असे थोडेच वाटेत पडलेले असतात? आपापली अध्यात्माची दुकानं मांडून बसलेले पाखंडीच जास्त! नर्मदा परिक्रमा केली. प्राचीन मंदिरात टाहो फोडला; पण कोठेही श्रद्धेला आधार देणारा एक टिपूसही सापडला नाही."

"कालांतराने पुरता निराश होऊन परतलो. दाढी आणि केस वाढले होते. माझ्या बुवा बनण्याला आता कोणताच अडथळा राहिला नव्हता. झालो योगीबाबा! बाबांच्या धंद्यात सामील! रोजच्या पाठ, आरत्या, पूजा, उत्सव यात दिवस जात होते. मन मात्र अतृप्तच होतं. ना साक्षात्काराचा आनंद, ना भोगांचा सोहळा.

"अंगारे, धुपारे, जारण-मारण निवारण, शांत्या, नजर उतरवणं वगैरे गोष्टी बाबा आपल्या पौरोहित्याचा एक भाग म्हणून करत असत. त्यांची श्रद्धा अथांग होती. एकदा मी त्यांना विचारलं होतं, "बाबा, तुम्ही इतकी वर्षं साधनेत घालवली आहेत. तुम्हाला एकदा तरी प्रचिती आली आहे का?"

ते हसून म्हणाले होते, "श्रीनिवास, तुझी जी तगमग होतेय ती मी जाणतोय; पण शंख, चक्र, गदा, पद्मधारी मूर्तीच प्रत्यक्ष डोळ्यांसमोर साकार व्हावी, हा आग्रह नसला, तर प्रत्येकाला तशी हजारो वेळा प्रचिती येतच असते. एवढ्या कठीण, मोहाने भरलेल्या आयुष्यातसुद्धा बहुतेक जण वाकड्या मार्गाला न लागता बहुतांशी सच्छील आयुष्य जगतात, हाच एक मोठा प्रत्यय नाही का?"

प्रचिती

“एके दिवशी बाबांबरोबर बाहेरची बाधा उतरवण्याच्या विधीत मी त्यांना मदत करत होतो. बाधा झालेली एक विशीच्या आतबाहेरची मुलगी होती. शहरातही सहसा न दिसणारं अलौकिक सौंदर्य! तिला आजूबाजूचं अजिबात भान नव्हतं. ती असंबद्ध बरळत होती. अंगाला आळोखेपिळोखे देत होती. माझे ओठ मंत्र म्हणायची यांत्रिक कृती करत होते; पण मन मात्र थाऱ्यावर नव्हतं. बाबांना सांगून शहरात जावं आणि या सगळ्या ढोंगाचा अंत करावा असे विचार मनात घोळत होते; पण शहरात जाऊन करणार तरी काय? आधुनिक आयुष्यात जगायला लागणारी एकही गोष्ट मला येत नव्हती.

“बाबांनी त्या मुलीवर प्रोक्षण केलं त्या वेळी तिने फोडलेल्या किंकाळीने मन पुन्हा वर्तमानात आलं. ही तर साली ठार वेडी दिसतेय! देवही झूठ आणि हे भूतप्रेतही झूठ! कारण जर भुतं खरी असतील तर देवही खरा असायलाच हवा! काही काही गोष्टी त्यांच्या विरुद्ध असलेल्या गोष्टींवरूनच सिद्ध होतात! मग हे जे काय आहे, त्यालाच बोलावलं तर? ये बाबा ये! खरा असशील तर तूच ये पुढे! जर तू खरा असशील तर तोही खरा असेलच की! का तूही त्याच्यासारखाच लपंडाव खेळत जन्म घालवणार आहेस?”

“तुला हवी आहे का भटा ती? घे! कर तिच्याबरोबर मजा!” माझ्या मनात शब्द उमटले. मी चपापून आजूबाजूला बघितलं; पण कोणाच्याच चेहऱ्यावर काही वेगळं घडत असल्याच्या खुणा नव्हत्या.

“तू म्हणतोस ते खरं आहे. तुमच्या देवाची निरंतर वाटच बघायला लागते. मी मात्र तुम्हाला भेटायला नेहमीच तयार असतो; पण तुम्हीच मला कधी बोलावत नाही. ही हवी आहे का तुला? फार गोड मुलगी आहे. बघ, ती पण बघते आहे तुझ्याकडे.”

“मी वर पाहिलं तर खरोखरच ती मुलगी आपला उन्माद क्षणभर विसरून

आपल्या निळसर डोळ्यांनी माझ्याकडे पाहत होती. बाबा बुचकळ्यात पडून तिच्याकडे बघत होते.

"तिच्यावरचा जो काही पगडा होता तो क्षणभर का होईना, दूर झाल्यामुळे तिचं मूळचं निष्पाप रूप समोर आलं होतं. तिच्या कपाळावर बारीक घर्मबिंदू होते, तिचे नाजूक ओठ विलग झाले होते.

"मग ठरलं तर! ती झाली तुझी! मी सोडतो तिला. तिच्याशी लग्न कर वा नको करूस; पण आपला करार मात्र विसरू नकोस!"

"करार? कसला करार? मी कधी काय मान्य केलंय?" माझं मन मूकपणे ओरडत होतं; पण त्या प्रश्नांना मनातल्या मनातही उत्तर आलं नाही. हे केवळ मनाचे खेळ आहेत म्हणून मी माझी बेचैनी बाजूस सारली आणि या घटनेकडे दुर्लक्ष करायचा प्रयत्न केला.

"मनाच्या खेळांपेक्षा हा प्रकार गंभीर आहे, हे वास्तविक माझ्या लगेच लक्षात यायला पाहिजे होतं; कारण दुसऱ्याच दिवशी त्या मुलीचा बाप आमच्याकडे तिच्या लग्नाचा प्रस्ताव घेऊन आला.

"नक्षत्रासारखी सून घरात येणार म्हणून आई आणि बाबा हरखून गेले होते. मी मात्र त्यांच्या सगळ्या विनवण्यांकडे दुर्लक्ष करून तिच्याशी लग्न करायला साफ नकार दिला. मला माहीत होतं की तिची जागा कोणत्यातरी मोठ्या घरात आहे. माझ्यासारख्या माकडाच्या हातात ते माणिक शोभलें नसतं. तिच्या जन्माचं वाटोळं करायचा मला काहीही अधिकार नव्हता."

"वा रे मेरे गब्रू!" अविचल न राहवून ओरडला, "आणि भल्या माणसा! तूच कुरकुरतोस की मला देवत्वाची प्रचिती येत नाही! अरे, हेच तर कणाकणाने प्रकटणारं देवत्व! खऱ्या माणुसकीतून साकारणारं! आत पुढे काय झालं सांग!"

"या घटनेनंतर असेच आणखी काही दिवस गेले. दुसरा काहीच पर्याय नसल्याने मीही पुन्हा माझ्या मनाला मारून मुटकून माझ्या अस्वस्थ चाकोरीत कोंडलं. एक दिवस दुपारच्या आरतीनंतर देवळाच्या मुख्य वास्तूबाहेर खांबाला टेकून उभी राहिलेली प्रिया मला दिसली."

प्रिया

"**अर्था**त तिचं नाव मला नंतर कळलं; पण ज्या क्षणी मी तिला पाहिलं त्याच क्षणी आपण कायमचे अडकलो गेल्याची जाणीव मला झाली. सौंदर्य, लावण्य, देखणेपण, रूप, कमनीयता अशा अनेक संज्ञा या पुरुषी जगात स्त्रीच्या संदर्भात वापरल्या जातात. या प्रत्येक संज्ञेमागे एक वेगळी अर्थच्छटा असते. प्रियाच्या संदर्भात या सगळ्या संज्ञा एकत्र वापरूनही त्या कोठेतरी कमी पडाव्यात अशी मला ती त्या दुपारी वाटली.''

"मी देवळाबाहेर पडताच ती माझ्याकडे बघून प्रसन्न हसली, जणू काही आमची फार दिवसांची ओळख असावी.''

"नमस्कार! माझं एक काम होतं तुमच्याकडे.'' कोणत्याही स्वरूपाची प्रस्तावना न करता ती म्हणाली.

"नमस्कार! काय काम होतं?'' न चाचरता बोलायचा निकराचा प्रयत्न करत मी विचारलं. मला तिच्या चेहऱ्यावर नजर टिकविणं कठीण जात होतं.

"माझा गोंधळ समजल्याप्रमाणे गालातल्या गालात हसत ती म्हणाली, 'पत्रिका दाखवायची होती. दिवस फार मनस्तापाचे जात आहेत. काही उपाय करता आले तर पाहायचं होतं. काहीही करायला लागलं तरी चालेल. खर्चाचा प्रश्न नाही. कसलीही शांत, पूजा, पाठ, उपास, काहीही करायला लागलं तरी हरकत नाही.''

"मी आपला बावळटासारखा खालचा जबडा पाडून तिच्याकडे बघत राहिलो.

"मी काय म्हणाले ते ऐकलं नाही का?'' पुन्हा तेच मंद हास्य.

"ऐकलं ना; पण इथे रस्त्यात बोलत थांबण्यापेक्षा आपण माझ्या घरी गेलो तर...''

"का नाही? चला...''

"प्रिया कोणत्याही प्रकारचा संकोच न ठेवता माझ्याबरोबर चालू लागली. मधूनमधून तिच्या मुलायम साडीचा स्पर्श माझ्या हाताला होत होता. तिने लावलेला

सेंट किंवा अत्तराचा वास वाऱ्याबरोबर जाणवत होता. टळटळीत ऊन होतं; पण तिच्या चेहऱ्यावर घामाचा टिपूसही नव्हता. आत्ताच स्नान करून आल्याप्रमाणे ती टवटवीत दिसत होती.

"आम्ही घरी पोहोचलो. एरवी सगळ्यांशी अतिशय जिव्हाळ्याने वागणाऱ्या बाबांची प्रियाबरोबरची वागणूक जरा कोरडीच होती. त्यांच्या वागण्यातसुद्धा एक प्रकारची अस्वस्थता होती.''

"आम्ही शिवभक्त, अशी पत्रिका बघणं वगैरे कामं आम्ही करीत नाही.'' ते कमालीच्या रुक्ष आवाजात म्हणाले.

"मी तर आश्चर्याने बाबांकडे पाहतच राहिलो.

"असं? पण मी तर ऐकलं होतं की तुम्ही पत्रिका बनवता, काही शांत वगैरे करायची असेल तर सांगता.'' ती मृदू आवाजात म्हणाली खरी; पण तिच्या आवाजातली निराशा स्पष्ट जाणवत होती.

"ते खरं आहे; पण ते सर्व आमच्या परंपरेने चालून आलेल्या यजमान घराण्यांसाठी! ऐऱ्यागैऱ्यांसाठी नाही. या आता आपण.''

"मी बाबांकडे चमकून पाहिलं. बाबा कोणाशी अशा उद्धट भाषेत कधी बोलतील असं मला कधीच खरं वाटलं नसतं.

"ठीक आहे, तुमची इच्छा.'' असं म्हणून ती शांतपणे निघून गेली.

"त्या दिवशी मी बाबांवर खूप चिडलो. दिवसभर बेचैन राहिलो. आपल्या आयुष्यातील मोलाचं काहीतरी हरवलं आहे, असं सारखं वाटत होतं; पण ही सगळी तगमग व्यर्थच ठरली; कारण संध्याकाळी मी देवळात निघालो तेव्हा वाटेत पुन्हा प्रिया भेटली. सकाळइतक्याच प्रसन्न मुद्रेत. सकाळच्या बाबांच्या अशिष्ट वागण्याचा अजिबात राग न धरता ती हसली.

"देवळात वाटतं?''

"हो, येताय?''

"छे: हो, आम्ही तर पक्के वैष्णव!''

"मग शेवटी दाखवलीत का कोणाला पत्रिका?''

"या गावात तुम्हा दोघांशिवाय कोण जाणकार आहेत? दुकाने मांडून बसलेले तर अनेक आहेत.''

"माझ्या खुळावलेल्या मनाने मला बोलतं केलं. आज संध्याकाळची आरती बाबा करणार आहेत, तेव्हा मी मोकळाच असेन. मी पाहतो तुमची पत्रिका. तुम्हाला चालत असेल तर.

"त्या संध्याकाळी मी घाटावर तिची पत्रिका पाहिली. तिला काही तोडगेही सांगितले. तिचा सुकोमल गोरा हात (वाजवीपेक्षा जास्तच वेळ) हातात घेऊन तिचं

भविष्यही सांगितलं आणि गमतीची गोष्ट म्हणजे तिचं भविष्य सांगताना, माझं भविष्य मला कोठे नेणार आहे याची मात्र मला तिळमात्रही कल्पना नव्हती.

"पुढे एखाद्या दैवी नाटकातील पात्रं असल्याप्रमाणे मी आणि प्रिया झपाट्याने आणि अपरिहार्यतेने जवळ आलो. घाटावर, देवराईमध्ये आमच्या भेटी चालू झाल्या. काही दिवसांतच इतक्या वर्षांचे सर्व संस्कार भस्मसात झाले आणि मी मदावर आलेल्या नरपशूप्रमाणे शरीरसुखाच्या नशेत स्वत:ला हरवून गेलो. घरी फक्त झोपण्यासाठी जायचो. आईच्या चेहऱ्यावरची काळजी आणि बाबांच्या चेहऱ्यावरचा राग वाचायला पण सवड नव्हती.

"एवढ्या सगळ्या दिवसांत, माझ्यासारख्या गावंढ्या गावातल्या गावंढ्या भटावर, प्रियासारखी स्त्री का भाळली आहे, ती कोठून आली, कोठे राहते, यांसारखे साधे प्रश्नही मला कधी पडले नाहीत. कामातुरांना भय व लज्जा तर नसतेच; पण अक्कलही नसते हेही तितकंच खरं.

"हळूहळू गावात जिभा चालू झाल्या. बाबांनी घराबाहेर पडणं सोडलं. मी तर कधीच आई-बाबांपासून दूर गेलो होतो. दाढी-मिश्या भादरल्या अणि त्याचबरोबर उरलीसुरली लाज आणि विवेकही भादरले. गावात मन रमेना म्हणून शहरात आलो. एका तारांकित हॉटेलमध्ये राहू लागलो. कोण पैसे देतंय, हे कुठवर चालणार आहे, कशाकशाचा काही विचार नव्हता."

हंबीर

‘‘**सा**धारण दोन-एक महिन्यानंतरची संध्याकाळ. आम्ही दोघं विरंगुळ्यासाठी बाहेर पडून नदीकाठी पाण्यात पाय सोडून बसलो होतो. आमच्यापासून थोडं अंतर सोडून एक काळसर, काटकुळा, पण मोठ्या तरतरीत नाकडोळ्याचा एक मनुष्य पाण्यात मधूनमधून खडे टाकीत बसला होता.

‘‘थोड्या दिवसांतच चांगला तयार केलास की छोकऱ्याला.’’ प्रियाकडे बघत तो हसून म्हणाला.

‘‘मला क्षणभर काहीच समजलं नाही. तो स्वत:शीच बोलत असेल असं समजून मी पुन्हा प्रियाशी बोलू लागलो. शहरातल्या, गावातल्या, एकाकी जागी, गांजेकस, भंगड, दारुडे आणि पागल लोकांची काही कमी नसते.

‘‘एखाद्या तरुण बैलाचा जोश!

‘‘त्याने आम्हाला कधी पाहिलं असेल? गावात? देवराईत? विचारानेच मी शरमिंदा झालो.

‘‘चल प्रिया, आपण दुसरीकडे जाऊ,’’ मी उठत म्हणालो.

‘‘तू जा गं इथून! मला याच्याशी बोलायचंय. तू समोर असताना याचा फक्त एकच अवयव काम करतो.’’ तो निर्लज्जपणे दात दाखवत म्हणाला.

माझ्या डोक्यातून संतापाची एक तीव्र लाट गेली. ‘‘हे बघ रे. ए.’’

माझ्याकडे लक्ष न देता तो प्रियाला म्हणाला ‘‘काय गं ए भवाने, समजलं नाही का तुला?’’

प्रिया गुपचूप तेथून निघून गेली

‘‘सॉरी बरं का! आमची पद्धत जरा रांगडीच आहे. आम्ही कोल्हापूरचे; पण का उगीच चिडता, राव? गेला महिना दोन महिने तुम्ही जी मजा केली त्याची जरा किंमत चुकवा की. मग करा की पुन्हा मजा, कोण नाही म्हणतोय?’’

‘‘मी सर्दच झालो. किंमत? म्हणजे प्रिया..?’’

“बघा! बघा! आमचा बोलण्यात गोंधळ होतो तो असा!” तो माणूस स्वत:च्याच तोंडावर थप्पड मारून बोलता झाला. “मला म्हणायचं होतं, की कराराची तुमची बाजू आता तुम्ही पूर्ण करा की. प्रिया काही किंमत असलेली बाई नाही! लाखात एक आहे ती.”

“करार? कसला करार?”

“वा राव! ते पण विसरलात का? तुमचे वडील नाही का, त्या दिवशी म्हणे भूतबीत उतरवत होते! त्या वेळी नाही का झाला आपला करार? ती मुलगी तू घ्यायचीस आणि मग आमचं काम करायचंस?”

“पण मी तर त्या मुलीला बोटही लावलं नाही.”

‘आता तीसुद्धा काय आमची चूक म्हणायची का काय? पण आम्ही नाही रागावलो. छे! अजिबात नाही. म्हटलं असते एकेकाची आवडनिवड. म्हणून तर आम्ही प्रियाला पाठवलं. ती तर भलतीच आवडलेली दिसते.” तो डोळे मिचकावत म्हणाला.

“प्रियाचा आणि कराराचा काय संबंध आहे? हा काय मूर्खपणा आहे? मुळात मी कोणाशीही कसलाही करार केला नाही आणि घटकाभर समज, केला करार, तरी तो तुझ्याशी तर नाही ना केला? मग तुझा काय संबंध? चल निघ.”

“तसं नसतं भटा, तर तुला काय वाटतं? ती तुझ्यावर भाळून आली? जरा मधूनमधून आरशातही बघत चला की राव! आणि कशापायी एवढी खळखळ करतोयस रे? इतकं साधं काम, त्या बदल्यात प्रिया आहे, ऐशोआराम आहे. गेल्या दोन महिन्यांत एकदा तरी खिशात हात घातलास का? सगळ्या गोष्टी फुकटात आहेत असं वाटलं? म्हणे करार नाही! आता नीट ऐक...” तो समजावणीच्या सुरात म्हणाला.

“आज अमावस्येची रात्र. वाईकर मळ्यात जायचं. मळ्यातल्या विहिरीच्या भिंतीवर दक्षिणेला कोरलेली एक प्रतिमा आहे, त्या आकृतीची षोडशोपचार पूजा करायची. या डब्यातला निवद दाखवायचा. अकरा उलट्या प्रदक्षिणा घालायच्या आणि मग परत फिरायचं. मागे आवाज येतील, चोखण्याचे, चावण्याचे, गिळण्याचे. तुला कदाचित हाका मारल्या जातील. एखादे वेळेस तुझे आई-बाप तुला हाका मारताहेत असे भास होतील; पण मागे वळायचं नाही. वळलास तर आमची पूजा तर व्यर्थ जाईलच; पण... पण... ते जाऊ दे! बघ, एवढं सोपं काम आहे आणि तू सतरा सबबी सांगत उभा आहेस.”

“ते काम ऐकून माझ्या पायाखालची जमीनच सरकली. मी अशा कामांबद्दल ऐकलं होतं. बाबांनी कधी कधी, काही काही सांगितलं होतं. कधी कधी नैवेद्य दाखविणारासुद्धा नैवेद्याचा भाग असतो, हेही ऐकलं होतं. अघोर मार्गावरची ही

पहिली पावलं होती. एकदा या मार्गावर चालू लागल्यानंतर परत फिरता येत नसतं.

"मी ताड्कन उभा राहिलो. खड्ड्यात गेलास तू आणि तुझा नैवेद्य. प्राण गेला तरी मी असलं काही करणार नाही. तू काय करायला सांगतो आहेस, ते चांगलं समजतंय मला. त्या डब्यात काय आहे याचीसुद्धा मला कल्पना आहे. माझा पाय घसरला असेल; पण मी असली अघोर कृत्यं कधीच करणार नाही.''

"डब्यात काय आहे याची कल्पना आहे म्हणतोयस ना? मग उघड ना डबा! नाही बसल्या जागी फळफळलास तर हंबीर नाव सांगणार नाही! प्राण देण्याच्या गोष्टी करू नकोस. प्राण गेला की फुल्लस्टापच की! त्याऐवजी इतर अनेक पर्याय आहेत आम्हाला. तुझ्या प्राणप्रिय प्रियाचं खरं रूप आम्ही तुला दाखवू शकतो. तुझा बाप प्रियाच्या नादी लागून ती तुझी आई होऊ शकते. तुझ्या आईचा पाय घसरू शकतो. काही... काहीही... होऊ शकतं.''

"माझ्या अंगातून संतापाच्या वाफा निघत होत्या; पण शरीर मात्र एका जागी खिळल्यासारखं झालं होतं.

"तुझ्या वल्गना पुष्कळ झाल्या. बाबांनाही यातलं काही काही माहीत आहे. मी त्यांच्याकडे जातो आणि ही सगळी हकिगत त्यांना सांगतो. ते यातून नक्कीच मार्ग काढतील!''

"छोटा श्रीनिवास त्याच्या बाबांकडे जाणार? बागुलबुवाकडून वाचण्यासाठी? अरे, तुझा बाप म्हणजे काय वाटतो काय तुला? छोटीमोठी जुगाडं करणारा कुडमुड्या तो! हे जे काय चाललंय ते त्याला समजणारही नाही. ते रोखण्याची गोष्ट तर दूरच! पण अवश्य प्रयत्न कर! या गोष्टीत बळजबरी कामाची नाही. आमची कामं राजीखुशीने केलीस तरच आम्हाला त्या कामाचं फळ! तुलाही काही गोष्टी कळतील. आपली लायकी कळेल. काही अनुभव गाठीला आले की मग पुढे मन लावून काम करशील. हां! तर आता पहिला अनुभव म्हणजे पुढचे पंधरा दिवस प्रिया बंद! त्या अनुभवानंतर शहाणपण येईलच तुला. त्या वेळी येतो तुला भेटायला. काय?''

कोल्हापुरी वहाणांचा करकर आवाज करीत हंबीर तिन्हीसांजेचा निघून गेला.

प्रियावीण प्रियावीण

"एखादी चावी फिरविल्याप्रमाणे माझं सारं जगच बदललं. खिशात तर दमडीसुद्धा नव्हती. हॉटेलची रूम सोडावी लागली. घरी जायला तोंडच उरलं नव्हतं. गेल्या काही दिवसांत बाहेरच्या चटकदार खाण्याची सवय लागली होती. तसलं अन्न तर सोडाच, पण पोटाची खळगी भरण्यासाठी आता कदान्नसुद्धा मिळण्याची पंचाईत होती! ना राहायला निवारा, ना पोटात एक घास; पण प्रिया मला नेहमी जे पान देत असे ते न मिळाल्याने माझी भुकेपेक्षासुद्धा जास्त तळमळ होत होती. त्या पानात काय असायचं हे तिलाच ठाऊक; पण ते पान खाल्ल्यानंतर माझ्या अंगात हत्तीचं बळ येत असे. प्रियाला संपूर्ण खूश करण्याइतकं.

"आता त्या पानावाचून जिवाची काहिली होत होती. अंगाची लाही लाही, कोरड्या ओकाऱ्या, दरदरून फुटलेला घाम. अंगावर येणारी शिरशिरी. त्या पानाशिवाय काही सुचेनासं झालं होतं.

सुरुवाती सुरुवातीला एखाद्या मंदिरात किंवा धर्मशाळेत झोपलो तरी कोणी काही बोलत नसे; पण नंतर जसजसे दिवस जात चालले तसतसा माझा अवतार एखाद्या भिकाऱ्यासारखा होत गेला आणि हळूहळू अशा ठिकाणांहून माझी हकालपट्टी होऊ लागली.

"काही दिवस बागेतले बाक आणि त्यानंतर फुटपाथ अशी चढती कळा आली. मिळेल तिथे, मिळेल तेव्हा अंग टाकून झोप घ्यायचा प्रयत्न करायचो; पण डोळा लागला रे लागला की श्वास घेणं मुश्कील व्हायचं, छातीवर कसलं तरी घोर दडपण आहे असा भास व्हायच. वेडीवाकडी स्वप्नं पडून मी किंचाळत उठायचो, हातवारे करून बरळायचो.

"कधी कातडीखालून काहीतरी वळवळत आहे असं वाटायचं. कधी कधी जग हा चाललेला तमाशा आहे, आणि आपण एक त्रयस्थ प्रेक्षक आहोत असं वाटायचं. कधी आपल्यावर कोणीतरी सतत नजर ठेवून आहे, असा भास व्हायचा. बोळांच्या

तोंडाशी काहीतरी दबा धरून बसलं आहे असं वाटायचं.

"अंधाऱ्या सावल्यांत भोवरे आहेत आणि ते नकळत ओढून दूर कोठेतरी नेत आहेत, असा भास व्हायचा. म्हणून उन्हातच चालायचो. रात्री रस्त्यावरच्या दिव्याखाली पेंगायचो. आजूबाजूने जाणाऱ्या माणसांचे चेहरे आणि नजरेला होणारे भास यामध्ये खरं काय खोटं काय, हे समजणं मुश्कील झालं होतं.

"झडलेली नाके, नासक्या बाहुल्यांचे डोळे, डागाळलेले विकृत चेहरे असलेली माणसं इतर सामान्य माणसांमध्ये नेहमी दिसत."

"ती माझ्याकडे पाहून त्यांना माझे कोणते तरी लज्जास्पद गुह्य माहीत असल्याच्या आविर्भावात डोळे मिचकावत असत. आताशा मी जवळून गेलो की माणसंच काय, कुत्री पण दूर होत असत."

"कधी कधी तासन्तास जाणिवेतून गायब व्हायचे, कधी काळ उलटा फिरतो आहे असा भास व्हायचा.

"याच सुमारास मला एक भला माणूस भेटला. मी दुकानाच्या पायऱ्यांवर बसून माझ्याभोवती भिरभिरणाऱ्या लालभडक पक्ष्यांना हातवारे करून हाकलण्याचा प्रयत्न करत होतो. या पक्ष्यांच्या टोचा मारायला टपलेल्या अभद्र चोची! त्यांचे ते सर्व काही समजल्यासारखे दिसणारे आत्मसंतुष्ट डोळे! अत्यंत संतापाने मी हातातल्या फांदीने त्यांच्या चिंधड्या उडवायचा प्रयत्न करत होतो.

"तो मनुष्य माझ्याकडे शांतपणे पाहत उभा होता. कदाचित त्याला बाकीच्यांना न दिसणारं काही माझ्या मागे दिसलं असेल. बाकीच्यांप्रमाणे त्याच्या नजरेत कीव किंवा घृणा अथवा कुत्सित हसू नव्हतं."

तो मला हलकेच म्हणाला, "चल माझ्याबरोबर."

"माणसांच्या निर्लेप लोंढ्यात प्रथमच मला एक करुणेचा ओलावा सापडला. मी त्याच्यामागे निघालो. त्याच्यापाठोपाठ पुन्हा एकदा एका शंकराच्या मंदिरात. फरक एवढाच की ते मंदिर शहराच्या मध्यभागी होतं आणि त्या मंदिराच्या भोवती प्राचीन बौद्धकालीन लेणी होत्या."

त्या माणसाने मला आंघोळ करविली. त्याचं जुनं धोतर व सदरा दिला आणि तो म्हणाला, "मला तुला तुझ्या त्रासातून सोडवता येईल की नाही हे माहीत नाही; पण कमीत कमी मी तुला राहायला आणि खायला तरी देऊ शकतो. मला वाटतं या पवित्र ठिकाणी तू थोडा विसावू शकशील. बाकी सगळं पुढचं पुढे. आज त्याचा विचार कशाला?"

"कदाचित तोही कोठेतरी पोळलेला असावा. पोळलेल्या माणसांनाच जळणाऱ्या माणसांची दुःखं लवकर समजतात. त्याने मला रात्रीचं जेवण तर दिलंच; पण बंट्याची एक गोळीही दिली. प्रियाच्या पानाकरिता आसुसलेल्या माझ्या शरीराला

त्या रात्री थोडी स्वस्थता लाभली. रात्री झोपताना असंही वाटून गेलं, कदाचित माझे भोग संपलेही असतील. नाहीतर हा माणूस का भेटला असता?

त्या अनोळखी पांथस्थाला जेवण आणि बंट्याची गोळी दिल्यानंतर श्रीराम देवळाशेजारच्या आपल्या खोलीत परतला. त्याचा पाहुणा कोणत्यातरी अज्ञात छायेने ग्रस्त होता, हे त्याला समजत होतं; पण त्याची पीडा निवारण करण्याचं ज्ञान त्याच्याकडे नव्हतं, हेही त्याला पुरेपूर ठाऊक होतं. शेवटी भक्तिमार्गाने जाणारा तो एक सामान्य साधक होता. तंत्र-मंत्र यातलं त्याला काही कळत नव्हतं. त्याच्या देवळातल्या शिवशंभूवर त्याचा आता गाढ विश्वास होता हे खरं; पण त्याच्या पाहुण्याचं रक्षण करण्यासाठी तो विश्वास पुरेसा होता का? त्या पाहुण्याचं रक्षण तर सोडाच; पण रोज रात्री पडणाऱ्या भयस्वप्नांपासून स्वत:चं संरक्षण करण्याइतकी तरी त्याची कुवत होती का?

त्याने एक नि:श्वास सोडला आणि तो आपल्या बिछान्यावर आडवा पडला. हे सगळे प्रश्न त्याच्या आकलनाच्या बाहेर होते. त्याने आपल्या सगळ्या चिंतांचं ओझं आपल्या आराध्य दैवताच्या पायाशी ठेवलं आणि 'ॐ नम: शिवाय' हा जप करत तो आपल्या बिछान्यावर सैलावला. त्याच्या उशीखाली त्याची झोपेची साथी होती. त्याने बाटलीचं टोपण काढलं आणि बाटली तोंडाला लावली. गेली कित्येक वर्षे ती बाटलीच तर त्याची मित्र, गुरू आणि वाटाड्या होती. एके काळी त्याने रोज अप्रतिम व्हिस्की प्यायली होती. आता बडीशेप, संत्रा वगैरे स्वस्त रूपात त्याची सखी त्याला भेटत होती.

त्याला नकळत त्याचा डोळा लागला. अपरात्री त्याला जाग आली ती आपल्या छातीवरच्या दडपणामुळे. त्याला दरदरून घामही सुटला होता. त्याने चाचपडत उशीशेजारच्या तांब्याकडे हात टाकला.

पाण्याचे दहा-पंधरा घोट घटाघट गिळल्यानंतर तो थोडासा थाऱ्यावर आला. हा हृदयविकाराचा झटका तर नव्हता? असेलही. काय फरक पडणार होता? खरं तर लौकिकार्थाने तसा तो वीस वर्षांपूर्वीच मेला होता.

श्रीराम एका संपन्न कुटुंबामध्ये जन्मला होता. अपरंपार संपत्ती आणि सर्व ऐहिक सुखांचा त्याने वयाच्या पंचविसाव्या वर्षीच उपभोग घेतला होता. तिशीच्या आतच त्याला वैराग्य यायला सुरुवात झाली होती. सर्व सुखोपभोग घेऊन झाल्यानंतर करायचं काय, हा अलेक्झांडरला पडलेला प्रश्न त्यालाही पडला होता.

सव्विसाव्या वाढदिवशीची ती पार्टी. तो जबरदस्त प्यायला होता. नशेच्या धुनकीत त्याने त्याच्या बरोबर असलेल्या अनेक फुलपाखरांना टाटा करत आपल्या नव्याकोऱ्या पोर्शाची किल्ली फिरविली होती.

गिरगिरणारे प्रकाशझोत, लाल-पांढऱ्या दिव्यांचा लखलखाट. रस्त्याच्या मध्यभागी राहून आपले काम इमानेइतबारे करण्याऐवजी, मधली पांढरी रेघ वाटेल तशी पळत होती. पोर्शाच्या इंजिनाची छाती दडपून टाकणारी घुरघुर, उघड्या खिडकीतून फोफावणारा वारा. क्षणभरासाठी आपल्या संपन्न जीवनाचा सारा फोलपणा विसरत त्याने आपला उजवा पाय आणखी आणखी दाबला.

तो जागा झाला तो इस्पितळात. त्याच्या हातापायांना प्लास्टर होते. त्याच्या बरगड्या चिरफाळल्या होत्या. त्याच्या डोक्याभोवती भलं मोठं मुंडासं होतं.

त्याच्या डोळ्यांसमोर पहिला चेहरा आला तो त्याच्या बापाचा.

"तू कसलीही काळजी करू नकोस, राम. सगळं काही ठीक होईल."

सगळं ठीकच झालं. तो त्याला झालेल्या जखमांतून पूर्ण बरा झाला.

तो आजारी असताना त्याला कोणतंही वृत्तपत्र वाचू देण्यात येत नव्हतं; पण तो बरा झाला आणि घरी आला.

दोनच दिवसांत त्याने आपल्या बापासमोर त्या दिवशीचं दैनिक टाकलं होतं.

"हे खरं आहे?" त्याने एकच प्रश्न विचारला होता.

बापाने आपल्या हातातला वाइनचा ग्लास टेबलावर ठेवला. बाप क्षणभर त्या दैनिकाच्या किंचाळणाऱ्या बातमीकडे बघत राहिला.

"तू काळजी करू नकोस. त्या सातही जणांच्या कुटुंबाची मी काळजी घेतली आहे. पंचवीस-तीस लाख एका कुटुंबामागे खर्च केले आहेत."

"हे खरं आहे?" त्याने पुन्हा एकदा बापाला विचारलं होतं.

बापाने उत्तर देण्याऐवजी वाइनचा एक घोट घेतला होता आणि त्याने टीव्हीचा रिमोट दाबला होता.

त्याच रात्री त्याने आपला उत्तर भारतातला आलिशान बंगला सोडला आणि जी दिशा दिसेल तिकडे जात तो भरकटला.

आता इतक्या वर्षांनंतरही त्याला त्या दैनिकातले फुटपाथवरचे सात मुडदे अनेकदा स्वप्नात भेट देत असत. त्या सात मुडद्यांबरोबर असे ते आठवे कुत्र्याचे पिल्लू.

त्या सगळ्या किंचाळणाऱ्या बातम्यांमध्ये दाखवलं गेलेलं ते पिल्लू त्याच्या डोक्यात खरं गेलं होतं. त्याच्या गाडीने जरी सात जणांना चिरडलं होतं, तरी ते पिल्लूच त्याच्या डोळ्यांसमोर सारखं तरंगत असे. त्या पिल्लाच्या पायावरून श्रीरामच्या गाडीचं मागचं चाक गेलं होतं. ते पिल्लू आपले मागचे निकामी पाय विसरून पुढच्या पायांवर उभं राहण्याचा प्रयत्न करत होतं आणि इतकं होऊनही त्याच्या काळ्याभोर डोळ्यांमधला जगावरचा विश्वास कमी झाला नव्हता.

वृत्तपत्रातल्या फोटोंमध्ये त्याचा तो सोशीक चेहरा आणि त्याचे ते मरणाच्या

सावलीतही आशेने चमकणारे डोळे, ते नालायक, नीच, निष्पाप डोळे!

त्याची रक्ताळलेली शेपूट अजूनही झुलण्याचा प्रयत्न करीत होती. त्याच्या काळ्याभोर डोळ्यांत अजूनही विश्वास होता, की जी माणसे त्याला बिस्कीट देतात, जी माणसे त्याच्या अंगावरून हात फिरवतात, ती कोणती तरी जादू करून आपल्याला परत चार पायांचा गोंधळ घालायला मदत करतील.

त्याच विश्वासात शेवटी त्याने आपल्या पुढच्या पंज्यांवर डोकं ठेवून या जगाचा निरोप घेतला होता.

दूरदर्शनवर आणि सोशल मीडियावर त्या जीवाचे अंतिम सोपस्कार कित्येक दिवस जिवंत राहिले होते.

बापाचा वकील एकदा म्हणाला होता, 'साला वो कुत्ता, आदमीयोंसे भी ज्यादा चूना लगाके गया। उस साले रास्तेवाले कुत्तेने तेरा पचास-साठ लाखोंका घाटा किया।'

बापाने फक्त खांदे उडवले होते.

आज त्याला सदैव छळणारे सात जण रजेवर होते. हजर होते ते फक्त ते पिल्लू. फरक एवढाच होता की आज हे स्वप्न नव्हते. ते पिल्लू दारात उभे होते. श्रीरामच्या घामाने डबडबलेल्या अंगावर वारा बसत होता.

तो कुडकुडत होता. त्याच्या नाडीचा आवाज त्याच्या कानात घुमत होता. नाही! हे स्वप्न नव्हतं! ही निकालाची वेळ होती.

तांबूस सोनेरी रंगाचं ते पिल्लू आपल्या काळ्याभोर डोळ्यांनी रामकडे बघत होतं. वा!

श्रीरामने पाण्याचा आणखी एक घोट घेतला.

ते पिल्लू दारात उभं होतं. त्याच्या काळ्याभोर डोळ्यांमध्ये प्रश्नच प्रश्न होते.

अरे, आमच्या मरणाचं तर तू काहीच प्रायश्चित्त केलं नाहीस.

तुझ्या समर्थ बापाने तुझे आठ खून माफ करवून घेतले.

तू तीर्थक्षेत्रांवर फिरलास.

तू सगळी व्रतं केलीस.

तू देह कष्टवलास.

तू धर्मग्रंथ वाचलेस.

तू दारोदार भटकलास.

तुला काय वाटतं? तू काय सम्राट अशोक आहेस?

तुझ्या बापाने बाकी सात जणांचं सात जन्मांचं दारिद्र्य दूर केलं; पण माझं काय? तू माझ्याकरता काय केलंस?

मी तुझ्या दृष्टीने जर क:पदार्थ असेन तर मग तो बाहेर झोपलेला कुत्रा काय चीज आहे?

का तुला असं वाटतंय की त्या कुत्र्यावर तू दया केलीस, तर मी तुला माफ करेन? खरंच?

ते पिल्लू दारातून आत आलं आणि आपल्या ओल्या, खरखरीत, मायाळू जिभेने श्रीरामचे पाय चाटू लागलं.

श्रीराम लाखो कोर्टांत त्याच्या बापाच्या आधाराने निर्दोष ठरला असता, होता; पण त्या पाय चाटणाऱ्या पिल्लाच्या कोर्टात तो शतजन्म गुन्हेगार होता. त्याने त्या तांबूस सोनेरी मखमली पिल्लाकडे हात पसरला आणि नशेत घडलेल्या अपराधाची त्याने पुन्हा एकदा माफी मागितली.

समाधानाने गुरगुरत ते पिल्लू श्रीरामच्या कुशीत शिरलं.

'त्या बाहेरच्या कुत्र्याला उद्या हाकलणार ना?' त्याने श्रीरामला विचारलं.

श्रीनिवास पुढे म्हणाला,

"माझ्या अंतर्मनात मला खात्री होती की ही रात्र फक्त एक मृगजळ होतं! वाळवंट तर बाहेर वाट पाहतच आहे! माझ्या मनाचं म्हणणं सत्य व्हायला फार उशीर लागला नाही. दुसऱ्याच दिवशी सकाळी तो माणूस चहा घेऊन आला तो अपराधी मुद्रेने. त्याने काही बोलण्याच्या आतच मी चहाची बशी तोंडाला लावली आणि त्याच्याकडे बघून 'ठीक आहे' अशी खूण केली. चहा संपताच मी उठलो."

"मला माफ करा! पण मला काल रात्री काही अनुभव आले. जे मुडदे गाडले गेले आहेत असं मला वाटत होतं, ते खोटं होतं. तुला सोडविण्याइतकी माझी साधना नसली तरी, त्या अनुभवांचा अर्थ लावण्याइतकी नक्कीच आहे. मला वाटलं होतं या देवळातलं वास्तव्य आणि माझी थोडीशी मदत या आधारावर तुझे काही दिवस तरी बरे जातील; पण ते व्हायचं नव्हतं असं दिसतं. जीझस म्हणाला तेच खरं आहे. जो निष्पाप आहे त्यानेच पहिला दगड उचलावा. मी निष्पापांच्या रांगेमध्ये सर्वांत शेवटी असेन. मला, पापी माणसाला तर सोडाच; पण प्रत्यक्ष सैतानालासुद्धा दगड मारता येणार नाही. माझी लायकीच नाही ती."

निरोपादाखल त्याने माझ्या हातात एक पिशवी दिली. आत दोन-तीन वेळेस पुरतील एवढे खाद्यपदार्थ आणि एका लहान पाकिटात बंट्याच्या गोळ्या होत्या.

तो पुढे म्हणाला, "लवकरात लवकर तू या क्षेत्रातल्या एखाद्या अधिकारी व्यक्तीला शोध. तू ज्या सावटाखाली आहेस ते अतिशय प्रभावी आणि तितकंच भयानक आहे. मला जर असा कोणी माहीत असता तर मीच तुला त्याच्याकडे नेलं असतं; पण शहरात अशी माणसं सापडणं दुरापास्त असतं. इथे सगळे धंदेवाईक सोदे असतात; पण इथून जवळच मुक्तेश्वर नावाचं ठिकाण आहे. तिथले गुरुजी

कदाचित तुला मदत करू शकतील.''

''नियतीच्या या विनोदाला मी फक्त माझ्या विषादपूर्ण हसण्याने दाद दिली आणि तिथून निघालो. या अवचित घडलेल्या मध्यांतरानंतर माझे चार-आठ दिवस बरे गेले. गोळ्या लावल्या की तेवढ्यापुरतं सगळं विसरायला व्हायचं; पण शेवटी तेही चार दिवस संपले आणि माझी अवस्था पूर्वपदावर आली. मी पुन्हा रस्त्यावर आलो आणि यातनांचं आणखी एक आवर्तन गिरवायला तयार झालो.

''असाच एक दिवस. संपूर्ण दिवस उन्हात फिरून फिरून डोकं फुटायची पाळी आलेली होती. आजकालचा माझा अवतार बघून मला कोणी पाणीही देत नसे.

''संध्याकाळी अर्धवट ग्लानीमध्ये मंडईजवळच्या उकिरड्याजवळ आडवा पडलो. सकाळी उठेन याची शाश्वती नव्हती. एवढीच इच्छा होती, बेवारशी प्रेत म्हणून परस्पर कोणी जाळून टाकलं तर बरं होईल. माझी ओळख पटून आईबाबांवर माझा अंत्यसंस्कार करण्याची नामुष्की येऊ नये, हीच इच्छा होती. एकच समाधान होतं, की एवढे धिंडवडे निघूनसुद्धा हंबीरला शरण जाण्याची एक क्षणभरही इच्छा झाली नव्हती. साल किडले असेलही; पण गाभा सहिसलामत होता.''

''आडवा पडल्यानंतर असेच काही तास गायब झाले. जागा झालो तेव्हा वाईकर मळ्यात होतो! टिपूर चांदणं पडलं होतं. हवेत बोचरा गारवा होता. पद्मासनात ओल्या वस्त्रात बसलो होतो. शेजारी प्रिया पांढऱ्या साडीत बसली होती. तबकात पूजेचं सामान होतं आणि ताटात नैवेद्य होता, एक नवजात मृत अर्भक. गळ्यावर नखाची ताजी खूण घेऊन शांत झोपलेलं निष्पाप बालक! ते कोणी आणलं होतं? माहीत नाही. मीच आणलं होतं? माहीत नाही. माझ्यामागे अनेक जण बसले असावेत. दबक्या आवाजात येणाऱ्या शब्दांत अनावर उत्सुकता. जणू माझी पूजा संपल्यावर त्यांना घबाडच मिळणार होतं. ही आजची पूजा आमच्या अमंगळ मेहुणाने उरकायची होती असं दिसत होतं.''

''कर की सुरुवात आता भटा! देव कधीचा भुकेला आहे...'' हंबीरचा आवाज पाठीमागून आला. मी पळी-ताम्हण पुढे ओढलं... आणि उकिरड्याशेजारच्या माझ्या निश्चेष्ट शरीरात मी जागा झालो. शेजारीच हंबीर उकिडवा बसला होता.''

''बघ, एवढं सारं सोपं असतं! विनाकारण किती त्रास करून घेणार आहेस?'' त्याने मला हलकेच विचारलं. मी न बोलता माझा हात पुढे केला.

''हंबीरने नेलेल्या घरात मी प्रथम शरीराची स्वच्छता केली. स्वच्छ कपडे घातले आणि पोटात चार घास ढकलले. हंबीरने दिलेलं पान खाल्लं आणि शुभ्र चादर घातलेल्या मऊ बिछान्यावर झोपून गेलो. असेच बरेच दिवस अर्धवट तापात, अर्धवट ग्लानीत गेले असावेत.

''एके दिवशी बऱ्याच उशिरा उठलो, तेव्हा पुन्हा एकदा बऱ्याच दिवसांनी

शरीर आणि मन पूर्णपणे स्वस्थ असल्याची जाणीव झाली. हंबीर घरात नव्हता. दारही नुसतं लोटलेलंच होतं. हंबीरच्यालेखी मी आपण होऊन त्याच्या घरी आल्यामुळे मी पळून जाण्याची त्याला भीती नव्हती.

“माझा निर्णय झालाच होता. त्यामुळे मन स्वस्थ होतं! हंबीर त्याचे पैसे कोठे ठेवतो ते माहीत होतं. कपाट उघडलं आणि हाताला येतील तितके पैसे उचलले. दाराशी दिसलेल्या त्याच्या चपला घातल्या आणि बाहेर पडलो.

“हंबीर वाटेत कोठेतरी गाठेल, ही मनात सारखी भीती होती. जाताना तरी शरीराचे शेवटचे भोग पुरवावेत हे ठरलं होतं! शहरातल्या उत्तम रेस्तराँमध्ये मनसोक्त खाल्लं. उरलेल्या पैशात उत्तम स्कॉचचा एक खंबा घेतला आणि शहराबाहेर पडलो. याच घटकेसाठी एक बंट्याची गोळी राखून ठेवली होती ती तोंडात टाकली. बाटलीचं सील फोडून एक एक घोट घेत चालू लागलो.

“बंट्याची आणि दारूची माझ्या शरीरात अशी काही दोस्ती जमली की मी, हंबीर, प्रिया, आई-बाबा सगळ्या सगळ्यांना विसरून गेलो. त्या अंतिम नशेत रंगांना आवाज फुटले. पावसाला रंग आला. रंगांना वास आला. रस्त्यावरच्या वाहनांच्या आवाजाला पोत आला.

“त्या वेळी वाटलं की साली नशाच खरी. कसली काळजी नाही, कसली भीती नाही! आपापल्या विश्वात आपण मग्न! नशेतला माणूस साला राजा माणूस! ना कोणाच्या अध्यात ना मध्यात! सरकारने कमीत कमी भांग, गांजा तरी कायदेशीर केला पाहिजे. खून निम्म्यावर येतील, आत्महत्या निम्म्यावर येतील. मनात काहीबाही विचार तरळत होते.

“मी काय करत होतो, कोठे जात होतो, किती वेळा पडलो, किती वेळा सावरलो ते माहीत नाही. संध्याकाळी पाचएक वाजता मी थोडासा भानावर आलो. घाटाच्या तोंडाशी आलो होतो. मग मात्र सगळं आठवायला लागलं! हंबीरची भीती जाणवायला लागली! घाट चढायला सुरुवात केली, गुंजण टोकाकडे जायला.

“वाटलं होतं एकदा घरी जाऊन आई-बाबांना भेटावं; पण त्या विचारात काही दम नव्हता. त्यांना तोंडही दाखवण्याची शरम वाटत होती. आईबापाच्या मायेपोटी कदाचित त्यांनी मला माफही केलं असतं; पण तो अपमान सहन करायची आता माझ्यात ताकद नव्हती. अघोर मार्गाला जायचं नव्हतं-काही झालं तरी! साधं आयुष्य जगण्याचा पर्यायही शिल्लक नव्हता. थोडक्यात, आत्महत्येशिवाय दुसरा काही मार्गच नव्हता, हे मला त्या उकिरड्यापाशीच समजलं होतं. फक्त तेवढी ताकद शरीरात यावी म्हणूनच हंबीरचा हात पकडला होता. तर शहराबाहेर पडलो आणि गुंजण टोकाचा रस्ता पकडला.

“दुर्दैवाने घाटात पुन्हा काल उलटापालटा झाला. दुखण्यातून नुकत्याच

उठलेल्या मनाला आणि शरीराला तो ताण सहन झाला नाही आणि मी कोसळून पडलो. जागा झालो ते तुम्ही दिसलात.''

श्रीनिवासने सांगितलेल्या हकिकतीमध्ये अविचल आणि भैरव चांगलेच रंगून गेले होते.

''ठीक आहे! ठीक आहे! जे झालं ते झालं! आता तू इथे स्वस्थ चित्ताने राहा. या घरात तुला कोणी बोटसुद्धा लावू शकणार नाही. आज ना उद्या हंबीर येईलच! तो तुझ्या एवढा मागे लागला आहे त्या अर्थी तो तुला सहजासहजी सोडणार नाही; पण हंबीरची काळजी करू नकोस. आता मी आहे आणि हंबीर आहे. तो आल्यानंतर जे काय करायचं ते करूच आपण. तूर्त तरी तू निश्चिंत राहा. तुला सर्वसामान्य आयुष्य जगायचंय ना? जगशील! माझं वचन आहे तुला.''

''हंबीर येईल? इथे? त्याला कसं कळणार मी इथे आहे?''

''आध्यात्मिक जीपीएस समज! ते कसं शक्य आहे ते मी तुला सांगू शकणार नाही,'' अविचल हसत म्हणाला, ''पण तो येणार हे नक्की आणि तो हात हलवत परत जाणार हेही नक्की. तुझी तयारी असेल, तर मी तुला आता एक गोळी देतो. प्रियाच्या पानाचा विसर पडेल तुला. शांत झोपू शकशील तू; पण नंतर मात्र तुला व्यसनमुक्ती केंद्रात जायला लागेल. प्रियाने तुला नक्कीच कोणत्यातरी अमली पदार्थाची चटक लावली आहे.''

''नंतर म्हणजे?''

''हंबीर आणि त्याच्यामागे जे काय आहे त्याचा निकाल लावल्यावर...''

''पण तो तर खूप ताकदवान आहे.''

''मी काय आहे हे तुला कुठे ठाऊक आहे? शिवाय मी एकटा थोडाच आहे? माझ्यामागे तर माझा सगळा पंथ आहे. जास्त विचार करू नकोस! चल, शांत झोप आता.''

श्रीनिवासला सोडून अविचल आपल्या खोलीत आला. बिछान्याशेजारच्या मेजावर रमलाचा पट होता. रात्री बऱ्याच वेळ अविचल फासे टाकून पटावर सोंगट्या हलवत होता. शेवटी जेव्हा लाल सोंगटी कवटीचे चिन्ह असलेल्या घरात थांबली तेव्हा नि:श्वास टाकून तो उठला. त्याचा चेहरा चांगलाच गंभीर झाला होता. या प्रकरणाचा शेवट कोणाच्या तरी अंतात होता.

शह

श्रीनिवास जागा झाला तेव्हा चांगलंच उजाडलं होतं. प्रातर्विधी उरकून तो परत खोलीत आला आणि चहा-कॉफीच्या शोधार्थ बाहेर जाण्याचं दार उघडायचा प्रयत्न करू लागला; पण दाराला आतून कडी, कोयंडा, मूठ काहीच नव्हतं.

श्रीनिवासच्या मनात पुन्हा भीतीचा आगडोंब उसळला. यांनी आपल्याला खोलीत का कोंडलं आहे? ही दोघं हंबीरचीच माणसं नाहीत कशावरून? आपण किती सहज फसलो?

एकदा संशयाने मनात मूळ धरल्यानंतर विवेकाचा बांध फुटायला काय उशीर? तो जिवाच्या आकांताने दारावर धडका मारत सुटला. वर अविचलच्या नावाने त्याचा शंख चालला होता; पण ओरडून घसा फुटण्याच्या आत दार उघडून अविचल आत आला.

''अरे, काय आगबिग लागली का काय? का एवढा आरडाओरडा करतो आहेस?''

अविचलच्या शांत मुद्रेकडे बघताच श्रीनिवासला आपल्या मनात आलेल्या विचारांची लाज वाटू लागली.

''काही नाही, जरा भूक लागली होती.'' तो गुळमुळीत आवाजात म्हणाला.

''अस्सं? भूक लागली की रोज असाच लहान मुलासारखा दंगा करतोस का काय?''

श्रीनिवास काहीच बोलला नाही.

दोन-तीन दिवस असेच गेले. हंबीर काही आला नाही.

श्रीनिवासच्या मनात आशा जागू लागली, कदाचित हंबीरला त्याचा ठावठिकाणा सापडत नसेल. अविचल सकाळ-संध्याकाळ त्याला गोळ्या देत होता. श्रीनिवासची आशा कितीही वाढत असली तरी अविचलला माहीत होतं की आज ना उद्या हंबीर येणारच. तरीही श्रीनिवासला हे सांगून त्याचं तात्कालिक समाधान भंग करण्याचं

अविचलच्या जिवावर आलं होतं.

पण शेवटी तो दिवस उगवलाच! सकाळी सकाळीच अविचलने श्रीनिवासच्या खोलीचं दार उघडलं.

"चल, नाश्ता तयार आहे. बाहेर हंबीर आला आहे. कॅस्पर त्याच्यावर पहारा देत बसला आहे. हंबीरने नुसतं बूडही हलवलं तरी तो गुरगुरतो आहे.''

हंबीरचं नाव ऐकताच श्रीनिवासच्या चेहऱ्यावर प्रेतकळा पसरली.

"अविचल, मला त्याचं तोंडही पाहायचं नाही! तूच त्याला काहीही करून परत पाठवून दे!''

"अरे, असं कसं चालेल? मी तुला सांगितलं ना, या घरात तू सुरक्षित आहेस? मग का घाबरतोस त्याला? आता जरा बघ ना तो किती पाण्यात आहे! जर तो माझ्या वरचढ असेलच, तर इथे येऊन तुला घेऊन जाणं त्याला किती अवघड आहे! तेव्हा इथे थांबून तुला काय मिळणार आहे? जरा विचार कर.''

"मी न येऊन चालणार नाही का?''

"चालेल ना! पण जरा बाहेर येऊन गंमत तर बघ! मी तुझा दूरचा नातेवाईक आहे, असं मी त्याला सांगितलं आहे. आतापर्यंत त्याच्याशीच गप्पा मारत होतो. मी एक अतिशय उथळ आणि भंपक माणूस आहे असं त्याला वाटतंय. माझ्याशी बोलताना त्याने चक्क चार वेळा जांभया दाबल्या. त्यातूनही तुझ्या मनात काडीमात्र शंका असेल तर हे माझ्या गळ्यातलं लॉकेट तुझ्या गळ्यात घाल. ते तुझ्या गळ्यात असताना प्रत्यक्ष यमराज सोडून तुला कोणीही तुझ्या इच्छेशिवाय येथून घेऊन जाऊ शकणार नाही.''

"चल आता, जास्त विचार करू नकोस. आपण नाश्ता करू. तोपर्यंत हंबीर बसेल तिष्ठत आणि चांगला तापेलही तोपर्यंत!''

श्रीनिवासने नाश्ता खाण्याऐवजी नुसता चिवडला. अविचल मात्र त्याचा या जगातला हा शेवटचा नाश्ता असल्यासारखा चवीचवीने खात होता. अनंत काळानंतर त्याचा जबडा हलायचा थांबला. एक दीर्घ श्वास घेऊन तो म्हणाला, "या हंबीरने तोंडाची सगळी चव घालवली बघ! पण ठीक आहे, उद्याचा नाश्ता तर कोठे गेला नाही!''

जीव मुठीत धरून श्रीनिवास अविचलच्या मागे मागे आला.

अपेक्षेप्रमाणे हंबीर उकळत होता; पण अविचल, श्रीनिवासला बघताच त्याने चेहऱ्यावर ओढूनताणून हसू आणलं.

"चांगलंच तंगवलंत की आम्हाला! आं?'' मग श्रीनिवासकडे पाहून तो म्हणाला, "चला आता, परत चला. आपलं काम करून टाका! असं मध्यात टाकून कोणी कधी जातात का? सगळ्यांचं मन मोडलं बघा तुम्ही.''

“पण तो तर म्हणतो त्याला कोठेच जायचं नाही! त्याला इथेच राहायचं आहे,” अविचल म्हणाला.

अविचलकडे पूर्ण दुर्लक्ष करून हंबीर श्रीनिवासला म्हणाला, “अरे, इतक्या अनुभवानंतरसुद्धा शहाणपण शिकायचं नाही, हा कुठला मूर्खपणा? का उकिरडे फुंकायलाच तुला आवडतं?”

“तो तसाच आहे लहानपणापासून, अतिशय हट्टी.” अविचल म्हणाला.

“अरे, तुम्ही का उगीच विकतची दुखणी घेताय?” हंबीर अविचलकडे वळून म्हणाला, “जे काय चाललंय ते माझ्यात आणि त्याच्यात आहे. तुमचा काय संबंध? आं? का उगीच उंटाच्या शेपटाच्या बुडख्याचा मुका घ्यायचा? मी काय म्हणतो, समजतंय का? आता तुम्ही या भानगडीत पडलातच, तर नंतर कितीही पश्चात्ताप केलात तरी काही फायदा नाही! कितीही जवळचं नातं असलं, तरी वैकुंठात पोचवून सगळे घरीच येतात, बरोबर कोणी जात नाही! पण तुझी तीच इच्छा असेल तर याच्याबरोबर तुलाही पोचवू की! एकावर एक फ्री! मग तुझेही दोन बांबू आणि सात कामट्या गोळा करायला लागतील एवढंच!”

“अरे वा! हा काय न्याय झाला? माझ्याच घरात येऊन मलाच धमक्या देतो आहेस? चांगलं आहे की!” अविचल सात्त्विक संतापाच्या बावळटपणाचा बुरखा पांघरत म्हणाला.

“मान्य, एकदम मान्य! सोळा आणे खरं बोललास तू! आमचं चुकलंच की!” आपल्या बोटांची लयबद्ध हालचाल करत हंबीर म्हणाला. अविचलची नजर आपल्या बोटांवर खिळली आहे हे पाहून हंबीरच्या ओठांवर मंद हास्य फुललं.

अविचल आता भारलेल्या नजरेने हंबीरच्या बोटांकडे बघत आहे. श्रीनिवासची नजरसुद्धा तिथेच खिळलेली आहे. हंबीरच्या बोटांवर पाच स्वर नाचताना अविचलला दिसत होते. जपानी किंवा इतर कोणत्याही पाच स्वरांवर आधारित पौर्वात्य संगीताचे स्वर अविचलला ऐकू येत होते आणि ते शब्दश: दिसत होते.

एखाद्या ॲनिमेशन फिल्ममध्ये दाखवल्याप्रमाणे हंबीरच्या नाचणाऱ्या बोटांतून नोटेशन्सची भेंडोळी बाहेर पडत होती. ते पाझरणारे स्वर अतिशय करुण होते. ते सांगत होते, शेवटी सगळी जगणी, मग ती अब्जाधीशाची असोत, विश्वविख्यात क्रिकेटपटूची असोत, वा फिल्मी दुनियेतल्या सुपरस्टारची असोत, सगळी व्यर्थ आहेत. प्रत्येक मानवाचं जीवनच अर्थहीन आहे!

एका विलक्षण खिन्नतेने अविचलचं मन ग्रासलं. च्यायला! साला भडवा अब्जाधीश असो वा फट्टू भिक्षाधीश! सगळे साले सकाळी कमोडवर वा जमिनीवर बसतात आणि त्याच जमिनीपासून वाचण्याची केविलवाणी धडपड करण्याला आयुष्य मानतात, असं काहीसं तत्त्वज्ञान त्याच्या मनात झिरपू लागलं. मग अशा

या जीवनाचा अर्थ तरी काय? आहार-निद्रा-भय-मैथुन हेच शेवटी सत्य नाही का?

असलं बाष्कळ जीवन जगण्याऐवजी मेलेले बरं नाही? कोणी कोणताही, कितीही, सिकंदर असला तरी काळाचा टॉयलेट पेपर सगळ्यांना पुसून टाकतो. मी तर सिकंदरही नाही! मग मला पुसायला कितीसा वेळ? हा हंबीर जे सांगतो आहे ते ऐकायला काय हरकत आहे? सालं, सगळं आयुष्यच भोक पडलेल्या भांड्यासारखं अर्थहीन असेल, तर कशाला विकतची दुखणी घ्यायची?

हंबीर अजूनही बोटं नाचवतो आहे. त्याच्या चेहऱ्यावर कमालीची करुणा आहे. अविचल त्या करुणासागरात बुडून गेल्यासारखा दिसतो.

"जा! आता त्या सोफ्यावर जाऊन बस! मी परत जाईपर्यंत पुन्हा तोंड उघडू नकोस. काय?'' हंबीर अतिशय हलक्या पण हुकमतीच्या आवाजात अविचलला सांगतो.

अविचल झोपेत असल्यासारखा चालत जाऊन सोफ्यावर बसतो.

हंबीर समाधानाने हात चोळतो व श्रीनिवासकडे वळून तो म्हणतो "आता गमजा बंद कर आणि माझ्याबरोबर चल, नाहीतर माझ्याशी गाठ आहे.''

"अरे, पण मी सांगितलं ना की तो येणार नाही? मी त्याला जाऊ देणार नाही?'' मागून आवाज येतो.

हंबीर अविश्वासाने स्तंभित होतो. तो सावकाश मागे वळून पाहतो. अविचल सोफ्याच्या पाठीवर हात पसरून शांत बसलेला आहे.

हंबीरला जाणवलं असावं की अविचलमध्ये काहीतरी वेगळं आहे. त्याचा स्वर जरा गोंधळल्यासारखा होतो आणि त्याच्या आवाजातली आढ्यता जरा कमी होते.

"तू कोण आहेस हे मला माहीत नाही, तुझा याच्याशी काय संबंध आहे हेही मला माहीत नाही. तुला यातलं थोडंफार कळतंय हे तर उघडच आहे; पण आहे तेवढं पुरेसं आहे? मी कोण आहे हे तुला माहीत आहे? पाण्याची खोली समजल्याशिवाय त्यात उतरू नये हे शहाण्या माणसांना कळतं! तू कशात पाय टाकतोयस हे तुला कळतंय? हा त्याच्या-माझ्यातला व्यवहार आहे. त्याने माझ्याशी वायदा केला होता. आमचा शब्द आम्ही पाळला. आता त्याची पाळी आहे.''

"पाण्याची खोली तुला तरी समजली आहे? वायदा तर मी पण त्याच्याशी केला आहे. मीही माझा शब्द पाळायला वचनबद्ध आहे,'' अविचल म्हणाला.

"अरे, कसला शब्द आणि कसलं काय? खाटकाच्या दुकानाबाहेर बांधलेल्या बोकडासारखा तो लटकणार, हे नक्की! फक्त कधी, एवढाच प्रश्न! नंतर तो थोडाच तुला जाब विचारायला येणार आहे?''

"त्याने जाब नाही विचारला तरी माझे गुरू मला विचारतीलच!'' अविचल म्हणाला.

''आणि तुझ्या हेकेखोरपणाने तूच जर शिल्लक राहिला नाहीस तर तुझे ते महान गुरू कोणाला जाब विचारतील? मला?'' हंबीरने कमालीच्या तुच्छतेनं विचारलं.

''ती वेळ न यावी यासाठी प्रार्थना कर.''

''असा तो तुझा गुरू आहे तरी कोण?''

''ते कळेलच तुला, तशी वेळ आलीच तर! पण गोष्टी तिथवर पोहोचतील असं वाटत नाही मला. डास मारायला हातोडी लागत नाही!''

''हां, हे खरं बोललास! डास मारायला हातोडी लागत नाही! मूर्खा! तुमच्या जगात वचनभंग ही कदाचित एक क्षुल्लक चूक समजली जात असेल! आम्ही ज्यांची उपासना करतो त्यांच्या जगात वचनभंग म्हणजे प्रतारणा! त्याची शिक्षा काय असते याची तुला कल्पनाही नसेल! तेव्हा जोपर्यंत मी आहे तोपर्यंत या मूर्खाची सुटका नाही हे नक्की.''

''बघू या तरी काय होतंय? तुला बढाया मारायला आवडतं हे तर दिसतंच आहे. मी बडबड करत नाही, जे काय करायचं असेल ते करून मी मोकळा होतो. तेव्हा तुला जे काय करायचं ते कर. मला जे करायचं ते करायला मी मोकळा आहे.''

''ठीक आहे! हा नाही तर याच्या रक्तरेखेवर असलेला कोणीही चालेल मला. तू याला सांभाळत बस. मी बघतो काय करायचं ते! तुझा याच्याबरोबर जायचाच योग असेल तर कोण काय करणार?''

''तुला जे काय करायचंय ते कर; पण आता नीघ!'' अविचलने दरडावलं.

''तुला एवढा आत्मविश्वास आहे तर तुझ्या घराबाहेर मला भेट ना. मग तरी तुला कळेल तू किती पोचलेला आहेस.''

''मला त्याची जेव्हा गरज वाटेल तेव्हा बघू. आता तू नीघ! नाहीतर धक्के मारून बाहेर घालवीन!'

''ठीक आहे, भेटू या पुन्हा! आपली पुन्हा भेट होणार हे मला माहीत आहे.'' हंबीर शांतपणे म्हणाला. ''आणि हो! एक गोष्ट लक्षात ठेव. मला भेटावंसं वाटलंच तर मुक्तेश्वराच्या देवळापुढे राही नदीचा डोह आहे. त्या डोहाच्या पलीकडच्या काठाला खडकात एक खोल कपार आहे.''

''मला माहीत आहे. त्या कपारीत कोणतीतरी पाषाणमूर्ती आहे.'' अविचल म्हणाला.

''झकास! येत्या शनिवारी रात्री साडेनऊ वाजता तिथे भेटू आपण.''

''शनिवार, अमावस्या, आश्लेषा नक्षत्र, व्यतिपात योग. वा! मुहूर्त तर फार चांगला काढला आहेस. मला वाटलं तर येईन, नाहीतर एखादा छान पिक्चर बघायला जाईन. फार वाट पाहू नकोस.''

"तू येणारच ही खात्री आहे मला. भेटूच पुन्हा" आपल्या दमदार पावलांखाली वहाणांचा चुरचुरता आवाज करत हंबीर निघून गेला.

तो जाताच, आतापर्यंत गर्भगळित अवस्थेतच हे सर्व संभाषण ऐकणाऱ्या श्रीनिवासला तोंड फुटलं.

"तो काय म्हणाला ऐकलंस? रक्तरेखा! माझ्या आईबाबांना धोका आहे! मला ताबडतोब गावाला जायला हवं!"

"मग तर त्याला जे हवं आहे ते अनायासे साध्य होईल! अरे, तुझ्याऐवजी तुझे आईबाप चालत असते तर आत्तापर्यंत ते होऊन गेलं नसतं का? तो एवढा तुझ्या मागे लागला आहे त्या अर्थी तुझ्यात काहीतरी विशेष आहे! तुझी पत्रिका, तुझं व्यक्तिमत्त्व, तुझं कर्मसंचित, काहीतरी विशेष! म्हणूनच तर तो एवढा आटापिटा करतो आहे. तुला माहीत आहे? कपाळावर पांढरा टिळा असलेलं काळंभोर कोकरू काही काही देवींना बळी म्हणून विशेष आवडतं, असं त्या देवींचे महाराष्ट्रातले भक्त समजतात. कदाचित तुझ्या कपाळावर असा काही कर्मटिळा असेल! त्याच्या या धमकीने जर तू बाहेर पडलास तर अलगद त्याच्या जाळ्यात सापडशील. तुझ्या आई-वडिलांना भैरव घेऊन येईल इथे. मी आत्ताच सांगतो त्याला."

काटशह
चोवीस तास आधी...

शंकरभट मुक्तेश्वराच्या देवळातली सकाळची आन्हिकं आटोपून आपल्या घराच्या ओसरीत बसून वर्तमानपत्र चाळत होते. श्रीनिवासची आई मूकपणे स्वयंपाक आटोपून श्रीनिवाससाठी बोललेल्या जपात मग्न होती.

तसं पाहिलं तर आता त्या घरात काहीच शिल्लक राहिलं नव्हतं. फक्त दोन जुनी ओझी वागवत जेवढं आयुष्य उरलं तेवढं काढायचं होतं. अंकुर तर कधीच खुडला गेला होता!

शंकरभट त्यांच्या कामामुळे आणि आयुष्यभर शिकलेल्या कर्मयोगामुळे तटस्थ वृत्तीने आपलं आयुष्य ढकलत होते; पण नऊ महिने गर्भात वाढवलेल्या श्रीनिवासला इतक्या पट्कन विसरायला ती माउली तयार नव्हती. शंकरभटांना हे कोठेतरी पटत होतं; पण शेवटी मायेच्या पारंब्या कोठेतरी छाटायलाच लागतात हे तिला कधीतरी कळेल या आशेवर आलेला दिवस ते ढकलत होते.

तिला कोण सांगणार, की बाप किंवा आई किंवा रक्ताचा एखादा नातेवाईक गेला तरीही आतडे जाळणारी भूक लागतेच! शेजाऱ्यांकडून येणाऱ्या पिठलंभाताची वाट बघण्यात अतिशोकाच्या घटका सरतात! मागे राहिलेला प्रत्येक जण आपला व्यवसाय, नोकरी-धंदा कधी राजरोस चालू करता येईल या विचारात मग्न असतो.

शंकरभटांचे विचार त्यांच्या अंगणात झालेल्या पायरवाने भंगतात. नजर वर उचलून ते बघतात. पांढरा धुवट पायजमा आणि सदरा घातलेला एक माणूस अंगणाचं फाटक उघडून आत येत असतो. कृश शरीरयष्टी, पांढरे शुभ्र, लांबसडक, मागे वळवलेले केस, उंच बांधा आणि या सगळ्या सामान्यपणाला छेद देणारे निळे हिरवे गहिरे डोळे.

"श्रीनिवास?" तो हलक्या आवाजात विचारतो.

"हो, तो माझा मुलगा."

“जरा पाणी मिळेल? चालून चालून तहान लागली आहे.”

शंकरभट आत जाऊन तांब्या आणतात. तो अतिथी भांडंबिंडं न वापरताच तोंड वरती करतो आणि तांब्याची धार तोंडात सोडतो. त्याच्या गळ्याची घाटी वरखाली होत राहते.

खांद्यावरच्या पंच्याने तोंड पुसत पुसत तो माणूस म्हणतो,

“मी शहरातल्या एका देवळात पुजारी आहे. त्या दिवशी मला तुमचा मुलगा देवळाबाहेरच्या फुटपाथवर झोपलेला दिसला. चेहऱ्यामोहऱ्यावरून चांगल्या घरातला असावा असं वाटलं, म्हणून थोडी चौकशी केली. त्या रात्री देवळात झोपायचीही त्याला परवानगी दिली. जेवताना आडून आडून चौकशी केली तेव्हा म्हणाला की मी बाबांना तोंडही दाखवू शकत नाही. फार खोलात शिरलो नाही. तिऱ्हाइताने घरगुती भांडणात न पडलेलंच बरं हा माझा आत्तापर्यंतचा अनुभव. मी विचार केला, असतील काही मामुली मतभेद. थोड्या दिवसांत विसरेल, चार टक्केटोणपे खाईल आणि जाईल घरी.”

“कधी... कधी भेटला होता तो तुम्हाला?” शंकरभटांनी आतुरतेने विचारलं.

“बरेच दिवस झाले. तशी एकच रात्र तो माझ्या देवळात राहिला. त्याने मला त्या वेळी तुमचं नाव सांगितलं म्हणून तर मी इथे येऊ शकलो.”

“त्याला काय दुर्बुद्धी झाली हेच कळत नाहीये! हे सगळं महाभारत घडल्यानंतरही तो माझ्याकडे आला असता तर मी त्याला जे काय झालंय त्यातून सोडवण्याचा प्रयत्न केला असता. गेला महिनाभर रोज त्याला शोधत फिरतोय! आता तो कधी भेटेल कोण जाणे! पण जे व्हायचं होतं ते झालं! ज्या गोष्टी आपण बदलू शकत नाही त्यावर विचार करण्यात काय अर्थ आहे?”

“हं, तेही खरंच आहे म्हणा!”

श्रीनिवासची आई ताटलीत ठेवलेले दोन चहाचे कप घेऊन बाहेर येते.

“दिवसभर चालून डोकं चढलं असेल, चहा घ्या.” ती शंकरभटांकडे पाहत बोलते.

चहा पीत पीत तो पाहुणा शंकरभटांना सांगतो, “मी त्याला भेटलो होतो ही गोष्ट काही दिवसांनी विसरूनही गेलो असतो; पण काल मी त्याला सरकारी दवाखान्याबाहेर फुटपाथवर पडलेला पाहिला तेव्हा मला जाणवलं की प्रकरण विकोपाला गेलेलं दिसतंय! मग ठरवलं, की बाकी काही नाही तरी तुमच्या कानावर हे घालावं. तुम्हाला हे सांगितलं आणि माझ्या मनातली रुखरुख गेली. बाकी प्रत्येकाला प्रत्येक भोग भोगून संपवायला लागतो हेच खरं! आपण काय बोलणार? काय करणार? माझं कर्तव्य मी केलं! आता तो आणि त्याचं नशीब. असो. मला आता निघायला हवं.”

“असं कसं? एवढ्या दूर आमच्यासाठी आलात, कमीत कमी जेवून तरी जा.”

“शक्य असतं तर अवश्य थांबलो असतो, ताई! पण संध्याकाळच्या आरतीच्या आत मला माझ्या देवळात पोहोचणं भाग आहे.”

श्रीनिवासची आई काही न बोलता शंकरभटांकडे बघते.

“मुक्ता, फार आशा ठेवू नकोस! त्याला इथे पाहिलंय, तिथे पाहिलंय, असं आत्तापर्यंत किती जणांनी सांगितलं होतं? प्रत्येक वेळी आशेने तिथे गेलो. हाती काही लागलं नाही! पायातली खेटरं झिजली; पण तो काही भेटला नाही. तरी अजूनही मला आशा आहे. मी उद्याच जाईन शहरात! नशिबात असेल तर होईल त्याची भेट. नाहीतर...”

“असं नका हो बोलू! या वेळी तो नक्की भेटेल, असं माझं मन सांगतंय! आणि मी काय म्हणतेय ते पटलं तर बघा. आता वेळ दवडून चालणार नाही. यांना तो कालच दिसला होता. तुम्ही उद्याऐवजी आजच जाणार का? एवढ्या मोठ्या शहरात पुन्हा कोठे शोधत बसणार? पाहिजे तर यांच्या बरोबरच जा. काल तो कोठे होता ते तरी हे दाखवतील तुम्हाला.”

“मी पण हेच सुचवणार होतो. मला वाटतं या वेळी तो तुम्हाला नक्की भेटणार. माझा होरा कधी चुकत नाही. एक गोष्ट नक्की, आता वेळ दवडण्यात अर्थ नाही!” तो पाहुणा म्हणाला.

पुढच्या गाडीने शंकरभट त्या सद्गृहस्थाबरोबर पुढची एसटी पकडून शहराकडे रवाना होतात.

श्रीनिवासला आश्वासन दिल्याप्रमाणे अविचलने भैरवला श्रीनिवासच्या आई-वडिलांना घेऊन यायची विनंती केली. भैरवने कधी नव्हे ते आढेवेढे घेतले. त्याला एका मोठ्या कंत्राटासाठी स्थानिक आमदाराला भेटायचं होतं.

“भैरव, मी तुला एरवी असं काही सांगितलं नसतं, मीच गेलो असतो; पण आता याला एकटं सोडून मला कोठेही जाता येणार नाही, म्हणून मी तुला विनंती करतो आहे.” अविचल म्हणाला.

“मला तर जाणं आवश्यक आहे, अविचल! कोट्यवधी रुपयांचा प्रश्न आहे रे! साधीसुधी बाब असती तर... माझ्या माणसाला पाठवू का मी? पाहिजे तर माझी जग्वार देतो. ठोकलीस तरी एक शब्द बोलणार नाही.” भैरव म्हणाला.

“ठीक आहे. पाठव कोणाला तरी. नाहीतर भैरव, असं कर, तू गाडी आणि ड्रायव्हर पाठव. मी श्रीनिवासला बरोबर घेऊन जातो.”

अविचल आणि श्रीनिवास मुक्तेश्वराच्या मंदिराजवळ पोहोचले तेव्हा दिवे-
लागणीची वेळ झाली होती. अविचल खाली उतरला. श्रीनिवास मात्र काही क्षण
गाडीत तसाच बसून राहिला. अविचल शांत उभा राहिला होता. शेवटी एक
नि:श्वास टाकून श्रीनिवास गाडीतून उतरला आणि ओढत्या पावलांनी मंदिराच्या
बाजूला असलेल्या वाड्याच्या रोखाने जाऊ लागला.

वाड्याच्या दारातून ते आत शिरले तेव्हा ओसरीवरच्या झोपाळ्याचा करऽऽ
कर... असा अस्पष्ट आवाज ऐकू येत होता. झोपाळ्यावर कोणीतरी बसलेलं दिसत
होतं.

श्रीनिवास दारापाशीच थबकला. झोपाळा हलायचा थांबला.

"श्री? तू... तूच आला आहेस?" असा कापऱ्या आवाजातला प्रश्न ऐकून
श्रीनिवास जागीच थांबला.

ओसरीवरून एक गोरी, नऊवारी लुगडं नेसलेली, बुटकी आणि किंचित
वाकलेली बाई अंगणात आली. तिच्या डोळ्यांतून अश्रू वाहत होते. चेहरा आनंदाने
फुलला होता. ती पुढे आली आणि श्रीनिवासचा हात गच्च धरून ती थरथरत उभी
राहिली.

श्रीनिवासने तिचा हात धरून चालवत तिला ओसरीत ठेवलेल्या लाकडी
खुर्चीवर बसवलं.

पदराने डोळे पुसत तिने विचारलं "आणि हे कोठे आहेत?"

"म्हणजे? बाबा कुठे गेलेत? घरी नाहीयेत?"

"अरे, कालच तुला शोधायला शहरात गेलेत! तुला शहरात भेटला होता ना
एक माणूस? त्याने तुला देवळात राहायला जागा दिली होती तो? तोच बिचारा
आपलं घर शोधत शोधत आला होता. त्याच्याबरोबर गेले आहेत हे. अशीही पण
माणसं जगात असतात! काय गरज होती बिचाऱ्याला एवढा त्रास घेण्याची?"

"अगं, पण मी त्याला सांगितलंही नव्हतं की मी इथे राहतो. त्याला कसं
कळलं?"

अविचल स्तंभित होऊन उभा होता. त्याच्या हातून हंबीरला तुच्छ मानण्याची
घोडचूक झाली होती. त्याने हंबीरचं आपल्या रोजच्या जगामधलं व्यवहारज्ञान तर
लक्षातच घेतलं नव्हतं! हंबीरच्या तांत्रिक सामर्थ्याबद्दलसुद्धा त्याच्या फाजील
आत्मविश्वासाने त्याला आंधळं केलं होतं का काय?

शहाला काटशह मिळाला होता. आता हंबीरला शनिवारी भेटायला जाणं
भागच होतं. आता श्रीनिवासला हे कसं सांगायचं हाच प्रश्न होता.

मात

शनिवारी रात्री घरातून ते जेव्हा निघाले त्या वेळी श्रीनिवास काही न बोलता गुपचूप जीपमध्ये येऊन बसला होता.

संपूर्ण प्रवासात श्रीनिवासच्या तोंडातून एकही शब्द फुटला नव्हता. आपल्याच विचारात तो खोल बुडून गेला होता. त्याच्या चेहऱ्यावर अनिश्चितता आणि भीती सरळ सरळ दिसत होती. अविचलही काही न बोलता खिडकीबाहेर दूरवर बघत गप्प बसला होता. भैरवला ती शांतता असह्य झाली होती. तो यंत्राप्रमाणे त्याची लाल जीप चीरोकी चालवत होता.

अविचल विचार करत होता, त्या दिवशी काय सहज गंमत म्हणून फिरायला बाहेर पडलो आणि बघता बघता केवढं चिघळलं हे प्रकरण! श्रीनिवासने सांगितलेली सर्व हकिकत त्याच्या मनात घोळत राहिली आणि अचानक या सगळ्या प्रकरणातला एक सुटा राहिलेला धागा त्याच्या मनात अडकला. तो मागे वळून श्रीनिवासला म्हणाला,

"श्रीनिवास, तू जर अशा अपराधी मन:स्थितीत राहिलास तर आपलं काम आणखीनच अवघड होईल. तुझ्या मनात एक सहज विचार एका नको त्या परिस्थितीत आला आणि तू त्यांच्या तावडीत सापडलास! पुढे जे काय झालं, ते त्यांनी केलं. तू केवळ निमित्तमात्र होतास. आता तुझा तो मूळचा विचार आठव. ते जर असतील तर ईश्वरही असणारच. मग आता तरी 'त्या'च्या अस्तित्वाबद्दल तुला शंका नसेल? आता तरी तू ईश्वराच्या अस्तित्वाबद्दल नि:शंक असायला हवास?"

श्रीनिवासने चमकून वर पाहिलं. त्याच्या मनात अनुभूतीचा प्रकाश पडल्याप्रमाणे त्याचा चेहरा उजळून गेला.

"हो, खरंच की! हंबीरची गाठ पडल्यापासून मी एवढा भ्रमात पडलो की जिथून या चक्राला सुरुवात झाली ती मूळ गोष्टच मी विसरलो!" तो हलकेच हसत म्हणाला.

"मग आता ईश्वरावर पूर्ण श्रद्धा ठेव! आणि चल पुढे! शेवटी त्याचीच इच्छा खरी होणार. सगळं त्याच्या हवाली कर आणि हो पुढे," अविचल म्हणाला.

"आठ वाजले. उशीर व्हायला नको," भैरव म्हणाला.

"होऊ दे ना. तेवढंच जरा हंबीरला टेन्शन."

भैरवने त्याची जीप राही डोहापासून साधारण तीन किलोमीटर दूर उभी केली. पुढे रस्ताच नव्हता.

अमावस्येच्या अंधकारात ते ठेचकाळत ठेचकाळत राही डोहाकडे चालले. चिडीचूप शांततेचा भंग करणाऱ्या वाहत्या पाण्याच्या आवाजापलीकडचं जग अस्तित्वशून्य होतं. वारा आणि पौषातली थंडी अंगाला झोंबत होती.

खूप दूरवर असतानाच त्यांना डोहाशेजारच्या गुहेमध्ये पेटलेल्या शेकोटीचा ठिपका दिसला. त्या दूरच्या आगीनेही शरीरात काल्पनिक ऊब जागवली.

अविचल राही डोहाच्या कपारीच्या मुखाशी प्रथम पोहोचला.

हंबीर मुखाच्या तोंडाशी असलेल्या विस्तीर्ण शिळेवर तंबाखू चोळत निवांत बसला होता. त्याच्या पाठीवर एका प्रचंड होमकुंडाची धग होती आणि तोंडावर अनादि अनंत काळाचा आत्मविश्वास होता.

बाजूच्या दगडावर, बहुधा ते शंकरभट असावेत, असा अविचलने अंदाज केला. धोतर आणि बंडी घातलेला एक माणूस मान खाली घालून बसला होता. बारीक कापलेले पांढरे शुभ्र केस, वाढलेले दाढीचे खुंट, लोकमान्य टाइपच्या मिश्या.

श्रीनिवासने काही न बोलता, शंकरभटांचे पाय पकडले. "बाबा, मला माफ करा. मी खूप खूप चुकलो आहे."

शंकरभटांनी काही न बोलता फक्त श्रीनिवासच्या डोक्यावरून हात फिरवला. त्यांचे डोळे भरून आले होते.

"घे भेटून त्याला. फार वेळ राहिला नाही आता त्याचा." हंबीर म्हणाला.

अविचलच्या डोक्यात संतापाचा जाळ उठला. निदान हे काही क्षण तरी हंबीरला शांत राहायला हरकत नव्हती. कसला माणूस आहे हा!

पण वरकरणी तो शांतच राहिला. रागाचा घोडा शत्रूच्या हातात देण्याची चूक त्याने कधीही केली नव्हती. त्याचा राग तिरकस बोलण्यातून आणि त्याच्या वरवर दिसणाऱ्या बेफिकीर वागण्यातून व्यक्त होत असे.

"हंबीर, तूही सगळ्यांना एकदा कडकडून भेटून घे. तुझा वेळ तरी किती राहिला आहे कोणास ठाऊक." तो गुहेकडे वळत म्हणाला.

लांबून जी शेकोटी वाटली होती, ते प्रत्यक्षात एक होमकुंड होतं. ते अजूनही जळत होतं.

होमकुंडासमोर गुलाल माखलेले भाताचे गोळे, गुलाल माखलेली उभी चिरलेली लिंबं, एका कोंबडीचं डोकं कापलेलं निष्प्राण धड पडलेलं होतं.

अविचलचं लक्ष तिकडे गेलेलं पाहून हंबीर हसला. "दैवत जागृत आहे, आता फक्त खऱ्या नैवेद्याची वाट पाहत आहे. बरं झालं, तू या बकऱ्याला घेऊन आलास."

श्रीनिवासचा चेहरा पांढराफटक पडला आहे.

"त्याने अगोदरच जर माझं ऐकलं असतं तर त्याच्याकरवी मी एखादे वेळी दुसरा नेवैद्यही दिला असता; पण आता माझा विचार बदलला आहे. मला डिवचण्याचं धाडस फार थोडे करतात; पण याने ते केलं. आता त्याचे परिणाम भोगणं त्याला भाग आहे. तू बरोबर असलास तरी, नसलास तरी. तेव्हा तुला अजूनही आपला निर्णय बदलायला वेळ आहे. तू फक्त पुढच्या एका चालीचा विचार करणारा एक अविवेकी आणि मूर्ख माणूस आहेस. माझ्या समोर सगळ्या डावाचा आराखडा तयार आहे. हे कदाचित तुला नंतर पटेल; पण त्या वेळी फार उशीर झाला असेल. तू त्याला सोडून सुखरूप परत जाऊ शकतोस. या म्हाताऱ्यालाही घेऊन जा. मी तुझा उद्धटपणा आणि ढवळाढवळ एखादे वेळी विसरूनही जाईन किंवा विसरणार नाहीही. खात्री नाही! डाव कोणत्या वेळी सोडावा हे कळणंसुद्धा कित्येक वेळा शहाणपणाचं ठरतं."

"अरे, पडदा पडायला वेळ आहे हंबीर. आत्ताच का फुदकतोयस? मला जर सुखरूपच राहायचं असतं तर मी श्रीनिवासला घाटात गाडीत घेतलं नसतं आणि तुला घाबरलो असतो तर श्रीनिवासला घेऊन इथे आलो नसतो. तू डिवचण्याचीच गोष्ट केलीस म्हणून सांगतो, मला एखादा विषारी साप दिसला की मी त्याचं बीळ खणून त्याला ठेचल्याशिवाय राहत नाही. तेव्हा तूच पुन्हा एकदा विचार कर."

अविचल कमालीच्या आत्मविश्वासाने बोलला.

हंबीरने खांदे उडवले. तो गुहेत शिरला आणि त्याने खिशातून एक मोठं रुमालवजा फडकं काढलं. त्या फडक्यावर लाल रंगात रंगवलेल्या कवट्यांचं मंडल होतं. ते त्याने जमिनीवर अंथरलं. त्याच खिशातून त्याने दोन बाहुल्या काढल्या आणि त्या रुमालावरच्या मंडलामध्ये ठेवल्या.

तोपर्यंत श्रीनिवास, त्याचे वडील आणि भैरव कपारीच्या दारापर्यंत पोहोचले होते.

अविचलने श्रीनिवासच्या वडिलांना बाजूला घेतलं.

"मी सर्व काही बघून घेतो. तुम्ही फक्त एकच काळजी घ्यायची. जे जे काय दिसतं आहे, जे जे काय ऐकू येतं आहे, त्यापासून आपलं मन पूर्णपणे अलिप्त ठेवायचं! हंबीरची काय तयारी आहे हे मला ज्ञात नाही; पण तुम्ही त्याच्या मायाजालात फसणार नाही याची काळजी घ्या. नामस्मरण करा, कोणतंही स्तोत्र

म्हणा किंवा मुक्तेश्वराची मानसपूजा करा.''

नंतर तो भैरवला म्हणाला,

''भैरव, तू तुझ्या कंपनीचे शेअर्स तीन हजार रुपयांवर पोहोचले आहेत, अशी कल्पना कर. त्या विचाराने तू जगातल्या कोणत्याही मायाजालाच्या पलीकडे जाऊ शकतोस. मनावर नियंत्रण करणं शक्य नसेल तर मनाला फसव!''

उत्तरादाखल भैरव फक्त हसला.

''आणि तू? तू काय करणार आहेस?'' अविचल श्रीनिवासकडे पाहून म्हणाला.

''हंबीर जे काय करणार आहे, त्याचा रोख प्रामुख्याने तुझ्यावरच राहणार आहे. तुला आता जरी ईश्वराच्या अस्तित्वाबद्दल खात्री पटली असली तरी अनेक वर्षांच्या श्रद्धेची खोली एका दिवसात येत नाही! नामस्मरण करत राहिलास तरी अनेक शंका तुझ्या मनात घोंगावत राहणार! किंबहुना, हंबीर तेच घडावं म्हणून कसून प्रयत्न करणार! मी तुला एक विनंती करतो. मी जोपर्यंत माझ्या जागेवरून उठत नाही तोपर्यंत तू तुझ्या प्रियाच्या सहवासात गेलेल्या सर्वांत शृंगारिक प्रसंगाचा विचार करत बैस. षड्रिपूंपैकी पहिला इतका ताकदवान आहे की कोणत्याही प्रसंगात तो मानवाचं मन पूर्ण व्यापून टाकतो, बाकी कोणत्याही विचाराला मनात जागाच राहत नाही! ही मस्करी नाही. मी पूर्ण जबाबदारीने आणि गंभीरपणे तुला हा सल्ला देतो आहे. तुझं मन अलिप्त ठेवण्याचा हाच एक पर्याय मला सद्य:परिस्थितीत दिसतो. डोळे मिटून बस आणि मी सांगितलं तसं कर.''

हंबीरच्या आमंत्रणाची वाट न पाहता ते चौघंही शेकोटीभोवती स्थानापन्न झाले.

एव्हाना हंबीरने शर्टाच्या खिशातून गंधगोळीसारखी दिसणारी उदबत्ती काढून जवळच्या काडेपेटीने पेटवली होती. मग तो हलक्या आवाजात गाणं म्हणू लागला.

श्री अन् श्रीच्या प्रिय प्रियेची अधुरी राहे कथा
प्रिया झुरे विरहात सख्याला ठावी न तिची व्यथा

रुमालावरचं कवट्यांचं मंडल मंदगतीत फिरायला लागलेलं असतं. उदबत्तीचा कुंद मादक गंध दरवळतोय. हंबीरच्या गाण्याच्या ठेक्यात प्रियाची बाहुली झुलते आहे. अविचलला ढोलांचा लयबद्ध आवाज पुसटसा ऐकू येतोय. कोणत्या तरी अपरिचित भाषेमधलं अस्पष्ट समूहगानही ऐकू आल्याचा भास होतोय. अविचल श्रीनिवासकडे बघतो. तो डोळे मिटून पुढे-मागे झुलतो आहे. हंबीर आपल्या खेळात मग्न आहे. शेकोटीसमोर ठेवलेल्या विविध भांड्यांत ठेवलेली अनेक द्रव्यं तो शेकोटीत झुगारत आहे. शेकोटी चेकाळते आहे. शेकोटी गुहेचा घास घ्यायला आतुर आहे.

तन-मन दिधले त्यास प्रियाने काही न उरले उणे
त्याने मात्र तियेला दिधले अक्षय दुःख जुने

रुमालावरची प्रिया, श्रीची विनवणी करताना दिसत आहे. मंडल आता ढोलांच्या तालावर फिरते आहे. ढोलांचा आवाज इतका खर्जातला आहे की तो पृथ्वीच्या पोटातून येत असल्याचा भास होतो आहे. शेकोटीचा धूर आणखी घनदाट आहे. कपारीबाहेरून कोणीतरी अपंग व्यक्ती खुरडत यावी असा आवाज येतो आहे. हंबीरची बाह्याकृती थोडी अस्पष्ट दिसते आहे का?

हंबीरचा आवाज कोणत्याही कसबी लोकगायकासारखा मोकळा आणि दाणेदार आहे. समूहगानाच्या घट्ट, अनेकतारी आवाजाच्या हार्मनीने त्याचा आवाज अधिकच गहिरा वाटतो आहे. स्वरांना जखडून चालवणारा ढोलांचा आवाज! एखाद्या अमर्याद संगीतघरात बसून हजारो गायक, वादकांचा आवाज मनाला घेरून जावा असा तो असामान्य अनुभव आहे; कारण हंबीरच्या आवाजाबरोबरच कोणत्यातरी अपरिचित भाषेतले समूहगीताचे शब्द ऐकू येताहेत.

दिधली वचने विसरून गेला निर्दय प्राणसखा
सजणाच्या ध्यासाने वाटे जन्म प्रियास फुका

ढोलाची गती वाढली आहे. मंडल आता दुपटीच्या तालात डोलतं आहे. मध्ये नाचणाऱ्या बाहुल्यांचे चेहरे प्रकाशमान झाले आहेत. राही डोहाचं पाणी गहिरं झालं आहे. निबिड अंधकारात बाहेरच्या खडकांवरून येणारा सरपटण्याचा आवाज आणखीच जवळ आला आहे.

गुहेच्या तोंडातून एक जराजर्जर चेहरा डोकावतो. बोळक्यात शिल्लक राहिलेला एकच दात, सुरकुत्यांनी भरलेला चेहरा, वाखासारखे केस, फक्त डोळे मात्र कमालीचे जिवंत आहेत.

समूहगान आता जास्त स्पष्ट आवाजात ऐकू येत आहे. ते बोल आता हंबीरच्या आवाजापेक्षा जास्त प्राधान्याने ऐकू येताहेत. अविचल विचारात पडलेला आहे. हंबीरच्या काव्याला ही विजोड साथ कशासाठी आहे, हे त्याला कळत नाहीये. त्याच्या मनात एका अनोख्या खिन्नतेने ठाण मांडलं आहे. एखाद्या उंच, निर्मम, निर्विकार डोंगराच्या कड्यावर ढगांनी भरलेल्या आभाळाखाली दिवेलागणीला एकट्यानेच उभं राहावं; पण नजरेला एकही दिवा पडू नये तसं काहीसं त्याला पोरकं आणि एकाकी वाटायला लागलंय.

याद येई श्रीची प्रियाला पाझर नयनांना
काय मोल पण श्रीच्या लेखी लोचनमोत्यांना

हंबीर एक दीर्घ नि:श्वास सोडतोय. त्याच्या डोळ्यांत न ढळलेले अश्रू दिसताहेत. मंडलाचा वेग मंदावतोय. ढोल थांबले आहेत. टिपरीसारखं वाटणारं एक वाद्य विलंबित तालात एकाकी ताल धरून आहे. समूहाचे न समजणारे स्वर मात्र दुप्पट गतीत चालले आहेत.

अविचल एखाद्या अथांग समुद्रात अमावस्येच्या रात्री फळकूट घेऊन तरंगत आहे. पुढची लाट कधी येईल याची खात्री नाही. खालच्या अमर्याद खोलीत काय काय आहे याची कल्पना नाही. खालून अचानक एखादा शार्क येऊन त्याचा कधीही घास घेऊन जाईल, या भीतीने अविचलचं कपाळ घामाने डबडबतं.

जरी त्याचं मन तटस्थपणे त्याचे हे सर्व विचार पाहत होतं, तरी या निराशेने ग्रासलेल्या विचारांनी अविचल हादरून गेला होता. हे काय चाललं होतं? हंबीरच्या कवितेचा हा परिणाम होता? का या कान भरून टाकणाऱ्या अपरिचित भाषेमधल्या बोलांचा? शब्दांचा एवढा परिणाम होऊ शकतो? का शब्द आणि ध्वनी यांचा हा एकत्रित परिणाम होता? कोणत्याही भाषेत रागावलो तरी लहान मुलापर्यंत रागावणाऱ्याचा राग पोहोचतोच. संगीतातले शब्दही न समजणाऱ्या माणसाला मारव्याचे स्वर व्याकूळ करून सोडतातच! तसंच काहीतरी असावं हे!

अविचलचे विचार तरंगतच होते. नाहीतरी शास्त्रज्ञांमध्ये भाषा उपजत आहे, का ती एक शिकवलेली व्यवहाराची रीत आहे याबाबत मतभेद आहेतच. काही शास्त्रज्ञांच्या मते भाषेचा बराचसा भाग उपजत आहे. भाषा आणि व्याकरण जनुकांमध्ये लिहिलेले असतात, हे म्हणणं धाडसाचं आहे; पण त्याचबरोबर दीड ते दोन वर्षांचं मूल फक्त ऐकून ऐकून शब्द आणि व्याकरण आत्मसात करतं, हे म्हणणंही तितकंच धाडसाचं आहे.

अविचलचं स्वत्व मात्र, हे तरंगणारे विचार तटस्थपणे पाहत होतं.

नियतीच्या योगाने आले श्रीला भान पुन्हा
प्रिया प्रिया म्हणून रडू येतसे, कोसे नशिबाला

हंबीरचं गाणं जसं पुढे पुढे सरकतं आहे, तसतसं म्हातारीत नवसंजीवन येत आहे. अविचल मंत्रमुग्ध होऊन रुमालावरच्या खेळाकडे बघतो आहे. गुहेतील अवकाश अस्पष्ट होतो आहे. भल्या मोठ्या शेकोटीचा प्रकाश गुहेच्या भिंतींवर दिसतो आहे. मंद वाऱ्यात झुलणाऱ्या झाडांच्या सावल्या दिसताहेत. हंबीर अस्पष्ट

आणि धुरात हरवल्यासारखा दिसतो आहे.

पुन्हा ढोल ताल पकडतात आणि पुन्हा समूहगान मंद पाझरतं आणि ते सर्व गुहेबाहेर पडून आफ्रिकेच्या एका अतिविशाल गवताळ प्रदेशात आले आहेत. बाजूला लेक व्हिक्टोरियाचा अथांग विस्तार पसरलेला आहे. धबधब्याचा घनगंभीर आवाज त्या गाण्याला आणखी एक परिमाण देतो आहे.

श्रीला पाहून भान विसरली आनंदाने डुले
नवसंजीवन आले फिरुनी झुरत्या काष्ठांमध्ये

गवत मंद वाऱ्यावर हलतं आहे. अमावस्येच्या दिवशीसुद्धा खळं पडलेला चंद्र दिसतो आहे. मानवी जीवनाला जिथून सुरुवात झाली त्या प्राचीन खंडात श्री आणि प्रियाच्या करुण कहाणीने अविचल भारावलेल दिसतो आहे. श्रीनिवासच्या मिटलेल्या डोळ्यांतून पश्चात्तापाचे अश्रू पाझरताहेत.

धावत आला साजण स्मरुनी सजणीचे रूप ते
त्या प्रेमाने सजणीलाही नवयौवन येतसे

प्रियाचे रूपांतर आता पूर्ण झाले आहे. श्रीनिवास तिच्यासाठी का पागल झाला होता, हे आता कोणालाही समजू शकेल.

उठून येई सदनामधुनी प्रणयोत्सुक कामिनी
धरी हाताला सजणाच्या ती प्रेमविव्हल साजणी

हंबीर आकाश आणि लेक व्हिक्टोरियाच्या पाण्यात विरून गेल्यासारखा वाटतो आहे. तारे आणि चंद्रसुद्धा त्या गवताळ अवकाशाचाच भाग वाटत आहेत. शेकोटी आणि भोवती बसलेल्यांच्या नाचणाऱ्या सावल्या त्या अवकाशावर रंगवल्या गेल्या आहेत. त्या भव्य दृश्यापुढे वैयक्तिक सुख-दुःखं गौण वाटताहेत. आणि अचानक अविचलच्या डोक्यात लख्ख प्रकाश पडतो. फार पूर्वीची एका मोकळ्या माळरानावर गेलेली रात्र त्याला आठवते. हंबीरचे गाणं फक्त ऐकणाऱ्याच्या बाह्य मनाला गुंतवून ठेवण्याचं काम करत आहे. समूहगानाचे स्वर आणि न कळणारे शब्द या गारुडातले महत्त्वाचे घटक आहेत!

सब्लिमिनल प्रोग्रामिंगमध्ये सेकंदाच्या काही भागात संगणकाच्या पडद्यावर काही अर्थपूर्ण वाक्यं चमकून जातात. बघणाऱ्याला आपण काय पाहिलं, काय

वाचलं हे कळतही नाही; पण त्याच्या अंतर्मनात ती वाक्यं रुजतात, हे त्यानं वाचलं होतं. हा प्रकार त्यातलाच होता. हंबीरचं गाणं ही फक्त एक हुलकावणी होती. खरा मसाला होता तो त्या समूहगानात! आणि त्याने बाकीच्या तिघांना आपलं मन एकाग्र करण्याचा मूर्खासारखा सल्ला दिला होता.

त्यांच्या मनात ते आदिम स्वर आणि बोल टाकीने मारल्यासारखे खणले जात असतील. कळत नसलेल्या भाषेचा माणसाच्या अंतर्मनावर काही परिणाम घडत असेल? पण कोणत्याही मराठी माणसाला संस्कृतमधले बरेचसे शब्द समजतातच की!

त्याचप्रमाणे आफ्रिकेतून पुढे विकास पावलेल्या मानवजातीच्या मनात खोलवर कोठेतरी ते आफ्रिकेतले आदिम शब्द रुजलेले असणं अशक्य आहे का? दर्याची गाज, तुफानाचा आवाज, सापाचा फूत्कार, अंधाराची भीती हे कोण कोणाला कधी शिकवतं? फरसबंद वाटेवर, सांध्यांवर पाय न टाकायची प्रेरणा कोण देतं? कुंपणाच्या सळयांना हात लावत चालताना एखादी सळई चुकली तर मागे जाऊन तिला हात लावायची उबळ का येते? हे समूहगान असंच काहीतरी असणार. माणसाची सहज प्रवृत्ती. सळयांना हात लावण्याइतकी निरुपद्रवी नाही, तर टोळीला धाकात ठेवण्याची एक प्राचीन विषारी चाल.

हा हंबीर नक्कीच डोकेबाज आहे. तो इतर सर्वसामान्य मांत्रिकांपेक्षा, होम, मंत्र, तंत्र यांच्या फार पलीकडे आहे.

प्रत्येक शतकातल्या माणसाला आपण काहीतरी वेगळं शोधलं असं वाटत असताना, प्रत्यक्षात त्याच्या पूर्वजांनी तीच तत्त्वं वेगळ्या नावाने वापरलेली असतील. अविचलला प्रथमच जाणवलं की तंत्रमंत्रातले बरेचसे विधी हे हंबीरच्या गाण्याप्रमाणे बाह्यमनाला भुलवून गुंतवणारे असतात. खरा विधी चाललेला असतो तो अंतर्मनात भीती आणि संभ्रम पेरण्याचा.

ही मखखी लक्षात आल्यावर अविचल मनातच सैलावला. कोणताही जादूगार करत असलेल्या जादूची युक्ती एकदा समजली की जसा प्रेक्षकाचा त्यातला रस संपतो, त्याप्रमाणे तो हा सगळा तमाशा तटस्थपणे बघायला लागला. मनाची भुरळ गेली तेव्हा समोरची सगळी मायानगरी बघता बघता ढासळून गेली. अविचलला पुन्हा राही डोह, हंबीर, त्याच्या रुमालावर नाचणाऱ्या दोन प्लॅस्टिकच्या बाहुल्या दिसू लागल्या.

प्लॅस्टिकची प्रिया आपला कोमल हात पुढे करते. श्रीनिवासच्या चेहऱ्यावर अपार प्रेम दिसतं आहे. तो प्रियाचा हात पकडायला पुढे सरसावतो. अविचलची ताकीद विसरून तो या खेळात अडकलेला दिसतो आहे. त्याचे डोळे मिटलेले आहेत.

“चल श्री...” प्रिया हलकेच साद देते.

आणि टाळ्यांचा आवाज येतो. अस्पष्ट हंबीर धाड्‌कन पुन्हा स्पष्ट दिसू लागतो. क्षणात भोवतालचं मायाजाल विरघळतं आणि ते सर्व जण पुन्हा राही नदीकाठी भानावर येतात. अविचल हंबीरकडे पाहत हसत हसत टाळ्या वाजवतो आहे.

अविचल श्रीनिवासच्या नाकाशी एक कुपी धरतो. श्रीनिवास ठसकत ठसकत सावध होतो. अविचल त्या हंबीरच्या रुमालाचं एक टोक पकडतो आणि रुमालावरचा सगळा छद्मसंसार एका सपाट्यात उडवून लावतो. होमाची लाकडं एका लाथेसरशी तो उधळून लावतो.

हंबीर काही न बोलता स्तब्ध आहे. त्याचे खांदे निराशेने झुकले आहेत.

अविचल म्हणाला, “हंबीर, झांबेझीच्या खोऱ्यात बांटू जमातीत मी हे त्राटक पाहिले होते. अर्थात ते जास्त भव्य होते. त्यांचे ढोल, ताशे, प्रचंड शेकोटी, शेकोटीत झोकली जाणारी अनेक मादक द्रव्यं. छे! तो थाटच वेगळा; पण तू मात्र एवढ्या तुटपुंज्या सामग्रीत कमाल केलीस. मलाही क्षणभर वाटलं, अरे, जाऊ दे अविचल, होऊ दे या दोन प्रेमी जीवांचं मिलन.

“ढोलांचा झिंग आणणारा ताल, मादक धुराचा अंमल, वाहती कथा, एकाग्र झालेली मनं आणि समूहगानाच्या साहाय्याने आकार घेणारं कृष्णमायाजाल!

“हंबीर, मला तुझे आभार मानायलाच हवेत. आज तुझ्यामुळे मला बऱ्याच गोष्टींचा उलगडा झाला. तुझ्या नकळत तू मला आज काही अमूल्य गोष्टी शिकवून गेलास. त्यादृष्टीने तू माझा गुरू आहेस, असं म्हणायला हरकत नाही. आपण दुसऱ्या कोणत्या वेगळ्या परिस्थितीत भेटलो असतो तर बरं झालं असतं.”

“मलाही तुला वेगळ्या परिस्थितीत भेटायला आवडलं असतं; पण त्या जर-तरच्या गोष्टी झाल्या. माझ्यालेखी त्याला काही अर्थ नाही. माझ्या कर्माने मी बद्ध आहे. तुझ्या कर्माने तू; पण याचा अर्थ असा काढू नकोस की हा खेळ इथेच संपला,” हंबीर म्हणाला.

“खेळ संपला का नाही हे काळच ठरवेल हंबीर; पण त्या होमाचा अतिथी कोणाची तरी वाट पाहतो आहे! आता बोलण्यासारखं किंवा करण्यासारखं तुझ्याकडे काही राहिलं नाही. जा, बाहेर जा आणि श्रीनिवासला घेऊन जायला जे बोलावलं होतंस त्याच्याबरोबरच करार पूर्ण कर.”

हंबीर झुकलेल्या मानेने उभा होता; पण त्याची देहबोली पराभूत माणसाची नव्हती. उलट त्याच्यात एक प्रकारचा निगरगट्ट ताठा होता.

तो शांत मुद्रेने गुहेबाहेर पडला. प्रिया म्हणून जे काय होते तेही त्याच्यामागे बाहेर पडले. शेकोटीच्या प्रकाशात त्यांच्या शरीराच्या बाह्यरेखा आगीने रंगवल्यासारख्या दिसत होत्या. दूरवर राहीच्या डोहातील पाण्याचा मंद नाद येत होता. गुहेबाहेर पाच

पावलं गेल्यावर हंबीर थांबला आणि त्याने मान वळवली.

एवढ्या अंतरावरूनसुद्धा त्याच्या डोळ्यांच्या बाहुल्यांत विझत चाललेल्या शेकोटीच्या ज्वाळा दिसत होत्या.

"तू आज फार मोठी चूक केलीस, अविचल! नको त्या भानगडीत पडलास! आता जो काय हिशेब राहिला आहे तो तुझ्यात आणि माझ्यात! त्या चिलटात आता मला रस राहिला नाही. मी परत येईन अविचल! अवश्य येईन!" हंबीर म्हणाला.

"तुला पाहिजे त्या वेळी परत ये, मी वाट पाहतो आहे; पण पुढच्या वेळेस चांगली तयारी करून ये."

हंबीर अतिशय तुच्छतेने जमिनीवर थुंकला. त्याने परत मान वळवली आणि आकाशाकडे बघत त्याने हात पसरले. प्रिया म्हणून जे काय होते त्याची बाह्याकृती हंबीरकडे हात पसरून गेली.

त्यांच्या शरीराचा प्रत्येक कण आणि रेषा उकळत्या पाण्याप्रमाणे खळबळत कंप पावले. पुराच्या प्रचंड लोंढ्यात पुलावरून बघताना चक्कर यावी त्याप्रमाणे त्यांच्याकडे पाहताना भोवळ आल्यासारखी वाटली. क्षणार्धात हंबीरचे रिकामे कपडे सापाने टाकलेल्या कातीप्रमाणे काळ्या खडकांवर पसरले. प्रियाची तर नामोनिशाणीही राहिली नाही.

"गेला तो!" शंकरभट म्हणाले.

अविचल म्हणाला, "गेला नाही! त्याने आत्मसमर्पण केलं. आपल्या सगळ्या सिद्धी, विद्या, साधना त्याने त्याच्या समुदायाला परत वाहिल्या, आपल्या सगळ्या अपुऱ्या संकल्पांसकट पाण्याचं बाष्पीभवन होऊन समुद्र अधिकच खारा व्हावा, तसाच त्याचा समुदाय, आणखीच विषारी झाला आहे; पण आता त्याबाबत जास्त विचार करण्याचं कारण नाही. पुन्हा कधी ना कधी गाठ पडणारच. त्या वेळचं त्या वेळी पाहता येईल."

आवाहन

श्रीनिवास, भैरव आणि अविचल अंगणामध्ये बसले होते. कापलेल्या हिरव्या गवताचा आणि आजूबाजूला असलेल्या बुचाच्या झाडाच्या फुलांचा वास हवेत पसरला होता. कलती उन्हं होती. टेबलावर ब्लॅक लेबलची बाटली आणि दोन ग्लास होते. अविचल खुर्चीवर मान मागे कलंडून ऐसपैस बसला होता. कॅस्पर त्याच्या पंज्यावर डोकं टेकवून संध्याकाळच्या ध्यानधारणेत मग्न होता.

श्रीनिवासला एकदम आठवण झाली आणि त्याने आपल्या गळ्यातलं लॉकेट काढून अविचलसमोर धरलं.

"बरी आठवण झाली, हे घे तुझं लॉकेट."

"राहू दे ते तुझ्याकडे." अविचल हात उडवून म्हणाला.

"का? मला अजून संरक्षणाची गरज आहे?" किंचित घाबरलेल्या स्वरात श्रीनिवासने विचारलं.

अविचल म्हणाला, "छे! अरे ते लॉकेट काय संरक्षण करणार तुझं? तुझ्या मनाचं समाधान म्हणून तुला दिलं होतं एवढंच! माझ्याकडे अशी अनेक लॉकेट्स आहेत. लक्षात ठेव! खंबीर मन हेच आपलं एकमेव संरक्षण आहे. बाकी सारे वरवरचे उपाय. आता तुझंच पाहा ना. देवाच्या अस्तित्वाबद्दल शंका असल्याने झालेलं अस्थिर मन, त्यात तारुण्यसुलभ शारीरिक आकर्षणाबद्दल वाटणारा नको तो अपराधी भाव, अशा डुगडुगत्या मनाने तू त्या बाधानिवारण विधीला बसलास आणि अमंगल शक्तींना आवाहन केलंस, मग दुसरं तरी काय होणार होतं? पण सैतानाला आवाहन द्यायला बाधानिवारणाचा विधीच लागतो असं नाही. जेव्हा जेव्हा आपण षड्रिपूंच्या अमलाखाली जातो, जेव्हा जेव्हा आपण आपली माणुसकी विसरत असतो, तेव्हा तेव्हा आपण सैतानाला आपल्या मनाचा ताबा घ्यायला आमंत्रण देत असतो. षड्रिपूंची कल्पना मांडणारे आपले पूर्वज काही मूर्ख नव्हते."

"मनाच्या बुरुजाच्या दरजा जोपर्यंत शाबूत असतात तोपर्यंत तिथे झुडपं उगवत

नाहीत, एकदा चुना पडायला सुरुवात झाली की संपलंच! आमच्या पंथात कठोर आणि खंबीर मन हे सर्वांत आवश्यक समजलं जातं. आमच्या पंथाचे लोक टॅलन्ट स्काउटसारखे हिंडत असतात. माझ्या आई-वडिलांचा अपघातात एकदमच अंत झाला. मी त्यांच्या चितेसमोर कोरड्या डोळ्याने उभा असलेला पाहून माझ्या गुरूंनी मला बरोबर घेतलं.

"मी सगळे विधी शिकलो. अजाण मनांना आधार द्यायला कधी कधी ते मंत्र, विधी आणि कर्मकांडं आवश्यक असतात; परंतु त्यामागची आमची भूमिका पीडित मनाला सामर्थ्य देण्याचीच असते. आमच्या मनावर एकच गोष्ट बिंबवलेली असते. मनाचा अभंगपणा हीच आमची खरी शक्ती. आदिम भस्म, आदिम जल, मंत्र, विधी आणि कर्मकांड ही सर्व उपकरणं आहेत. वापरणाराच लेचापेचा असला तर तलवार कितीही धारदार असली तरी काय फायदा?

"लक्षात ठेव, माणसाचा घाबरटपणाच माणसाचा घात करतो. जन्मभर आपल्याला जे हवं ते मिळवण्यासाठी तडजोड करायला शिकवतो. तडजोड हे घाबरटपणाचं संभावित नाव आहे. जो डर गया वो मर गया, हे गब्बर जरी म्हणाला असला, तरी तेच शाश्वत सत्य आहे.

"तुझ्या परिचयातली प्रत्येक व्यक्ती, प्रत्येक विचारसरणी, तुझ्या मेंदूचा प्रोग्राम बदलण्याच्या कळकळीने ग्रासलेली असते. त्याला आपण बळी पडलो रे पडलो, की संभ्रम आणि अपराधीपणाची भावना मनाला पोखरून काढतात. या अशा तुझा प्रोग्राम बदलू पाहणाऱ्या प्रत्येकाच्या बुडावर लाथ घाल! निभर्यपणे जग! जोपर्यंत तू दुसऱ्या कोणाचं नुकसान होईल असं काही करत नाहीस तोपर्यंत तुला अपराधी वाटून घ्यायचं, वा कोणालाही घाबरायचं काही कारण नाही."

"वा! काय तत्त्वज्ञान! त्याच्या सिगारेटचा धूर माझ्या फुफ्फुसात कॅन्सरला जन्म देतोय हे या ज्ञानी माणसाला कोणीतरी सांगायला हवं," भैरव म्हणाला.

"वूफ वूफ." कॅस्परने त्याला अनुमोदन दिलं.

सावज

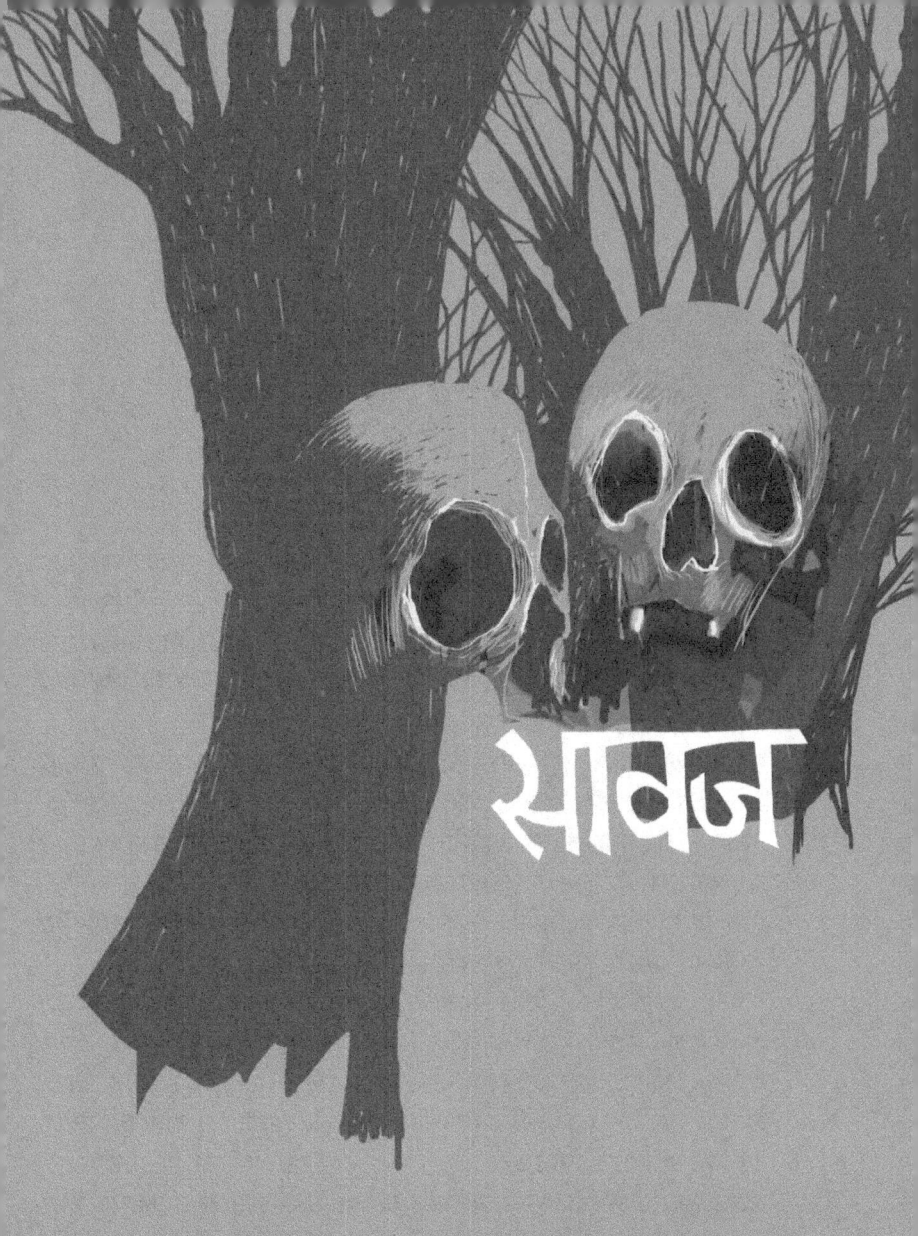

सुरुवात

अविचल आपलं स्नान आटोपून, केसांतून गळणाऱ्या थेंबांची रांगोळी फरशीवर सांडत स्वयंपाकघरात शिरला. स्वयंपाकघरात, कॉफीच्या भांड्यात झिरपणाऱ्या कॉफीचा दरवळ सुटला होता. ट्रेमध्ये कॉर्नफ्लेक्स, दूध आणि कॉफीचा वाफाळणारा पेला घेऊन तो परत आपल्या कामाच्या खोलीत आला. सकाळच्या रपेटीनंतर दमलेला कॅस्पर एव्हाना घोरायला लागला होता.

आपली न्याहारी आटोपत असतानाच त्याने नेहमीच्या वर्तमानपत्रांच्या सगळ्या वेब आवृत्त्या चाळून काढल्या. बातम्या वाचून मन पुरेसं प्रक्षुब्ध झाल्यानंतर तो तशाच टॉवेल गुंडाळलेल्या अवस्थेत जमिनीवर आसन घालून ध्यानाला बसला.

कोणतंही भारतीय वृत्तपत्र वाचल्यानंतर कोणाही भारतीयाला आपलं मन जर पुन्हा एकदा एकाग्र आणि निर्विकार करता आलं तर तो ध्यानाच्या अंतिम पायरीपर्यंत पोहोचला, असं समजायला त्याच्या मते हरकत नव्हती.

पाचच मिनिटांत अविचल सगळं वर्तमान विसरून योगध्यानात खोल बुडाला. त्याचा श्वास खूपच मंद झाला होता. शरीर सैल आणि निश्चल झालं. ईईजी मशीनवर त्याच्या मेंदूमध्ये मंद थीटा लाटा पसरताना दिसल्या असत्या. त्याचे सिंग्युलेट आणि फ्रन्टल कॉर्टेक्स उद्दीपित झाले होते आणि सर्व शरीरात निव्वळ अस्तित्वाचा आनंद विरघळला होता. काही तासांनंतर मनाच्या एका कोपऱ्यात जागृत ठेवलेल्या एका पुसट स्पंदनाने त्याच्या बहिर्मनाला या ध्यानाच्या शुद्ध आनंदमय अनुभवातून जागृतीत आणलं.

त्या आनंदाच्या उरल्यासुरल्या ऊर्मी मनात जिरवीत तो काही काळ तसाच बसून राहिला. पोहण्याच्या तलावातून बाहेर पडताना जसं शरीर नेहमीपेक्षा जास्त जड वाटतं तसंच काहीसं त्याला त्या संपूर्ण आनंदमय ध्यानानंतर नेहमीच्या व्यावहारिक जगात शिरताना वाटत असे; पण मनाचा हा जडपणा विसरून साधनेचा पुढचा भाग चालू करणं आवश्यक होतं.

आपल्या आसनावरून उठून तो आपल्या ग्रंथालयात शिरला. कातडी बांधणीचं एक जाड पुस्तक काढून त्याने मेजावर ठेवलं व पुढ्यात ठेवलेल्या आरामखुर्चीवर बैठक मारून त्याने ते चाळण्यास सुरुवात केली.

ते पुस्तक काही सामान्य पुस्तकांप्रमाणे नव्हतं. पुस्तकांच्या कडेला थोड्या थोड्या बदलत जाणाऱ्या आकृत्या काढून मग झरकन पानं पलटल्यावर हलणाऱ्या चित्रांच्या शाळकरी खेळासारखं ते पुस्तक होतं. फक्त या पुस्तकातील चित्रं साधी नव्हती, त्यातील आकृत्याही साध्या नव्हत्या. ते पुस्तकही नेहमीसारखं कडेवर बांधणी केलेलं नव्हतं, तर मध्यभागी पितळी खिळा ठोकून बांधलं होतं आणि नेहमीच्या चौकोनी आकाराऐवजी त्याचा आकार पंचदशकोनी होता. त्यामुळे ते अनेक कडांवरून झरकवता येत होतं.

ते पुस्तक काही बाजूंनी चाळलं की त्यातली हलती दृश्यं पाहून डोक्यात घण पडल्यासारख्या वेदना होत. काही बाजूंनी झरकवल्यानंतर आपण खोल खोल पडत असल्याचा भास होत असे. काही बाजूंनी मनाला अतिउद्दिप्त होण्यास उत्तेजन मिळत असे, तर काही बाजूंनी शरीरातून बाहेर पडून तरंगल्याचा भास होत असे.

अविचलची आजची साधना हीच होती की मन स्थिर ठेवून ते पुस्तक झरकावत राहायचं, कमीत कमी दोन तास तरी! हे पुस्तक वाचायचा सराव त्याने प्रथम त्याच्या गुरूंच्या सान्निध्यात केला होता. सराव नसलेल्या माणसाचा एखाद्या वाचनातच ताबा सुटायचा. मग पुढे दोनच पर्याय असायचे, मन फाटेपर्यंत पुस्तक चाळत राहायचं किंवा जर मन शाबूत राहिलंच तर जे काही त्या पुस्तकाद्वारे आपल्या जगात येईल त्याचं स्वागत करायचं.

अभद्र अस्तित्वांच्या निर्मूलनामध्ये जर सर्वांत महत्त्वाचं काही असेल तर ते म्हणजे अभंग मानसिक सामर्थ्य. हे पुस्तक वाचणं म्हणजे जणू मनाच्या जोरबैठका काढणंच होतं. अविचलच्या रोजच्या दिनक्रमात असा एखादातरी मनाचा व्यायाम असायचाच. नित्याच्या तंत्र-मंत्र साधनेइतकाच हा मानसिक व्यायामही महत्त्वाचा होता.

अविचल एकाग्रपणे पुस्तक झरकावत असताना अचानक मोबाइल वाजला. क्षणभर मन चळलं, नियंत्रण ढळलं आणि आपण एखाद्या पाण्याच्या वेगवान भोवऱ्यात एकदम खेचले जात आहोत, अशी काहीशी जाणीव अविचलला झाली. त्याने मोबाइलच्या आवाजाकडे दुर्लक्ष करण्याचा आटोकाट प्रयत्न केला; पण चाळवलेलं मन मोबाइलच्या कर्कश आवाजाच्या जाचाखाली पट्कन एकाग्र होईना. त्याला अंधूक जाणीव होत होती की आता आपले हात यंत्राप्रमाणे पुस्तक अनेक कोनातून झरकावताहेत.

मन रोलरकोस्टरवर बसल्याप्रमाणे हेलकावे खाऊ लागलंय. डोक्यात उद्वेग

पिकविणारा बारीक कलकलाट चालू झालाय. कपाळावर घामाचे थेंब जमू लागलेत. पोटात खोल खड्डा पडतोय. नेमका आजच तो साधनेपूर्वी मोबाइल मुका करायला विसरला होता. अविचलने पुन्हा एकदा मन ताब्यात आणण्याचा निकराचा प्रयत्न केला; पण मोबाइलचा गोंगाट आणि अविरत चालणारे हात या दोन्ही आघाड्यांवर त्याला एकाच वेळी नियंत्रण मिळवणं आता अशक्यप्राय होतं. डोक्यातल्या मंद कलकलाटाची जागा आता कावळ्यांच्या भेसूर कावकावीने घेतली होती.

बुडण्याच्या कडेवर असलेल्या माणसाच्या मनात काय काय विचार येत असतील, याची अविचलला चांगली कल्पना होती. त्या मिथकातल्या त्या अनामिक योद्ध्यासारखी आपली अवस्था होणारसं दिसतंय! बारा लढाया सहीसलामत मारल्या आणि घरी आल्यावर जुलाबानं वारला!

क्षणभर त्याला आपल्या विचारांचं हसू आलं आणि त्याच क्षणी, या असंबद्ध विचाराने, पुस्तकाच्या खतरनाक भोवऱ्यात डुबक्या खाणाऱ्या त्याच्या मनाचा एक पदर विलग केला. सुदैवाने मोबाइल त्याच क्षणी केकाटायचा थांबला.

डोहात खोलवरून दूरवर दिसणाऱ्या प्रकाशाच्या अंधूक कणाकडे पोहत निघावं तसा अविचल प्रयत्नपूर्वक पाकात सापडलेल्या माशीच्या गतीने नेणिवेकडून जाणिवेकडे निघाला. केव्हातरी हातातलं पुस्तक गळून पडलं आणि भानावर आल्यावर अविचलला आपण जिवावरच्या प्रसंगातून निसटते सुटल्याची जाणीव झाली. त्याने आपलं डबडबलेलं कपाळ बाहीने पुसलं.

"बरं झालं! चांगला झटका मिळाला तुम्हाला, साहेब! पाय जमिनीवर टेकायला थोडी मदत होईल, काय?" अविचल स्वतःला उद्देशून हेटाळणीने म्हणाला.

मोबाइल मुका करून त्याने पुन्हा ते पुस्तक उचललं. पडल्या पडल्या ढुंगण लाल असतानाच, परत घोड्यावर बसणं आवश्यक होतं.

वादळापूर्वी...

थंडीच्या दिवसात जेवणानंतर पूर्वेकडील अंगणात घराच्या सावलीत आरामखुर्ची टाकून मधून मधून गोल्डफ्लेकचे झुरके मारत काहीही न करता निवांत पडण्याचा अविचलचा शिरस्ता होता. त्याप्रमाणे तो आत्ताही निवांतपणे पडला होता. पायाशी कॅस्पर झोपलेला होता. मेजावरील ताटलीत ग्रील्ड चीज सॅन्डविच, कॉर्न सॅलड आणि बेक्ड पोटॅटोजचे अवशेष दिसत होते. सकाळच्या पुस्तक प्रकरणाची त्याच्या मनात अंधूकशीसुद्धा सावली नव्हती. निकोप मनासाठी मनाला सतत वर्तमानात ठेवण्यची नितांत गरज असते. ना भविष्याची भीती, ना भूतकाळाबाबत खंत. आता जे आहे तेच खरं.

त्याचा डोळा लागतो न लागतो तोच पुन्हा मोबाइल वाजला.

''नमस्कार, मी अविचल बोलतोय''

''नमस्कार, मी इंदिरा दीक्षित बोलतेय. मघाशी तुम्हाला फोन केला होता; पण कोणी उचलला नाही, म्हटलं पुन्हा प्रयत्न करावा.'' फोनमधून कापरा आणि अस्पष्ट आवाज आला. त्या आवाजाच्या पोतावरूनच एक अंधूक आकृती डोळ्यांसमोर उभी राहत होती. कमीत कमी ऐंशीच्या पुढील वय, सुरकुतलेला पण तरीही कांतिमान चेहरा.

''त्यांनी बहुतेक बंद केलेला दिसतोय, हॅलो... हॅलो...''

''बोला, बोला, मी ऐकतोय,'' अविचल घाईघाईने म्हणाला.

''मला तुमच्या त्या यांनी नंबर दिला, काय मेलं त्याचं नाव...''

''ते नाव आठवलं, की नंतर मला सांगा; पण आता आधी काय काम होतं ते तरी सांगता का?''

''हो सांगते ना! माझी एकच नात आहे. तनया नाव तिचं, माझ्या मुलाची मुलगी. तिच्याकरता मी तुम्हाला फोन केला.''

हा फोन काय 'स्थळा'साठी होता का काय? अविचलच्या मनाला हा भयप्रद विचार चाटून गेला.

"तुम्ही तुमचं नेमकं काय काम आहे ते सांगाल तर जरा बरं होईल," अविचलने विचारलं.

"सांगते ना! मला की नाही तनयाबद्दल आजकाल खूप काळजी वाटायला लागलेय! गेल्या सहा-सात महिन्यांपासून तिच्या वागण्यात इतका फरक पडला आहे. कधी कधी मला प्रश्न पडतो की ही माझीच नात आहे, का दुसरंच कोणीतरी तिच्या रूपात वावरत आहे? नवीन गावात चैन पडत नसेल त्यामुळे ती अशी वागत असेल असं सुरुवातीला वाटलं. थोडे दिवस वाट पाहिली. मग डॉक्टर झाले, स्पेशलिस्ट झाले, सायकॅस्ट्रिट्स झाले. सगळ्या सगळ्या पाथ्या झाल्य; पण काही उपयोग झाला नाही. माझी पोर खंगतच चाललीय. भानावर असते तेव्हा सारखी घाबरलेली असते. वाळून कोळ झाली आहे. चेहरा पांढराफटक पडलाय. कधी दिवसरात्र आढ्याकडे बघत पडते. कधी दिवसरात्र घोरत असते. कधी कसल्या कसल्या आकृत्या दिसतात म्हणून किंचाळत सुटते. कधी खा खा खाते, कधी दिवस दिवस उपास करते. कधी तिच्या कपड्यांवर खुणा उमटतात, कधी शरीरावर भाजल्यासारखे डाग."

"कसल्या खुणा?" अविचल नकळत सावध होत म्हणाला.

"कधी काळ्या फुल्या, कधी दात विचकलेले चेहरे भासावेत असे डाग, कधी गढूळ ठिपके, कधी न कळणाऱ्या आकृत्या. एवढंच नाही, आजकाल मला पाहिलं की तिच्या चेहऱ्यावर तिरस्काराचे भाव उमटतात. बेभान झाली की कानाला ऐकवणार नाहीत अशा शिव्या देते! किंचाळते."

"पण मग डॉक्टरांचं काय म्हणणं आहे? एवढे डॉक्टर्स झाले, तपासण्या झाल्या त्याचं काही तरी निदान तर झालं असेलच ना?"

"कसलं डोंबलाचं निदान? त्यांना काही कळलं, तर ते मला काही सांगणार ना? कसल्याशा गोळ्या दिल्यात त्यांनी. त्या गोळ्या घेतल्या की तनयाला झोपच झोप येते; पण तरीही घाणेरडी घाणेरडी स्वप्नं पाहून किंचाळत उठते."

"हूं."

"मला आताशा घरात राहणंच असह्य झालंय! परवाच तनयाला असाच ॲटॅक आला होता. तिचा आरडाओरडा, शिव्या देणं, किंचाळणं दिवसभर सहन केलं. संध्याकाळी मन शांत करण्यासाठी नाइलाजाने तिला घरातच कोंडून ठेवलं आणि पाठकांकडे गेले. अगतिक होऊन मी पाठकांना विचारलं, की तनयाला या त्रासातून कोणीच मुक्त करू शकणार नाही? एवढ्या मोठ्या जगात कोणीतरी शेरास सव्वाशेर असणारच. तेव्हा नाइलाजाने, आढेवेढे घेत, त्यांनी मला तुमचं नाव सांगितलं. तुम्ही मऽ मऽ मांत्रिक आहात असं ते म्हणाले."

"हो, मांत्रिक म्हणा, तांत्रिक म्हणा, मी सर्व काही आहे."

"तसा माझा फारसा विश्वास नाही अशा गोष्टींवर... पण पाठक म्हणाले..."

“जर तुमचा या गोष्टींवर विश्वासच नाही तर मग माझी काय मदत हवी आहे तुम्हाला?”

“खरं सांगायचं तर तुम्ही मला काय मदत करू शकाल ते मलाही माहीत नाही; पण पाठक म्हणाले होते, तुम्ही अशा बऱ्याचशा प्रकरणांत रुग्णाला वाचविण्यात यशस्वी झाला आहात. माझा विश्वास कशावर आहे किंवा कशावर नाही यापेक्षा तनयाला बरं वाटणं, जास्त महत्त्वाचं आहे. मग ते कोणत्याही मार्गाने का होईना, काय फरक पडतो? कमीत कमी तुम्ही एकदा आमच्या घरी येऊन तिला बघा तरी, मग पुढे काय करायचं ते बघता येईल.”

“कोठून बोलताय तुम्ही?”

“वीरमगढ. महाराष्ट्र आणि गुजरातच्या सीमेवर आहे. एक सांगते, तुम्ही खर्चाची अजिबात काळजी करू नका. तुमच्या सगळ्या खर्चाची भरपाई मी करीन. तुमची जी काय मोबदल्याची अपेक्षा असेल तीसुद्धा पूर्ण करीन. आम्हाला काही कमी नाही. फक्त तनया या त्रासातून मोकळी व्हायला हवी!”

“वीरमगढ? मग पाठक म्हणजे दिनेश पाठक तर नव्हेत? त्यांचा तिथे दत्ताश्रम आहे, तेच का?”

“हो, हो, तेच! पाठक, दिनेश पाठक.”

“मग मी असं करतो, मी पाठकांना फोन करतो. त्यांचं काय म्हणणं आहे ते ऐकतो आणि मग काय करायचं ते ठरवू आपण.”

“तिथे दूर बसून, केवळ पाठकांच्या सांगण्यावरून काय करायचं ते तुम्ही ठरवणार? एकदा वीरमगढला येऊन तनयाला प्रत्यक्ष पाहून मग का निर्णय घेत नाही तुम्ही?”

जवळजवळ फुटत आलेल्या आवाजावरून इंदिराबाईंच्या डोळ्यांतून गळू पाहणाऱ्या अश्रूंची कल्पना सहज येत होती.

“हे पाहा इंदिराबाई, मी तिकडे येईन किंवा नाही, तुमच्या नातीचा त्रास वैद्यकीय क्षेत्रातील असेल किंवा नसेल, काहीही असो. या त्रासातून तिला मुक्त करण्याची जबाबदारी माझी! जर तिचा त्रास वैद्यकीय क्षेत्रातील असेल, तर मात्र तुम्हालाच इकडे यावं लागेल. इथे अनेक निष्णात डॉक्टर्स माझ्या ओळखीचे आहेत.”

“डॉक्टरचा इथे काही उपयोग नाही हो! तुम्हाला कसं समजत नाही?”

त्यांच्या शब्दांतील अगतिकता निर्जीव ध्वनिलहरींवरूनही अविचलला हलवून गेली; पण मन कठोर करून तो म्हणाला,

“इंदिराबाई, तुमची नात खरोखरीच वैद्यकीय उपचारांच्या पलीकडे आहे याची मला आधी खात्री करून घेऊ देत. बहुतेक वेळा आपण मानसिक रोगांना काहीतरी वेगळं रूप देतो आणि रुग्णांचं अपार नुकसान करतो. वैद्यकीय क्षेत्रातील उपचारांनी

तिला जर फायदा होणार असेल तर विनाकारण त्यात हस्तक्षेप करून मला तुमच्या नातीचा जीव धोक्यात घालायचा नाही. मला एकदा पाठकांशी बोलू द्या. मी तुम्हाला परत फोन करतो.''

इंदिराबाईंच्या हो-नाही म्हणण्याची वाट न बघता त्याने फोन बंद केला. भावनाविवश माणसाकडून सुसंबद्ध विचाराची अपेक्षा करण्यासारखा दुसरा कोणताही मूर्खपणा नसतो.

त्याने लगेच पाठकांना फोन केला खरा; पण त्यांनी तो उचलला नाही. थोड्या वेळाने पुन्हा फोन करू असा विचार करून त्याने आपला सेलफोन खिशात ठेवला. इंदिराबाईंनी सांगितलेल्या हकिकतीचा विचार करत असताना काही वेळातच अविचलचा नकळत डोळा लागला.

त्याला जाग आली ती सेलफोनच्या रिंगने. फोनवर पाठकच होते.

पाठकांच्या सांगण्यानुसार दीक्षितआजी आणि त्यांची नात काही महिन्यांपूर्वीच वीरमगढला राहायला आल्या होत्या. आजींच्या म्हणण्यानुसार त्या तिथल्या जमीनदाराच्याच वंशामधल्या होत्या. बरेच दिवस रिकामा पडलेला वाडा त्यांनी त्यांच्याकडच्या किल्ल्यांनी उघडून साफ करवून घेतला होता. थोडे दिवस गावात रुळल्यानंतर मधून मधून त्या दत्ताश्रमात येऊ लागल्या.

इंदूरला काय घडलं, त्यांचे बाकीचे नातेवाईक कोठे असतात वगैरे कोठल्याही बाबतीत बोलायला त्या नाखूश असत. पूर्वजन्मीचे भोग, बिचाऱ्या तनयाचं नशीब, अशा अनेक बोलता बोलता नकळत सुटलेल्या शब्दांवरून त्यांच्यावर काहीतरी गंडांतर येऊन गेलं असावं, याची चांगली कल्पना येत असे.

तनयाचा त्रास साधारण सहा-सात महिन्यांपूर्वीच सुरू झाला होता. ती तशी एरवीही अबोलच असणारी मुलगी हळूहळू जवळजवळ मुकीच झाली. अन्नावरची वासना उडणं, अंधारात दिवसरात्र बसून राहणं, निद्रानाश आणि अतिनिद्रेची आवर्तनं. अतिशय गलिच्छ आणि गचाळ राहणं, माणसांशी संपर्क टाळणं, अशा काही लक्षणांवरून सकृत्दर्शनी तरी सगळ्यांना तो मानसिक आजारच वाटला होता. तिला प्रथम इंदूरला नेलं गेलं. मग मुंबई. सगळ्या तपासण्या झाल्या; पण कोणताही शारीरिक वा मानसिक बिघाड सापडला नाही. लक्षणं शमवायला औषधं उपयोगी पडली खरी; पण मूळ दुखणं तसंच राहिलं.

तनया दिवसेंदिवस जास्तीत जास्त खंगत गेली आणि हळूहळू दुखण्याचं स्वरूप बदलत गेलं. तिच्या कपड्यांवर काळ्या खुणा उठायला सुरुवात झाली. असंबद्ध बरळणं वाढत गेलं. जगाचं आणि जगण्याचं भान सुटत गेलं. वेगळे वेगळे भास व्हायला लागले. तिला चित्रविचित्र आकृत्या दिसू लागल्या.

दीक्षितांचा वाडा तसा गावापासून थोडा लांबच आहे; पण तरीही रात्री-अपरात्री तिने भयातिरेकाने मारलेल्या किंकाळ्या गावात ऐकू येऊ लागल्या.

वैद्यकीय उपचारांचा काही उपयोग होत नाही, हे पाहून एका संध्याकाळी दीक्षितआजी पाठकांना भेटायला आल्या. त्यांच्याबरोबर तनया होती. होती म्हणजे ती एक बोलायची पद्धत झाली. प्रत्यक्षात ती कोठे होती कोण जाणे!

दत्ताश्रमाच्या दारातून आत पाय टाकायलाच तनया तयार नव्हती. आजींनी तिला कितीही समजावलं तरी ती बाहेर धुळीत फतकल मारून बसली होती. अंगाला आळोखेपिळोखे देत होती. कधी स्वत:शीच हसणं, कधी तोंड फाटण्याइतक्या जांभया देणं, स्वत:शीच पुटपुटणं चालू होतं.

शेवटी आजींनी तिला दंडाला धरून आत नेण्याचा प्रयत्न केला, तेव्हा रुद्रावतार धारण करून तिने आजींना ढकलून दिलं आणि चारपाच अशा काही शेलक्या शिव्या हासडल्या की आजींना तिथल्या तिथे रडूच कोसळलं. पाठकांनी आजींना समजावून आत नेलं. तनया बाहेरच बसून राहिली.

पाठकांनी आजींना त्यांना या क्षेत्रात माहीत असलेली चार-पाच नावं सांगितली, काही तोडगे सांगितले. काही मंत्र म्हणायला सांगितले, त्यांना धीर दिला, तेव्हा कोठे त्यांच्या चेहऱ्यावरचा तणाव जरा कमी झाला. ते दोघं बाहेर आले तेव्हा तनया तिथेच बसून होती. आपल्याच विश्वात मग्न होती. त्यांना बघताच कमालीच्या तुच्छतेने ती पाठकांना म्हणाली, "काय रे थेरड्या, काय सांगत होतास या छिनाल म्हातारीला? जुगाड लावतोयस तिच्याशी? काही उपयोग नाही रे! ती थेरडी लाकडासारखी वाळलेय. नाही त्या भानगडीत कशाला पडतोस? तुझं हे जे तीन शिरं, सहा हातवाल्या दत्ताचं दुकान चाललंय ते चालव ना गुपचूप." आणि मग श्री दत्तात्रेयांच्या संदर्भात एक अतिशय विचकट प्रश्न विचारून ती हसत सुटली.

पुढे वेळोवेळी वेगवेगळ्या संदर्भात आजी पाठकांना भेटत गेल्या. तोडगे, मंत्रपठण चालूच होतं. पाठकांनी सांगितलेल्या काही माणसांना त्या भेटल्या होत्या. दोघातिघांनी तर हे प्रकरण त्यांच्या कुवतीच्या पलीकडचं आहे असं स्पष्टच सांगितलं.

शेवटी निमरुडच्या एका फकिराने त्यांना मदत करायची तयारी दाखवली. त्याच्या पहिल्या प्रयत्नाला तर तनयाने अजिबातच भीक घातली नव्हती. त्याच्या सर्व विधींमध्ये ती कुचेष्टेने हसत होती, त्याला अचकटविचकट शिव्या देत होती. मध्ये एकदा तर अंगातला कुडता फाडून तिने फकिराला बेशरम आवाहनही केलं होतं. आजी शरमेने पाणी पाणी झाल्या होत्या.

अंधार पडल्यानंतर फकिराने त्या दिवसापुरता तो विधी बंद केला आणि आजींना दुसऱ्या दिवशी सहरला तनयाला परत घेऊन यायला सांगितले.

योगायोग म्हणा किंवा इतर काही म्हणा, फकिराचा दुसरा दिवस उजाडला; पण तसा उजाडलाच नाही. त्याच रात्री त्याला झोपेतच अर्धांगाचा झटका आला होता.

सगळे प्रयत्न व्यर्थ गेल्यानंतर शेवटचा उपाय म्हणून आजींनी तनयाला

गाणगापूरला नेण्याचासुद्धा विचार केला होता; पण त्यांना एकटीला तनयाला आवरणं तर शक्यच नव्हतं! तिला उन्माद आला की चार चार पुरुषांना ती आवरत नव्हती. त्यातून फकिराची बातमी सगळीकडे पसरल्यानंतर तर कोणीही शहाणा माणूस त्यांच्या मदतीला जाण्याची शक्यताच नव्हती.

परवा आजी पाठकांकडे आल्या होत्या. जवळजवळ सर्व आशा सोडून त्या कळवळून विचारत होत्या, मला कोणीच मदत करू शकणार नाही का? आणि अचानक मेंदूत वीज चमकावी तसं पाठकांना अविचलचं नाव आठवलं.

संभाषणाचा समारोप करताना अविचल पाठकांना म्हणाला, "तुमच्या सांगण्यावरून तरी असंच वाटतंय की हा प्रकार अमंगल बाधेचाच असावा."

"हो! माझी तर खात्रीच आहे!"

"कोणता तरी मानसिक विकार असण्याची काही अंधूकशी तरी शक्यता?"

"एवढ्या छातीठोकपणे सांगायला मी काही डॉक्टर नाही, अविचल! माझी तुझ्याइतकी तयारी नाही हे खरं; पण तरीही मला साफ जाणवतं की तनयामध्ये काहीतरी मलिन आणि विखारी पोसतं आहे. त्यातून दुसऱ्या बाजूने विचार केला तर आपण बाकी काय करू शकतो? डॉक्टर्सनी तर कधीच हात वर केले आहेत! आता आजींसमोर एकच पर्याय राहिला आहे, तो म्हणजे तनयाला मनोरुग्णालयात ठेवण्याचा. त्या त्याला कदापिही तयार होणार नाहीत." थोडं थांबून ते म्हणाले, "मला माफ कर! तुला काही न विचारताच मी तुला धोक्यात लोटलं आहे. मला तरी हे काही साधं, सोपं प्रकरण वाटत नाही! जरी तुझी तयारी मला चांगली माहीत असली तरी मला भीती वाटतेय. आजींनी विचारलं, मला पट्कन तुझंच नाव आठवलं, मी बोलून गेलो! आता पाहिजे तर तू कोणतं तरी कारण सांगून या लफड्यात पडणं टाळू शकतोस. त्यांना मदतीची खूप आवश्यकता आहे हे खरं; पण शेवटी प्रत्येकाला आपापला विचार थोडाच चुकला आहे?"

"छे छे! आता मला पाऊल मागे घेता येणंच शक्य नाही. ज्या क्षणी त्यांनी मला मदत मागितली त्याच क्षणी मी त्यांना मदत करायला बांधला गेलो. आमच्या पंथाचा प्रघातच आहे तो!"

"अरे पण थोडा विचार कर, कोणाच्या कोणासाठी कशाला आपला जीव धोक्यात घालायचा?"

"पाठक, ते जरी खरं असलं तरी मला त्यांना मदत करणं भाग आहे. तुम्हाला ज्याची भीती वाटतेय तसं काही विपरीत जरी घडलं तरी हे काम अर्धवट राहणार नाही. मी मात खाल्ली तर माझ्या पंथातले इतर काही जण मैदानात उतरतील. त्यांच्या मानाने मी तर लिंबूटिंबू आहे. ज्या क्षणी आजींनी मला फोन केला त्याच क्षणी हे ठरलं की त्यांचा त्रास संपला! आमचा पंथ अतिशय हट्टी लोकांनी भरला आहे."

निर्णय

अविचलने वीरमगढला जाण्याचा निर्णय घेतला खरा; पण निघायला दोन दिवस तरी लागलेच. कॅस्परला भैरवच्या घरी ठेवणं गरजेचं होतं. शिवाय या वेळी एसटीने जायचं होतं. मागच्या मोहिमेमध्ये क्रूझ नेली होती. पंथात कोणतीही सवय लावून घेण्यास सक्त मनाई होती. त्यातून प्रामुख्याने कोणत्याही ऐशोआरामाची. प्रत्येक सवय मोहात पाडते आणि प्रत्येक मोह मनाच्या तटबंदीला पडलेलं एक खिंडारच असतं.

अविचलच्या बाबतीत या नियमाला एकच अपवाद होता. गुरूंनी अविचलला कितीही सांगितलं तरी अविचलच्या मनाच्या तटबंदीला धूम्रपानाचं खिंडार होतंच. प्रत्येक माणसाला एक तरी अवगुणाचं दूषण असायलाच पाहिजे, नाहीतर त्याला आपण देवत्वाला पोहोचल्याचा कैफ चढतो, असा याबाबतचा अविचलचा युक्तिवाद होता. व्यसनी माणसाला आपल्या व्यसनाचं समर्थन करताना, बृहस्पतीची बुद्धी आणि सरस्वतीचं वाक्चातुर्य मिळतं हेच खरं!

एसटीने जायचं आणि त्यातून त्याची ती भलीमोठी पोतडी घेऊन? जरा कठीणच प्रकार होता! जायचं तर होतंच. शेवटी एकदाची सर्व तयारी झाली आणि जाण्याचा क्षण आला.

"भैरव, मी निघतो आता. मला माहीत नाही वीरमगढ केवढं आहे, तिथे मोबाइल तरी चालतो की नाही. हा बघ, हा पाठकांचा नंबर आहे. मी त्यांच्याकडे रोज निरोप ठेवत जाईन. दहा-पंधरा दिवसांत हे काम संपावं असं मला वाटतं. या नंबरवर पाठकांना रोज फोन करत चल. काही अनपेक्षित झाल्याचं त्यांच्याकडून कळलंच तर कॅस्परला तुझ्या घरी ठेवून तू वीरमगढला ये."

त्याने पोतडीतून एक हिरवं मखमली वस्त्र काढून भैरवला दाखवलं.

"दोन दिवस लागोपाठ जर माझा संपर्क झाला नाही तर वीरमगढला ये. दीक्षितांच्या घरी जा. माझ्या शेवटच्या घटका जिथे गेलेल्या असतील तिथे हे वस्त्र

पडलेलं तुला दिसेल. बाकी काहीही करण्याच्या आधी ते वस्त्र पांघर. मग आणि मगच जे काय योग्य वाटेल ते कर.

"शक्यतो तू स्वत: काहीही करण्याच्या फंदात पडू नकोस. या नंबरवर फोन कर. एक गोष्ट मात्र लक्षात ठेव, हा फोन फक्त आणीबाणीच्याच परिस्थितीत करायचा! ती व्यक्ती क्षुल्लक प्रकरणात ओढण्याएवढी सामान्य नाही."

"पण जर तशी वेळ आलीच तर मी त्यांना काय सांगू?"

"त्यांना फक्त दीक्षितआजींचा पत्ता दे. अविचलला मदतीची गरज आहे, एवढा निरोप दे. बाकी काही सांगण्याची आवश्यकता नाही. जे काही समजायचं ते, ते समजतील. आपण त्यांना काय सांगणार? काय समजावणार? मी जर बालवाडीत असेन तर ते पीएचडीवाल्यांचे गाईड आहेत असं समज. माझी खात्री आहे, तशी वेळ येणारच नाही. फक्त एक सावधगिरी म्हणून तुला सांगून ठेवलं. तू विनाकारण यात ओढला जाऊ नयेस एवढंच मला वाटतं. चल, भेटू पुन्हा."

कॅस्परच्या डोक्यावर हात फिरवून अविचलने घराबाहेर पाऊल टाकलं तेव्हा त्याच्या मनात क्षणभर विचार चमकून गेला, आपण हे घर पुन्हा पाहू की नाही? पण त्याने तो विचार झटकून टाकला. हे घर त्याच्या जन्माच्या आधीही होतं आणि त्याच्या मृत्यूनंतरही ते राहणार होतं. मग ते त्यानं पुन्हा पाहिलं वा नाही पाहिलं, काय फरक पडतो? हो, हे सगळं तत्त्वज्ञान ठीक आहे म्हणा; पण खेळ बिघडलाच तर बिचाऱ्या कॅस्परचं काय होणार?

"छे! पाठकांनी खूपच घाबरवलंय! मी परत येणार. कॅस्परला भेटणार. या घराच्या अंगणातच संध्याकाळी सिंगल माल्ट आणि गोल्डफ्लेकचा आस्वाद घेणार."

त्याने गोल्डफ्लेक पेटवली आणि टिचकीसरशी काडी उडवून मनातले घाबरट विचार झटकले आणि एस. टी. पकडण्यासाठी तो रिक्षात बसला.

प्रवास

रणरणत्या उन्हात शेकत, धुळीचे लोट गिळत, गिळत, वडापाव-मिसळ-भजी जे मिळेल ते खात, स्टॅन्डवर मिळालेलं मचूळ पाणी पीत पीत अविचलचा प्रवास चालू राहिला. अविचलला वाटलं असतं तर त्याने हा सर्व प्रवास योगनिद्रेत सुखाने घालवला असता; पण कष्ट आणि हाल सोसणं आणि तरीही मन स्वस्थ ठेवणं हासुद्धा एक साधनेचाच भाग होता.

बस अखेर वीरमगढ तीस किमी दाखवणाऱ्या पाटीला पार करून गेली. हवेत सुखद गारवा आला आणि अविचल किंचित सैलावून बसला.

वीरमगढला गाडी पोहोचली तेव्हा अंधार पडत आला होता. स्टॅन्ड छोटाच; पण स्वच्छ होता. गाव डोंगराच्या सावलीत झाडांच्या पांघरुणाखाली डुलक्या काढत होता. सुदैवाने मोबाइलला रेंज होती. त्याने पाठकांना फोन केला आणि गोल्डफ्लेकचे झुरके मारत तो पाठकांची वाट पाहू लागला.

पाठकांचा दत्ताश्रम म्हणजे शिरीषाच्या झाडाखाली पसरलेलं एक बसकं, आडवं घर होतं. घराशेजारी दत्ताचं देऊळ आणि औदुंबराचं झाड होतं. मन प्रसन्न करून सोडणारी जागा होती ती!

चहापाणी झाल्यावर अविचलने सचैल स्नान केलं आणि तो प्रसन्न मनाने दत्ताच्या काळ्या दगडी मूर्तीसमोर प्रणवध्यानाला बसला. नित्याप्रमाणे, दिवसभरात जाणता-अजाणता त्याच्याकडून कोणी दुखावलं गेलं असेल तर त्यांची त्याने ध्यानाआधी माफी मागितली.

ध्यान आटोपल्यानंतर तो आणि पाठक जेवायला बसले. बेत तसा साधाच होता. बाजरीची भाकरी, अंबाडीची लसणीची फोडणी दिलेली भाजी, वाफाळणारा मोकळा भात, झणझणीत डाळवांगं, तळलेले सांडगे, मिरचीचा ठेचा आणि हिरवेगार पातीचे कांदे.

काही काही हातावर साक्षात अन्नपूर्णेचा वरदहस्त असतो, त्या हातांनी उकळलेलं

पाणीही गोड लागतं. पाठकांची पत्नी त्या भाग्यवंतांपैकी एक होती.

जेवता जेवता अविचलने पाठकांना विचारलं, "दीक्षितआजी लवकर झोपतात का?"

"छे: हो! कसली झोप लागतेय त्यांना? रात्रभर तनयाचा तमाशा चालू असतो ना!"

"मग आता जाऊ या त्यांच्याकडे?"

"आत्ता?"

"मला वाटतं, त्यांना जर काही वावगं वाटणार नसेल, तर आत्ताच जाऊन कानोसा घेतलेला बरा. काय प्रकार आहे त्याचा अंदाज आला, तर काही तयारी आवश्यक वाटली तर करता येईल."

"असं म्हणता? ठीक आहे, जाऊन बघू. वाड्यात अंधार असेल तर परत येऊ. उद्या भेटू..."

जेवण झाल्यावर अविचलने गोल्डफ्लेक पेटवली आणि आपली पोतडी उचलली तेव्हा पाठकांनी विचारलं, "अविचल, या पोतडीची आत्ता गरज आहे?"

"काय सांगता येतंय पाठक? या खेळात ना लंच किंवा ना टी टाइम. तयारी असलेली बरी, काय?"

"तेही बरोबरच आहे म्हणा!"

दुचाकीवर पोतडी लादून, तोल सांभाळत सांभाळत इकडच्या तिकडच्या गप्पा मारीत ते एका भव्य जुनाट वाड्यासमोर येऊन थांबले.

वाड्याचं मोठं दार बंद होतं, फटीतून प्रकाशाची तिरीप येत होती. काहीतरी गुणगुणण्याचा मंद आवाज येत होता; पण ते गुणगुणणं काय होतं, हे लक्षात येत नव्हतं. ना ते कोणतं गाणं होतं, ना ते कोणतं स्तोत्र वाटत होतं.

पाठकांनी दारावरची भरभक्कम कडी वाजवली.

"कोण आहे?" आतून थरथरत्या आवाजातली पृच्छा आली.

"मी पाठक! अविचलना घेऊन आलो आहे."

"हो का? थांबा, आलेच!"

दार उघडलं ते एका उंच, गोऱ्या, सडसडीत बांध्याच्या वयस्क बाईने, तरतरीत नाक, घारोळे भेदक डोळे, त्यांच्या सात्त्विक दिसणाऱ्या चेहऱ्यावर डोळ्यांभोवतालची काळी वर्तुळं उठून दिसत होती.

"या ना! या, आत या!"त्या किंचित गडबडून म्हणाल्या.

पाठक आत शिरले; पण अविचल मात्र बाहेरच थांबून घराची आभा पडताळत होता. निराशा आणि हताशपणाच्या छायांनी ते घर घेरलेलं होतं.

अविचलने हाताची शिवमुद्रा केली. कालभैरव मंत्राची बारा आवर्तनं केली व

एक दीर्घ श्वास घेऊन खणखणीत ओंकारनाद गाजवत त्याने घरात प्रवेश केला.

दारासमोर प्रशस्त, मोकळं अंगण, डाव्या बाजूला विहीर. समोर पडवी आणि त्यावर दिसणारं घराचं दुमजली बांधकाम. पडवीत मोठा झोपाळा होता. अंगणात बसायला ओटा होता. या प्रकारच्या घरात नेहमी आढळणारं तुळशी वृंदावन मात्र कोठे दिसत नव्हतं. घर मातीचं होतं. तीन तीन फूट जाड भिंती, तेल प्यायलेले खांब आणि तुळया.

प्रचंड वास्तू होती ती! पडवीच्या उजव्या हाताला वर जाणारा जिना. अंगणात फुलांचे वाफे होते. कोठेतरी जुईचा वेल असावा. त्याच्या फुलांचा मंद वास येत होता. वर निरभ्र आकाश, बाजूबाजूला दाटलेली शांतता; पण तरीही या वाड्यात मनाला प्रसन्नतेचा स्पर्शही होत नव्हता. कोणत्या तरी अनामिक हुरहुरीने मन व्याकूळ होत होतं.

ओसरीतल्या ओट्यावर बसून अविचल वातावरणाचा कानोसा घेत गप्प बसून होता. पाठक, आजींनी दिलेले पाणी पीत होते.

''कधी आलात?'' आजींनी थोडा वेळ वाट पाहून विचारलं.

''दोनएक तास झाले असतील.'' पाठकांनी उत्तर दिलं.

''तनया कोठे आहे?'' अविचलने औपचारिक चर्चा तोडत रोखठोक प्रश्न केला. अचानक तसं विचारणं थोडंसं शिष्टाचाराला सोडून होतं खरं; पण एवढ्या लांबून तो थोडाच हवापाण्याच्या गप्पा मारायला आला होता?

पाठकांनी त्याच्याकडे एक नापसंतीचा कटाक्ष टाकला; पण ते काही बोलले मात्र नाहीत.

''ती... ती घरातच आहे. आता रात्री ती आपल्याच विश्वात असते. तिला बाहेरचा कोणताही संपर्क नको असतो. मला वाटतं आपण उद्याच तिच्याशी बोललेलं बरं!''

''तिला भेटणं तर आवश्यकच आहे. त्यासाठीच तर एवढ्या रात्री आम्ही आलो.''

आजी पुढे काही बोलायच्या आत विहिरीमध्ये काहीतरी धपूकन कोसळल्याचा आवाज आला. आजी क्षणभर दचकल्या.

काहीही न बोलता अविचल उठला आणि अंगणातल्या विहिरीकडे निघाला. पाठक आणि आजी जागेवरच बसून होते. अविचल विहिरीपासून दहा एक फूट लांब उभा राहिला.

विहिरीमधून अचानक काळ्याभोर केसांनी झाकलेलं एक मस्तक कठड्याच्यावर आलं. केसांमधून पांढरी बुबुळं टक्क दिसत होती आणि मग विहिरीच्या कठड्यावर पालीच्या पोटाप्रमाणे दिसणारे पांढरेफटक हात दिसले. एका तरुण मुलीची आकृती

अंगणातल्या अंधूक प्रकाशात दिसू लागली. ती तरुणी कठडा ओलांडून विहिरीबाहेर आली. चिंब भिजलेले काळे कपडे तिच्या शेलाट्या बांध्याला चिकटून बसले होते. अविचलकडे काडीचंही लक्ष न देता ती रहाटाच्या बाजूच्या उघड्या जागेकडे गेली आणि तिने पुन्हा विहिरीत अंग झोकून दिलं. पुन्हा एक मोठा पोकळ आवाज आला.

अविचल विहिरीच्या काठाशी पोहोचला. खोलवर चमचमत्या पाण्याचा भास होत होता. विहिरीच्या पोटात घनघोर अंधकार होता. काहीही दिसत नव्हतं. त्या अंधारात पुन्हा काहीतरी पांढरट छटा तरळू लागली होती. विहिरीच्या दगडांनी बांधलेल्या भिंतीमधल्या फटींना पकडत काळ्या वस्त्रातली ती वरवर सरकत होती. एखाद्या पालीच्या ओंगळ चिकटपणाने आणि तितक्याच कमनीय हालचालीने पांढरे हात आणि पांढऱ्या चेहऱ्यावरून नारळाच्या झावळ्यांच्या चंद्रप्रकाशातल्या सावल्या सरकताना दिसत होत्या. सरिसृपांच्या अंगावरच्या ताकीद देणाऱ्या खवल्यांप्रमाणे आणि ठिपक्यांप्रमाणे तो छायाप्रकाशाचा खेळ तिच्या अंगावर गोंदवला जात होता. साप किंवा पाल बघितल्यानंतर जशी मानवाच्या मनात एक अतीव घृणा, तिरस्कार आणि भीती उमटते, त्याचप्रमाणे अविचलच्या मनात एक खुनशी शिसारी दाटून आली. कोणती तरी लांब काठी घेऊन त्या अभद्र आकृतीला परत विहिरीत ढकलून द्यावं, अशी तीव्र इच्छा त्याच्या मनात दाटून आली.

एखाद्या सरड्याप्रमाणे भिंतीला चिकटून सरकत असलेल्या त्या आकृतीला शेवटी अविचलचं भान आलं असावं. ती आकृती क्षणभर थांबली. आपले ओले केस झटकून पांढऱ्या चेहऱ्यातले काळेभोर डोळे अविचलकडे रोखले गेले. त्या आकृतीचे दात विचकले गेले.

अंगणात दिवे लागले आणि अविचलचं लक्ष विचलित झालं. पाठक घाईघाईने विहिरीकडे येत होते.

पुन्हा एकदा ती विहिरीतून बाहेर आली. अविचल आणि पाठकांकडे लक्ष न देता, पाण्याने निथळत, अंगण पार करून ती वरच्या मजल्यावर जाण्याच्या जिन्याकडे वळली. जिन्यावर ओल्या पावलांचे चिपकऽऽ चिपक आवाज उमटत उमटत शांत झाले. घरात परत रातकिड्यांनी गहिरी केलेली शांतता पसरली.

आजी ओसरीच्या खांबाला टेकून उभ्या होत्या. ''हे आजकाल रोजचंच झालंय,'' अतिशय हताश आवाजात त्या बोलल्या

अविचल म्हणाला, ''तुम्ही मला बोलावलंत हे योग्यच केलंत. या घरासारखी अभद्र जागा मी कधीही पाहिली नव्हती आणि तनयामध्ये जे काही आहे त्याचा विषार खूप दूरवर प्रक्षेप करणारा आहे.

''आता माझ्या मनात तनयाबद्दल इतका अतीव तिरस्कार दाटला होता, की माझ्या हातात एखादं हत्यार असतं तर मी तिचे तुकडे तुकडे केले असते. याचा

मी आज पहिल्यांदाच अनुभव घेतला. नाहीतर भोगणारा माणूस आणि त्याला छळणारं अस्तित्व यातला फरक माझ्या मनात सदैव कोरलेला असतो. जो कोणी आहे तो अतिशय ताकदवान आहे यात शंका नाही. त्यालाही बघून घेऊ; पण आता तनयाला संरक्षण देणं आवश्यक आहे. एवढ्या ताकदवान अस्तित्वापुढे इतके दिवस उभं ठाकणं चेष्टा नाही. तिची मानसिक ताकद खरोखरीच विशेष असली पाहिजे.''

करकरणारा लाकडी जिना आजींच्या चालीने चढत चढत ते वर निघाले. जिन्याच्या लाकडी पायऱ्या पाण्याच्या डागांनी ओल्या झाल्या होत्या. मंद पिवळ्या प्रकाशाचे दिवे, त्यांच्या विचित्र सावल्या रंग गेलेल्या भिंतीवर रंगवत होते. त्या घरात भरलेला पिढ्यान्‌पिढ्यांच्या जगण्याचा आणि भोगण्याचा वास काहीसा आश्वासक, तर काहीसा उदास करणारा होता.

पहिल्याच खोलीचं लोटलेलं दार उघडून ते सर्व आत शिरले. खोलीत मोजक्या वस्तू होत्या. एक वापरून वापरून झोका झालेली बाज, कोपऱ्यात एक लहानसं मेज आणि खुर्ची. समोर एक उघडी खिडकी. दीक्षितांच्या वाड्याबाहेरचं मोकळं माळरान त्या खिडकीतून दिसत होतं. सर्व घरात मिणमिणते दिवे होते. या खोलीत मात्र लख्ख प्रकाश होता; पण खोलीत तनया मात्र कोठेच दिसत नव्हती.

अचानक बाजेखालून आवाज आला. अविचलने चमकून बाजेखाली पाहिलं. तनया एखाद्या सरपटणाऱ्या प्राण्याप्रमाणे आपल्या चारी अवयवांवर दबा धरून बसली होती. तिच्याभोवती पाण्याचे थारोळे होतं. ती अविचलकडे बघत होती.

अविचल काहीही हालचाल न करता स्वस्थ उभा राहिला.

''सपने में सजन से दो बातें, इक याद रही इक भूल गये...''

तिच्या तोंडातून मदनमोहन साहेबांच्या अनेक अविस्मरणीय रचनांपैकी एक रचना बाहेर पडली आणि मग त्या नर्म गाण्याला शिवी वाटावी असे हसत, ती सरपटत बाजेखालून बाहेर पडली. तिचे डोळे अविचलवर रोखलेले होते. एखाद्या प्यायलेल्या माणसाप्रमाणे ती पाठमोरीच बाजेवर चढू लागली. बाजेवर चढल्यानंतर तिने एक उचकी दिली आणि आपलं तोंड भिंतीकडे केलं.

आपल्याच तंद्रीमध्ये ती मागे-पुढे झुलत होती. बाजेखाली अजूनही पाण्याचे थेंब पडत होते.

''तनया!'' आजी हलक्या आवाजात म्हणाल्या.

''त्याला जायला सांग! अजून बोंडल्याने दूध पिणारा आहे तो! त्याच्या बापालाही झेपणार नाही मी!''

अतिशय खर्जातल्या आवाजात उत्तर आलं. तिने मानही वळवली नव्हती आणि

क्षणिक शांततेनंतर एक लांबलचक ढेकरेचा आवाज आला.

"एक्सक्यूज मी प्लीज, माय नेम इज तनया जी दीक्षित." आणि खळखळत्या हास्याच्या आवाजाबरोबर तिने मान वळवली.

अविचलने आयुष्यात कधीही न पाहिलेल्या एका नेत्रदीपक लावण्याने त्याच्याकडे कटाक्ष टाकला. चित्रपट, दूरदर्शनवर दिसणाऱ्या देखणेपणाच्या सर्व आवश्यक बाबी त्या चेहऱ्यात तर होत्याच; पण त्यापेक्षाही अधिक काहीतरी होतं. काळजात करुणेची एक लाट आणणारं. त्या निष्पाप जिवाची अशी अवस्था करणाऱ्याबद्दल मनात क्रोधाची लहर उठवणारं.

पण ते सौंदर्य डागाळलेलं होतं. केसांच्या जटा, ओठांतून गळणारी लाळेची तार. अंगावर दिसणारी मळाची पुटं. मळकट कपडे, दुरूनही जाणवणारा उग्र अंगदर्प. विहिरीमध्ये एवढ्या उड्या टाकूनही तिचं शरीर पाण्याला निर्लेप असावं.

"काय रे बाळा, दूदू प्यायचं का तुला?" कमालीच्या कुत्सित आवाजात ती म्हणाली आणि गर्रकन वळून आजींकडे बघून ती खेकसली, "छिनाल सटवे, आणायचा तर चांगला सांड तरी आणायचास! कधीची खाज सुटलेय! याची तर अजून बाटली पण फुटली नसेल." आणि मग अलोट हसत, ती आपला डावा दंड कराकरा खाजवीत सुटली. अविचल निश्चलपणे पाहत होता.

टप्प.... आवाज झाला आणि रक्ताचा एक लाल थेंब बाजेखाली पडला. तनया अजूनही खाजवीतच होती. अविचल तिच्याशी संपर्क साधण्याचा प्रयत्न करीत सैलपणे उभा होता; पण भट्टीचं दार उघडल्यानंतर पांढऱ्या उष्णतेचा आगलोट यावा असाच काहीसा अतीव क्रोधाचा ज्वालामुखी प्रतिसाद म्हणून तिकडून येत होता. त्यामागे होती एक लसलसणारी भूक! अविचलचा उरलासुरला संभ्रमही संपला.

"पाठक, ताबडतोब खाली जा आणि एखादी मजबूत दोरी घेऊन या. लवकरात लवकर!"

"का रे पिल्ला, घाबरलास का? ये, ये. मम्मीकडे ये. त्या दोरीचं आता काय करणार तू राजा?"

तिला कसलंही उत्तर न देता अविचलने पोतडीतून आदिम भस्म आणि आदिम पवित्र जल काढलं. एक लाकडाचा क्रॉस काढला आणि ते हिरवं मखमली कापड काढलं.

ते हरितवस्त्र जयपूरमध्ये एका म्हाताऱ्या फकिराने त्याला दिलं होतं. तो फकीरही अविचलच्याच मार्गातील वाटसरू होता. मुरलेला, अविचलच्या खूप खूप पुढे असलेला; पण वार्धक्याने जर्जर झालेला. ते दोघेही योगायोगाने एका प्रकरणात बरोबर आले होते.

त्या वेळी अविचलची प्राथमिक साधना चालू होती. अविचल आपल्या गुरूंच्या

आज्ञेप्रमाणे राजस्थानच्या वाळवंटी प्रदेशात एकटाच राहत होता.

शहरी भागात पसरलेला जातीय अथवा धार्मिक द्वेष भारताच्या ग्रामीण भागात अभावानेच आढळतो, हे विधान कदाचित भोंगळ वाटेल; पण अविचलच्या मते ती एक वस्तुस्थिती होती. बहुतेक वेळा गरिबीची जात सगळ्या मानवनिर्मित जातींपेक्षा जास्त सर्वसमावेशक असते. अविचल ज्या वस्तीत राहत होता ती वस्ती शेतमजुरांची होती. त्या वस्तीत सर्व धर्मांचे लोक सारख्याच विपत्तीत दिवस काढत होते. एकमेकांच्या आधाराने, एकमेकांच्या भरवशावर.

त्या वस्तीत एके दिवशी अविचलकडे एक मुसलमान बाई मदतीकरिता आली होती. विधवा होती ती. तिच्या मुलाचा सख्खा चुलता थोड्या पैशांसाठी पुतण्याला विकायला तयार झाला होता. तसं पाहिलं तर चुलता अविवाहित होता. आपल्या पुतण्यावर जिवापाड प्रेम करत होता.

आपल्या भावाच्या मृत्यूनंतर त्यानेच भावजयीला आणि पुतण्याला सांभाळलं होते. जिवापाड कष्ट करूनही जेव्हा दोन वेळचं खाणं दुरापास्त झालं, त्या दिवसांत त्याने निरुपायाने पुतण्याला नोकरीसाठी ठेवायचा निर्णय घेतला. नोकरी हा फक्त बोलण्याचा प्रघात होता. ते मूल वेठबिगारीवर ठेवलं जाणार हे नक्की होतं.

जेव्हा त्याच्या आईला त्या मुलाला नोकरीवर ठेवणारा माणूस एक तांत्रिक आहे हे कळलं, तेव्हा तिने एकच आकांत केला; पण त्या वस्तीतलं कोणीच या फंदात पडण्याची शक्यता नव्हती; कारण चुलता जे करू पाहत होता त्यात जगावेगळं काहीच नव्हतं. म्हणून ती अविचलकडे आली होती.

चुलत्याने वचन दिलं होतं खरं; पण त्या आईचा नंतरचा आकांत बघून तोही द्रवला. नाहीतरी तो थोडाच सैतानाचा वारस होता? गरिबीने गांजलेला तो आणखी एक क्षुद्र मानवी किडा. एकशे वीस कोटींमधील आणखी एक. पोटाच्या आगीपुढे बेबस. तो तांत्रिकाकडे अजीजीने सांगायला गेला,

"गलती हो गई, उस बच्चे को बक्श दो।"

त्या तांत्रिकाने त्याला साफ धुडकावून लावलं.

"सौदा झाला आहे. येत्या अमावस्येच्या आत बच्चूला आणून सोड, नाहीतर परिणामांना तयार राहा!" त्याने बजावलं.

परोपरीच्या विनवण्यांनंतरही तांत्रिक बधला नाही. चुलता निराश होऊन परत आला.

त्या दिवसापासून चुलत्याला नाही नाही ते भास होऊ लागले. कडाक्याची थंडी असली तरी रात्री-अपरात्री दरदरून घाम सुटून जाग येऊ लागली. त्याची तहान-भूक गेली. कामबिम सोडून तो दिवसभर आपल्या खाटेवर पडायला लागला.

प्रतिपदेच्या रात्री चुलता असाच अर्धवट झोपेत पडला होता. नाही नाही ती

स्वप्नं पडून त्याची झोप वारंवार चाळवत होती.

दारावर थाप पडली. त्याच्या भावजयीचा भयाने थरकाप उडालेला आवाज त्याला ऐकू आला. "तुझे इनकी कसम, तू अब्बीच बाहर आ. देख, बच्चू कैसा कर रहा है।"

चुलता खडबडून जागा झाला. त्याने कशीबशी लुंगी गुंडाळली व केसातून हात फिरवित त्याने दार उघडलं. चांदण्याच्या अंधूक प्रकाशात त्याला जवळजवळ सहा फूट उंच स्त्रीची आकृती दिसली. ती त्याची भावजय तर नक्कीच नव्हती.

त्या स्त्रीने आपला बुरखा वर केला, करडे हिरवट डोळे काजळाने अधोरेखित केले होते. लांबसडक तरतरीत नाक, पानाने रंगलेले ओठ आणि त्या ओठांतून पुढे आलेले दात. उन्हाळ्यात पिवळ्या पडलेल्या पानांसारखा तिचा चेहरा रोगट पिवळा होता. सुरकुत्या पडलेल्या कपाळावर अमावस्येच्या अंधारासारख्या दाट काळ्या बटा होत्या. ती बोलताना येणारा तिच्या तोंडाचा दुर्गंध चुलत्याच्या नाकातले केस जळण्याइतका भयानक होता.

"हमारी आवाज सुनकर आपने दरवाजा खोला. शुक्रिया. आपको बुलाने आये थे. आपने इन्कार नहीं किया ये अच्छा किया. अब चलिये. बहोत दूर जाना है।"

चुलता दारात खिळून उभा होता; पण दार परत लावण्याचं त्याच्यात ना धाडस होतं, ना शक्ती. हाकामारीच्या कहाण्या त्याने लहानपणी ऐकल्या होत्या. रात्री बोळात उठणाऱ्या हाका. घट्ट लावलेली दारं. दारावर मारलेल्या खडूच्या फुल्या. ऐकू येणारे पावलांचे पुसट आवाज. वातावरणात जागलेली प्रचंड भूक. पांघरुणात दडलेली धडधड. हाकांना उत्तर देणाऱ्याला हाका मारणाऱ्यांबरोबर जाणं भागच होतं. आज त्याने हाकेला उत्तर दिलं होतं. त्याला जाणं भाग होतं. स्वतःच्या पायांनी चालत किंवा दुसऱ्या कोणत्यातरी मार्गाने. त्या औरतच्या सैलसर अंगरख्यात लपलेला तिचा उजवा हात बाहेर आला. पांढरा फटफटीत, लांबसडक, हाताच्या वाढलेल्या नखांत काळी घाण साठलेली होती. तिने चुलत्याचा हात पकडला. बर्फासारख्या त्या गार स्पर्शाने चुलत्याचा उरलासुरला धीर सुटला. त्याचं पाऊल उंबरठ्याबाहेर पडलं.

दुसऱ्या दिवशी त्याचा शोध घेणाऱ्या माणसांना पावलांच्या ठशांच्या दोन जोड्या वाळवंटात दूरवर गेलेल्या दिसल्या.

त्याच दिवशी संध्याकाळी ती औरत रडतभेकत अविचलकडे आली होती. प्रापंचिक समस्येला कोणी शिव्या देत का होईना, मदत करतं, प्रसंग निभावून जातो! या प्रकरणात कोण मदत करणार? त्यातून सोबत तिचा मर्दही नव्हता आणि आता भावासारखा असलेला दीरही नव्हता.

अविचलने तिला शांत केले. आश्वासित केले. वचन दिलं.

दुसऱ्याच दिवशी तांत्रिकाचा तपास काढत काढत अविचल त्याच्या मठीवर पोहोचला. अर्धं शहाणपण आणि तारुण्यातला कच्चा बेफिकीरपणा यांच्या संयोगाने, अविचलने तांत्रिकाला भेटल्यावर सामोपचाराच्या गोष्टी बोलायच्या ऐवजी सज्जड दम दिला.

तांत्रिक फक्त मंद हसत होता. "बच्चे, तुमने अभी बहुत कुछ सीखना है, देखना है, सहना है। खैरीयत इसीमें है, की वापिस चला जा! मुझे आजमाना मत! तेरे बसकी बात नहीं है ये।"

पण अविचलच्या रक्तातच आदर्शवाद मुरला होता. उधार दर्द घेण्यातच त्याची जिंदगानी गेली होती. अर्थात त्याच कारणामुळे तो त्याच्या गुरूंचा सर्वांत लाडका शिष्य होता, हा भाग वेगळा.

त्या वेळी अवगत असलेल्या त्याच्या सर्व विद्या आणि तांत्रिकाचे मुरलेले कसब यांच्यातला झगडा अपेक्षेप्रमाणेच संपला होता. अविचल आपल्या वस्तीवर परतला, ते आपलं सर्व देहभान विसरून. त्याला फणफणून ताप आला होता. सर्व अंगावर मोठी मोठी आवाळे आली होती. झिंगलेल्या माणसाप्रमाणे चाललेली त्याची धूळभरी वाटचाल सर्व वस्ती मूकपणे पाहत होती. अविचलने कसंबसं आपल्या खोलीचं दार उघडलं आणि जमिनीवर आपलं अंग झोकून दिलं.

त्याने डोळे मिटले रे मिटले, की तांत्रिकाने दाखवलेल्या दात विचकणाऱ्या बाहुलीची आकृती त्याच्या नजरेसमोर येत होती. तांत्रिकाने दयाळूपणाने हेही सांगितलं होतं, की ती जवळजवळ येत राहील. मोठी मोठी होत जाईल. मग दिसेल फक्त तिचा चेहरा, मग जबडा, मग तिच्या कराल दाढा, लवलवणारी जीभ आणि सुटणारे लाळेचे लोट. नंतर अविचलला कसलीच काळजी उरणार नाही. उरेल ती फक्त परमशांती. डोळ्यांवर येणाऱ्या झापडेचा सामना करत अविचल आपले डोळे उघडे ठेवण्याचा प्रयत्न करत होता. उद्या उजाडेल याची खात्री नव्हती.

तांत्रिकाने साफ सांगितलंच होतं, की सहर नहीं हो पाएगी। पण ज्याप्रमाणे शिष्याची तयारी झाली की गुरू आपोआप भेटतो, त्याप्रमाणे जुलमाची परमावधी झाली की दिव्यत्व भेटतंच.

अमीना आपल्या बच्चूला जेवायला देत असताना, तिच्या दारावर टकटकीचा आवाज झाला. आपल्यामुळे अविचल त्या नालायक, नीच तांत्रिकाच्या कचाट्यात सापडला, या जाणिवेने अमीना अगोदरच शरमिंदी झाली होती. अविचलला कसं सोडवावं याच विचारात ती दंग होती. त्यामुळे साहजिकच तिचं, त्या टकटकीकडे दुर्लक्ष झालं.

पण ती टकटक थांबली नाही. शेवटी थोडीफार चिडून ती दाराकडे तरातरा गेली आणि तिने धाड्कन दार उघडलं. दारात एक उंच आणि अतिशय हडकुळा

फकीर उभा होता. त्याच्या डोक्यावरचे केस आणि दाढी शुभ्र पांढरी होती. किंचित खोल गेलेले डोळे थोडेसे हरवलेले असले तरी त्यात सामावलेली करुणा लपत नव्हती. त्याच्या चेहऱ्यावरचं हसू शेकडो अमीनांच्या रागाला गिळून शिल्लक राहण्याएवढं खोल होतं. तिचे रागाचे शब्द तिच्या ओठांवर जिरून गेले.

"बेटी, मुझे उसके पास ले चलो." तो फकिर एवढंच म्हणाला. त्याने अविचलचं नावही घेतलं नव्हतं; पण तरीही अमीनाला 'तो' म्हणजे कोण, हे लगेच कळलं. तो फकीर कोठून आला, का आला, त्याला कोणी पाठवलं, हे प्रश्न अमीनाच्या मनाला शिवलेही नाहीत. तो आला हे कर्मप्राप्त होतं, हे तिला न सांगताच जाणवलं.

तापात फणफणलेल्या, अर्धवट ग्लानीत, अर्धवट शुद्धीत असलेल्या अविचलकडे तो फकीर कणवेने बघत राहिला. "बहोत इमानदार और जिद्दी है ये बंदा! वर्ना, अपनी जिंदगी दुसरों के लिए दावपर कौन लगाता है?" "फिर ऐसे बंदोंको ये क्यूँ भुगतना पडता है?" अमीना न राहवून उद्गारली.

"बेटी, अगर बच्चा चलना सीख रहा है, और उसकी अम्मी या अब्बू उसको हमेशा संभालते रहेंगे, तो वो क्या कभी चल पाएगा? खैर! जिसने इसको ऐसे घेरा है उसको कल देख लेंगे. तू जा के अपने बच्चूको देख, मैं इसको संभालता हूँ।"

अविचलला पुढे काय झालं हे नीटसं आठवत नव्हतं. त्याला फक्त एवढंच आठवत होतं की रात्रभर फकीर त्याच्या उशाशी बसून होता. त्याच्या हातातली जपमाळ अखंड चालू होती. अविचलच्या नजरेला, अवतीभोवती गोंगावणाऱ्या सावल्या, काही अव्यक्त आकृती दिसत होत्या; पण त्याला त्यांची यत्किंचितही भीती वाटत नव्हती. फकिराची दाणेदार पुटपुट त्याच्या मनात सतत झिरपत होती. त्या पुटपुटीत बाळाला अंगाईगीत म्हणणाऱ्या आईची ममता होती आणि बाळाच्या संरक्षणासाठी जबडा वासून गुरगुणाऱ्या वाघिणीचं सामर्थ्यही होतं. हा सगळा खेळ थांबला तो पहाटे चारच्या सुमारास.

दुसऱ्या दिवशी त्या फकिराने अविचलला सावरत सावरत तांत्रिकाच्या घराकडे चालवलं होतं. रात्रभर झालेल्या जागरणाची फकीरबाबांच्या चेहऱ्यावर चिन्हंही नव्हती.

तांत्रिकाने दार उघडलं. फकिरबाबांना पाहून त्याच्या चेहऱ्यावरची गुर्मी झर्रकन उतरली. "आप? याच्यासाठी? मला फक्त सांगितलं असतं तर..."

फकिराने उत्तर देण्याचं टाळून अविचलला आत ओढलं. त्यानंतर पुढे काय झालं ते अविचलला त्याच्या त्या वेळच्या अपरिपक्वतेत काहीच कळलं नव्हतं. तांत्रिक आणि फकीरबाबा एकमेकांसमोर शांतपणे बसून होते; पण खोलीच्या अवकाशात प्रचंड अस्वस्थता होती. महासागराच्या प्रचंड लाटा किनाऱ्यावरच्या

काळ्या प्रखर अनादि खडकांवर अविरत आपटून परत जाव्यात, असं काहीतरी वाटत होतं. ते दोघेही कोणतीही क्रिया वा आचार वा उच्चार करत नव्हते. दोघेही राग आणि द्वेष यांच्या पलीकडे असलेली आपली दाद फरियाद सांगत होते, असंच अविचलला वाटत होतं. तेथे झगडा नव्हता, फक्त एक न्यायाची फिर्याद होती.

ज्ञानाच्या एका पायरीनंतर उपचार हे फक्त उपचार राहतात, याची अविचलला कल्पना आली. कोण्यातरी एका क्षणी अविचलला नजरेवर अत्याचार करणारी ती बाहुलीही दिसेनाशी झाली. हा प्रकार किती वेळ चालला होता कोण जाणे, त्याचा शेवट झाला तो तांत्रिकाने आपला स्थानत्याग केल्यावर! त्याने फकीरबाबांना लोटांगण घातलं; परंतु फकीरबाबा पर्वताच्या खडकाळ उत्तुंग सुळक्याप्रमाणे नि:संग, निर्मम होते. कोणता तरी सौदा चालला होता; पण फकीरबाबांना सौदा करायचा नव्हता. त्यांना न्याय हवा होता. निकराच्या घटकेला जिंकणं किंवा हरणं महत्त्वाचं नसतं, न्याय महत्त्वाचा असतो. फकीरबाबाजींना न्याय हवा होता.

तो न्याय बहुधा त्यांना मिळाला असावा; कारण फकीरबाबांनी जेव्हा त्याची बैठक हलविली तेव्हा तांत्रिक वापरलेल्या बोळ्यासारखा नगण्य झाला होता. अविचलच्या त्या वेळच्या अपरिपक्व मनालाही जाणवलं की या विषारी तांत्रिक मण्यारची आता फक्त कात उरली आहे. कोणत्या न्यायासनासमोर फकीरबाबांनी फिर्याद मांडली होती, न्यायाधीश कोण होता व न्याय कसा दिला गेला, हे त्या तांत्रिकालाच किंवा फकीरबाबांनाच ठाऊक.

हे प्रकरण निपटून गेल्यावर फकीरबाबाने ते हरितवस्त्र अविचलच्या खांद्यावर पांघरलं होतं. ''बेटा, ये मत पूछ, ये चीज मेरे पास कैसे आयी? कहाँसे आयी? किसकी थी? ये मैने कभी पूछा नहीं, जाना नहीं, मगर ये ऐसी चीज है, जिसके आगे कोई भी नापाक ताकद टिक नहीं पाएगी, नेस्तोनाबूद हो जाएगी! तुम अगर इसका सही इस्तेमाल करते रहोगे तो इसकी ताकत दिन-ब-दिन बढतीही जाएगी। एक बार गलत इस्तेमाल! बस! ये एक कपडेका टुकडा रह जाएगा!''

प्रयास

मागच्या विचारांतून भानावर येत अविचलने बाबाजींची आठवण करत ती पाक चादर पांघरली. पवित्र जलाने आपल्या कपाळावर स्वस्तिक काढलं. मोहमोक्ष फटका म्हणत, तो पुढे सरसावला आणि तनयाचे हात पकडून त्याने ते घट्ट धरून ठेवले. धापा टाकत टाकत पाठक परत खोलीत आले. त्यांच्या हातात नायलॉनची दोरी होती. अविचलने न बोलता ती घेतली आणि त्या दोघांनी मिळून तनयाचे हात तिच्या पाठीमागे बांधून टाकले. तनयाच्या अंगात रेड्याची ताकद होती, ती अंगाला आळोखेपिळोखे देत सुटण्याचा प्रयत्न करीत होती; पण पाठक आणि अविचलच्या संयुक्त शक्तीपुढे तिचा नाइलाज झाला. झपाटणारी ताकद कितीही बलवान असली तरी झाडाच्या ताकदीला मर्यादा असतेच ना?

अविचलने तनयाच्या कपाळावर पवित्र जलाने स्वस्तिक काढलं. तिच्या कपाळाच्या मध्यभागी त्याने आदिम भस्म लावलं. तिच्या टाळूवर पवित्र जलाचा थेंब थेंब सोडत त्याने संकटविमोचन मंत्राचा जप चालू केला.

तनया बंधनातून सुटण्याकरीता सापासारखी वळवळत होती. फूत्कार टाकत होती. थेंबाथेंबामागे ज्वाळांत जळल्यासारखी तळमळत होती. तिचा आकांत परमावधीला पोहोचला तेव्हा अविचलने ऑलिव्हच्या लाकडापासून बनवलेला जेरुसलेमचा क्रॉस तिच्या कपाळावर दाबून धरला. मग अविचल पद्मासनात बसला आणि त्याने त्या अभद्र अस्तित्वाच्या छायेखाली गोठलेल्या तनयाशी संपर्क साधण्याचा प्रयत्न केला. त्याच्या उपचारांनी त्रस्त झालेल्या अस्तित्वाला आपला पगडा पुन्हा तनयाच्या मनावर बसण्याच्या आधी, त्याला तनयाशी संपर्क साधायचा होता. अविचल त्यात यशस्वी झाला. एका प्रचंड गुहेतून खोलवरून काही आवाज यावा त्याप्रमाणे तनयाचा मदतीसाठी फोडलेला अस्पष्ट टाहो त्याच्या मनावर आदळू लागला.

अविचलने त्या आवाजाला प्रत्युत्तर दिलं. तनयाच्या मनात बीजमंत्र सोडला. तिला आश्वस्त करण्याचा प्रयत्न केला. काही वेळानंतर ते अस्तित्व पुन्हा प्रबळ

झालं असावं; कारण तनयाचा आक्रोश मंद मंद होत गेला, आणि एका क्षणी बंद झाला.

आजी आणि पाठक उत्सुकतेने अविचलकडे बघत होते. "काही विशेष नाही, नेहमीचाच प्रकार आहे. आठ-पंधरा दिवसांत निकाल लागेल." अविचल आत्मविश्वासाने म्हणाला. "जेव्हा तनयाला मी पूर्वीच्या रूपात परत पाहीन त्या वेळीच माझी काळजी दूर होईल. इतक्या वेळा अपेक्षाभंग झाला आहे, की माझी आशाच संपली आहे." आजींनी सांगितलं.

अविचल काहीही उत्तर न देता गप्प राहिला. आजींनी देऊ केलेला आल्याचा चहा अविचलने नाकारला. पाठकांचा चहा संपल्यानंतर बोलत बोलत ते वाड्याबाहेर आले. वातावरणात खूपच गारवा होता. पाठकांनी गाडीला किक् मारली. अविचल पोतडी सावरत मागे बसला. वरच्या मजल्यावरून दोन डोळे त्यांच्याकडे बघत होते.

"तनयाला तुम्ही बांधलेल्या अवस्थेतच सोडलंत?" पाठक वाटेत म्हणाले.

"हो, तिचा शारीरिक छळ कमी करण्यासाठी ते आवश्यक होतं. मघाचं तिचं अघोरी खाजवणं पाहिलंत ना? पण ते असो. उद्या लवकर येऊन मी काही कामं उरकतो, त्यानंतर जे काय करायचं ते ठरवू," अविचल उत्तरला.

पूर्वतयारी

दुसऱ्या दिवशी पहाटे अविचल दीक्षितांच्या घराजवळ उजाडायच्या आतच पोहोचला; परंतु घरात जाण्याआधी वाड्याबाहेर सभोवती फिरून तो दीर्घकाल, बारकाईने काही काही गोष्टी पाहत होता, अनुभवत होता. नंतर दार वाजवून तो वाड्यात शिरला तेव्हा त्याचा चेहरा गंभीर होता.

आजींनी देऊ केलेला चहा नाकारत त्याने आजींना विचारलं, ''आजी, स्पष्टच विचारतो, तुमच्या घराण्यात काही वाममार्गी साधना वगैरे प्रकार चालत होते का?''

''वाममार्गी म्हणजे?''

''मंत्रतंत्र, चेटूक, भानामती, कर्णपिशाच वगैरे वगैरे.''

आजी क्षणभर स्तब्ध बसल्या. बोलावं की बोलू नये, याचा संभ्रम त्यांच्या चेहऱ्यावर स्पष्ट दिसत होता.

''आजी, जे जे या प्रकरणाशी कोणत्याही प्रकारे संबंधित असू शकेल, ते ते सर्व मला समजणं आवश्यक आहे. तनयासाठी, तुमच्यासाठी.'' अविचल मृदू आवाजात म्हणाला.

''मी असं ऐकलं होतं, की यांचे वडील साधक होते.'' आजींनी घुटमळत सुरुवात केली.

''त्यांचा मृत्यू अतिशय चमत्कारिक अवस्थेमध्ये झाला, असंही मी यांच्याकडून उडत उडत ऐकलं. त्यांची साधना उलटली असंही लोक म्हणतात; पण खरं सांगायचं तर त्यांच्याकडे बघून मला ते कधीच पटलं नव्हतं. त्याचं व्यक्तिमत्त्व अतिशय सात्त्विक होतं. त्यांच्या येण्या-जाण्याच्या वेळा अनियमित असत हे खरं. त्यांच्याकडे येणारे लोकही जरा विचित्रच वाटत हेही खरं; पण त्यांचा व्यवसायही तसाच होता ना! ते दुर्मिळ पोथ्या, पुस्तकं जमवत असत.''

''त्यांचा पुस्तक-पोथी संग्रह खूप मोठा होता; पण त्यांना आस लागली होती ती काही अतिदुर्मिळ पुस्तकांची. निळावंतीची पोथी, मूळ भृगुसंहिता, गोरक्षनाथांची

चोपडी, हिब्रू भाषेतील एक जुनं पुस्तक. पिरॅमिड्सचं रहस्य उलगडणारी प्राचीन इजिप्तमधली हिरोग्लिफ्स. त्यांच्या आयुष्याचा मकसद तोच राहिला होता! या सगळ्यांच्या भ्रष्ट आवृत्त्या सगळीकडे सापडतात; पण त्यांना या सगळ्या दुर्मिळ ग्रंथांच्या मूळ आवृत्त्या हव्या होत्या. मला एकदा ते म्हणाले होते, ''इंदिरे, मला यातील एक आवृत्ती सापडू दे. पैशांची पर्वा नाही. मग...'' आजी थोड्याशा घुटमळल्या आणि म्हणाल्या,

''मग काय होईल हे त्यांनी मला कधीच सांगितलं नाही. मी पण कधी त्याचा विचार केला नाही. आम्हाला पैशांची कधीच ददात नव्हती. हे किंवा माझे दीर किंवा त्या दोघांचे बाप-माझे सासरे, काय व्यवसाय करतात, घरात पैसा कसा येतो, याची मला काही कल्पना नव्हती; पण सदैव अमाप पैसाअडका, अमाप संपत्ती आमच्या घरात असायची. माझ्या घरात नेसायच्या साड्याही गर्भरेशमी असायच्या. दागदागिने तर इतके होते की त्यातले काही काही नग तर मी अजूनही वापरलेले नाहीत.

''हे सगळं विकोपाला गेलं ते मामंजींची गाठ एका नाथपंथीय साधूशी पडली तेव्हा. तो नाथपंथी होता, हे त्याने आम्हाला सांगितलं एवढंच. नाथपंथीयांत प्रामुख्याने आढळून येणारं वैराग्य आणि अनासक्ती त्याच्यात नावालाही नव्हती. खाणंपिणं आणि बाकी इतर गोष्टींचा त्याला अनावर शौक होता. तो भेटल्यावर मामंजींच्या आणि त्याच्या या वाड्याच्या तिसऱ्या मजल्यावर तासन्तास बैठकी चालायच्या. त्यांचे काय बेत होते आणि कशाची तयारी चालली होत, याचा कोणालाही सुगावा नव्हता. मामंजी माझ्याशी एरवी मोकळेपणाने बोलत; पण या बाबतीत त्यांनी मलाही काही सांगितलं नाही.

''घरात इतके दिवस घडत नसलेल्या अनेक गोष्टी घडू लागल्या. अमावस्येला विधवेची पूजा. अष्टमीला घराच्या मुख्य दरवाज्यातल्या उंबरठ्याची पूजा. गावात हळूहळू बभ्रा होऊ लागला. वेळीअवेळी स्मशानात होणाऱ्या मामंजींच्या आणि साधूच्या चकरा. काय सांगायचं आणि काय नाही! पण आमचा पैसा आणि पारंपरिक इनामदारी या सगळ्यांना झेलण्याइतकी समर्थ होती.'' आजी एवढं बोलून थांबल्या.

अविचलची नजर नकळत समोर लावलेल्या एका मोठ्या तैलचित्राकडे गेली. पांढरा स्वच्छ वेश. लाल जरीकाठाचे पागोटे. बुद्धिमत्तेने लकाकणारे डोळे. भुवयांच्या मधोमध लावलेला बुक्क्याचा टिळा. नकळत त्याला काही धूसर दृश्यं दिसू लागली.

काही वर्षांपूर्वीची संध्याकाळ, माळरानावर सर्वत्र पसरलेल्या गवतावर उतरत्या सूर्याची किरणं पसरली आहेत. पावसाळा नुकताच उलटून गेला असल्याने गवत कमरेएवढं वाढलं आहे. आठ-नऊ वर्षांचा एक चुणचुणीत, नाकीडोळी नीटस मुलगा मेंढ्यांच्या कळपावर लक्ष देऊन आहे. तो एका पांढऱ्याशुभ्र कोकराशी खेळतो आहे. दूरवर धनगरांची पालं दिसताहेत.

त्या मुलाला गावाकडून येणाऱ्या वाटेवर एक आकृती दिसते. चालत चालत ती आकृती जवळ येते तेव्हा पांढऱ्यास्वच्छ पेहरावातला एक माणूस त्याला दिसतो. त्या माणसाच्या डोक्यावर तांबडे जरीकाठी पागोटे आहे. त्याच्या भुवयांमध्ये बुक्क्याचा टिळा आहे. तो माणूस जवळ येतो आणि तो मुलगा ज्या झाडाखाली बसला आहे, त्या झाडाखाली पसरलेल्या मुळांवर बसतो. क्षणभर उपरण्याने वारा घेतल्यानंतर तो आपल्या पिशवीतून एक लखलखीत घासलेला पितळी डबा काढतो. डबा उघडल्यानंतर बुंदीच्या लाडवांचा खमंग वास सुटतो.

आपल्या तोंडाला सुटलेला लाळेचा लोंढा आवरीत तो मुलगा डब्याकडे दुर्लक्ष करायचा प्रयत्न करतो. तो माणूस एक लाडू चवीचवीने खातो. मुलगा अजूनही त्याच्याकडे बघत नाही. मग तो माणूस आपला हात पुढे करतो. त्याच्या हातात एक पिवळाधमक लाडू असतो. मुलगा क्षणभर लाजतो. तो अजूनही लाडवाकडे बघत नाही. तो माणूस पुन्हा हात पुढे करतो. मोह लाजेवर मात करतो आणि तो मुलगा तो लाडू घेतो. पहिला घास घेतल्यानंतरच्या त्या मुलाच्या मनातल्या समाधानाच्या लहरी अविचलच्या मनात उमटतात.

तो माणूस त्या मुलाला काही विचारताना दिसतो.

त्या मुलाची मान काही वेळा होकारार्थी हलते. काही वेळा नकारार्थी. तो माणूस उठतो. आपलं उपरणं झटकतो. तो मुलगा विचार करतो. आपल्या कळपाकडे बघतो; पण अखेरीस कोणता तरी निर्णय घेतल्याप्रमाणे त्या माणसाच्या मागोमाग चालू लागतो. त्याचं लाडकं पांढरं कोकरू त्याच्या मागोमाग येऊ लागतं.

मुलगा थांबून त्या माणसाकडे बघतो. तो माणूस हसतो आणि हाताने खूण करतो. मुलगा समाधानाने त्या कोकराला उचलून घेतो. मग अविचलला दिसतो तो नदीकाठ. चालत चालत तो माणूस आणि मुलगा नदीकाठाला पोहोचले आहेत. उन्हं आणखीनच कलती झालेली आहेत. नदीच्या या भागात उन्हाळ्यातही न आटणारा डोह आहे. डोहाभोवतीची दाट झाडी संध्याकाळच्या वेळीसुद्धा अंधाराची पाठ सोडत नाही. पिंपळाखाली एक काळ्या कफनीतला माणूस बसला आहे. मुलगा थोडा घोटाळतो आहे; पण त्याच्याबरोबरचा माणूस त्याला बसण्याची खूण करतो. लाडवांचा डबा त्याच्यासमोर ठेवतो. मुलगा लाडू उचलतो. कफनीवाला मुलाला टिळा लावतो. गंमत म्हणून त्या कोकराच्याही कपाळाला शेंदराचा टिळा लावतो. मुलाला हसू फुटतं. ते दोघेही हसतात. त्या दोघांच्या नकळत मुलगा एक-दोन लाडू आपल्या बहिणीसाठी आणि आईसाठी आपल्या कोपरीच्या खिशात सोडतो. कफनीवाला मुलाला आणि कोकराला तेरड्याच्या लालभडक फुलांचा हार घालतो.

आणि मग अविचलला एकदम दिसते ती पिंपळावरून कर्कश कावकाव करत

उडणाऱ्या कावळ्यांची झुंड, लाडू सांडलेला डबा, रक्ताने भिजलेल्या कोपरीच्या खिशातला लाल लाडू, रात्री माळावर दिवट्यांच्या प्रकाशात शोध घेणारे धनगर... अविचलच्या अंगावर काटा फुलतो. "...यांचं चित्त मात्र ठिकाणावर नव्हतं. जे चाललंय ते ठीक नाही असं त्यांना वाटत होतं..." आजींच्या बोलण्याने अविचल पुन्हा भानावर आला.

"पण त्यांना त्यांच्या नशिबाने दिरांची साथ नव्हती. माझे दीर आपल्या संपत्तीची आणि त्या अनुषंगाने मिळणाऱ्या इतर कैक गोष्टींची मजा लुटण्यात मग्न होते. मामंजींना विचारायचा धीर यांच्यात नव्हता. या गोष्टी किती दिवस चालल्या असत्या हे माहीत नाही. मामंजींना हवं ते मिळालं की नाही, तेही माहीत नाही. "त्यांच्या आयुष्याच्या शेवटच्या दिवशी ते नेहमीप्रमाणे सायंकाळी फिरायला बाहेर पडले, त्यांच्या या हल्लीच्या जिवलग मित्राबरोबर त्या नाथपंथीय साधूबरोबर. पुन्हा कधी ते घरात परत आलेच नाहीत. त्या दिवशी खूप वेळ वाट पाहून शेवटी सर्व जण त्यांना शोधायला बाहेर पडले. भावजी मध्यरात्री घाबरेघुबरे होऊन आले. यांना बाजूला घेऊन त्यांनी यांना काहीतरी सांगितलं. दोघे त्याच पावली बाहेर पडले.

"ते दोघे परत आले ते पांढऱ्याफटक चेहऱ्यांनी. त्यांचे चेहरे घामाने डबडबले होते. मी वाटच पाहत होते. 'काय झालं? सापडले मामंजी?' मी विचारलं. त्यांच्या चेहऱ्यावरूनच मला काय झालं असावं ते कळत होतं. ते दोघेही विचारात मग्न होते. थोडा वेळ थांबून मी त्यांना विचारलं, 'विद्वांसांना बोलावलं का?' विद्वांस म्हणजे आमचे पुरोहित. बारशापासून बाराव्यापर्यंत सगळं बघणारे.

"यांनी मला हाताने थांबण्याची खूण केली. काही वेळाने थकलेल्या शरीराने आणि बधिर मनाने ते दोघं पुढच्या तयारीला लागले. बैलगाडीत कुदळ, फावडी, पाट्या, काही फडकी, दोन खतांची रिकामी पोती, घरात जेवढं होतं तेवढं मीठ लादून ते माझ्याशी चकार शब्द न बोलता परत बाहेर पडले. पहाटेच्या सुमारास ते परत आले. त्यांच्या कपड्यांवर मातीचे आणि काळसर लाल रंगाचे डाग होते. मी तापवून ठेवलेल्या पाण्याने त्यांनी अंघोळी केल्या, नवीन कपडे घातले आणि ते झोपून गेले." आजी सांगत होत्या.

हे जागे झाल्यानंतर मी त्यांना विचारलं, "आता पुढे काय?"

चमत्कारिक हसून ते म्हणाले, "पुढे काय? मोठाच प्रश्न आहे."

"विद्वांसांना बोलवायचं?"

"कशासाठी? जे काय उरलं होतं ते फावड्यांनी गोळा करून गेलंय पोत्यात. पोत्यातून शेतात. आता विद्वांस काय करणार आहे? तिरडीवर जाळायला आहेच काय?"

"त्या दिवसापासून माझ्या दिराचं पिणं प्रमाणाबाहेर जाऊ लागलं. यांना फक्त

एकच वेड लागलं होतं. आमच्या शेतात मध्यभागी त्यांनी तुळस लावायला सुरुवात केली. उभी पिकं कापून तुळस. त्या तुळशीला गंगाजलाचं पाणी. त्या जमिनीत तुळस सोडून जमिनीतून इतर काहीही वर आलं तर ते पार मुळासकट खणून काढत आणि शेकोटीत जाळून टाकत. अंगणातही त्यांनी सभोवताली तुळस लावली; पण इथली माती असली की एक रोप टिकायचं नाही. यांची जास्तच तगमग व्हायची.

"हे जे मी तुम्हाला सांगतेय ते आमच्या कुटुंबाशिवाय कोणालाच माहीत नाही. गावात अनेक अफवा होत्या; पण खरं काय ते कोणालाच माहीत नाही. मामंजी गेल्यानंतर, ती तिसऱ्या मजल्यावरची खोली आम्ही कायमची बंद केली. नंतर कालांतराने भावजीही कोणालाही न सांगता अचानक परागंदा झाले. यांचं वागणं अधिकाधिकच विचित्र व्हायला लागलं. तुळस पेरण्याबरोबरच रात्रंदिवस पूजापाठ, व्रतं, जपजाप्य. संसारात लक्ष नाही! त्यांना नेमकी कसली भीती वाटत होती हे मला शेवटपर्यंत कळलं नाही. मी अनेकदा त्यांना विचारायचा प्रयत्न केला; पण त्यांचं एकच उत्तर असायचं, 'बाबांनी जे काही पेरलं ते उगवलं. जे उगवलं त्याने बाबांचं काय केलं हे पाहिलं; पण तेही करून ते संपलं नसेल तर? अजून तुळस पेरायला पाहिजे. तो तुकडा सगळा तुळशीने भरला पाहिजे. अजून गंगाजल पाहिजे.' शेवटी तेही या घरातून बाहेर पडले. नर्मदा परिक्रमेला. त्यानंतर आजतागायत त्यांचा पत्ता नाही. त्यांच्या नावाने कुंकू लावते आहे खरी; पण ते आहेत का नाहीत याचीही खात्री नाही!

"हे गेल्यानंतर मला या गावात राहणं अशक्य झालं. अनेक वदंता उठायला लागल्या. गुराख्यांच्या पोरांना डोहात काळ्या कपड्यांचे तुकडे सापडले. डोहाकिनारी काही उपटून पडलेले केस आणि दात सापडले, अशा बातम्या कोणी कोणी देत असे. मुलाला घेऊन बाहेर पडले. माहेरी राहिले. मुलाचा अपमृत्यू झाला, सून माहेरी निघून गेली. तनयासारखी नक्षत्रासारखी नात मिळाली खरी; पण या घरात आल्यानंतर तीही असं वागायला लागली आहे! या घरात असं आहे तरी काय हेच कळेनासं झालंय मला!"

"या घराची रचनाच चमत्कारिक आहे. मुख्य दरवाजा दक्षिणेला, दाराच्या कमानीवर नेहमीच्या श्री गणेशाच्या प्रतिमेऐवजी कामाक्षी देवीचं यंत्र आहे, मुख्य दाराच्या दगडी उंबरठ्यावर कृष्णकदंबाची आकृती आहे. सर्व उपदिशांना जमिनीजवळ सर्पमुद्रा, वृश्चिक मुद्रा रेखाटलेले दगड आहेत. सर्व मुख्य दिशांना उलट्या कासवांची शिल्पं आहेत. वाड्याची दगडी भिंत एक बाजू नसलेला पंचकोन आहे."

"पण या साऱ्याचा अर्थ काय?"

"हा वाडा कोणत्या तरी वाममार्गी उपासनेसाठी बांधलेला असावा, असं मला वाटतंय!

“अगं बाई! मग आता?”

“आपल्याला तनयाला इथून हलवायला लागेल. अशा अपवित्र वास्तूत आपलं काम अधिकच अवघड होईल.”

“पण ते कसं शक्य आहे? गावातला एकही माणूस तिला एक मिनिट ठेवून घ्यायला तयार होणार नाही! तुम्ही पाठकांनाच विचारा. त्या फकिराचं काय झालं ठाऊक आहे ना तुम्हाला?”

“हो, पाठकांनी सांगितलंय मला. या अवस्थेत तिला कोठेही नेलं तर तिची रवानगी मनोरुग्णालयात होण्याची शक्यताच जास्त आहे, हेही मला मान्य आहे; पण तरीही मला हे ठिकाण या कर्माचारांसाठी योग्य वाटत नाही.”

थोडा वेळ विचार करून तो म्हणाला, “दुसरा काही पर्यायही दिसत नाही. ठीक आहे! जे काय करायचं ते इथेच करायला लागेल. थोडा जास्त वेळ लागेल एवढंच. मलाही इथे राहावं लागेल, माझं दिवसातलं काम या वास्तूत रात्री पुसून जायला नको. मी इथे राहिलो तर चालेल ना?”

“हा काय प्रश्न? तुम्ही एवढ्या लांबून आम्हाला मदत करायला आलात! जा, आताच सामान घेऊन या.”

“मी पाठकांना माझं सामान आणायला विनंती करतो आणि मग त्यांना घरी पाठवून देतो. मला त्यांचा या प्रकरणात सहभाग नको आहे. तो आहे सात्त्विक माणूस. कितीही नाही म्हटलं तरी यात सहभागी होणाऱ्यांना या अस्तित्वाचा त्रास होतोच. शिवाय दोन माणसांना संरक्षण देत देत या अपार्थिव अस्तित्वांचा बंदोबस्त करणं मलाही कठीण जाईल; कारण हे ठिकाण तर सगळ्या विपरीत कृत्यांसाठीच बनवलेलं दिसतंय!”

“मग कधी सुरुवात करणार?”

“उद्या. आज अमावस्या आहे.”

“आणि हे..हे.. उपचार किती दिवस चालू राहतील?”

“तसं काही खात्रीने सांगता येत नाही, आजी. या अस्तित्वांवर मात करणं हा एक प्रकारे हातचलाखीचा खेळ असतो. आम्ही वेगवेगळे मंत्र-तंत्र वापरतो, काही पवित्र गोष्टी वापरतो. काही संकेत, काही आचार वापरतो. या सर्वांचा उद्देश, फक्त ‘त्या’चे मन, वा जे काय ‘त्यां’च्यात असेल, ते विचलित करायचा असतो. ‘त्या’चे चित्त विचलित झाले की जो बाधित असतो त्याची मानसिक शक्ती प्रभावीपणे व्यक्त व्हायला मदत होते.

“बाधित माणसाचा अस्तित्वबाधेतून सुटण्याचा निर्धार आणि मानसिक सामर्थ्य हेच त्या अस्तित्वाचा पगडा उडवून देऊन मुक्त व्हायला कारणीभूत होतात. बहुतेक वेळा बाधानिवारण यशस्वी होते की नाही, हे बाधित माणसाच्या आत्मशक्तीवर

अवलंबून असतं. दुबळी मनं असलेले लोक बहुधा सुटत नाहीत! मग मांत्रिकाला दोष दिला जातो; पण मांत्रिकाची खरी भूमिका फक्त अस्तित्वाचं लक्ष विचलित करणं आणि त्या विधीत भाग घेणाऱ्या लोकांचं संरक्षण करणं एवढंच असतं. ते-ही न जमणारे अनेक कुडमुडे असतात. मग ते या झगड्यात हरतात.''

"तुम्ही कधी हरला आहात?''

"हरलो असतो तर मी इथे तुमच्यासमोर उभा नसतो! या लढ्यात जो हरतो तो सर्वार्थाने संपतो! तो मृतही नसतो आणि जिवंतही नसतो. त्याला ना मती ना गती. त्याचा जो स्वामी होईल त्याच्या मर्जीवर अनंत काळ नाचणे हीच त्याची नियती.''

प्रारंभ

दुपारी पाठकांनी अविचलचं जुजबीच असलेलं सामान आणून दिलं. पुढच्या कर्मकांडात सहभागी होण्यास अविचलने त्यांना ठाम नकार दिल्यावर ते थोडेसे नाराज झाले; पण अविचल आपल्या निर्धारावर ठाम राहिला. शेवटी कुरकुरत का होईना ते निघून गेले.

अविचलने त्याची पोतडी ओसरीतच ठेवली. बाहेर जाऊन एक गोल्डफ्लेक फुंकून आल्यानंतर तो अंगणात आला. आजी झोपाळ्यावर बसून वाती वळत होत्या.

अविचल काही क्षण अबोल राहिला. भर दुपारची वेळ असूनही वाड्यात अथांग शांतता होती. रात्रीच्या वेळी या शांततेला एक अनोखी खोली देणारे रातकिडेही शांत होते.

"या वेळी मी आणि तनया विविधभारती ऐकत असायचो. आता ते दिवस कधी येतील कुणास ठाऊक!" आजींनी वातींवरचं लक्ष विचलित न करता शांततेचा भंग केला.

"कोण जाणे? कदाचित पुढच्या आठवड्यात! आज अमावस्या आहे, नाहीतर आजच सुरुवात केली असती. प्रतिपदेला सुरुवात करायचा माझा विचार आहे; पण पूर्वतयारी म्हणून मला तुमच्या देवघरात थोडावेळ बसायचं होतं. तेच तुम्हाला विचारायला आलो होतो."

"या मामंजींनी बांधलेल्या वाड्यात देवघर असेल का? माझ्या लग्नानंतर इथे मंगळागौर, बोडण, काही काही झालं नाही. आमचं सगळं आयुष्यच वेगळं होतं." आजी किंचित खिन्न होऊन म्हणाल्या. अविचल म्हणाला,

"मग तुमचे हे पूजा वगैरे कुठे करायचे?"

"त्यांच्या खोलीत. तनयाच्या शेजारची खोली."

"मी तिथे जाऊ शकतो? माझ्या तयारीसाठी ते आवश्यक आहे."

"या वाड्यात तुम्ही कुठेही जाऊ शकता. तनयाला या त्रासातून सोडविण्याकरता

जे जे काही आवश्यक आहे ते ते करू शकता. या वाड्यात कोणत्याही खोलीला कुलूप नाही.''

"तिसऱ्या मजल्यावरच्या खोलीलाही?''

"ती खोलीही फक्त कडी लावलेली आहे; पण तुम्हाला तिथे जाण्याची काही आवश्यकता आहे असं मला वाटत नाही. तिथे जे काही असेल त्याची तुम्हाला तनयाला या त्रासातून मुक्त करायला नक्कीच मदत होणार नाही यावर विश्वास ठेवा.''

"पण मला जावंसं वाटलं तर? कोण जाणे कोणाची मदत कोणाला कधी कामाला येईल? मदत तर सोडाच; पण कधी कधी प्राणांतिक वैरही उपयोगाचं ठरतं, हा माझा अनुभव आहे. असं म्हटलंच आहे जे जे काय तुम्हाला ठार करत नाही ते ते तुम्हाला अधिकच ताकदवान बनवतं.'' *'एनिथिंग दॅट डज नॉट किल यू मेक्स यू ओन्ली स्ट्राँगर'* "अविचल, मी गावात राहत असेन; पण मी गावंढळ नाही. ते असो. माझी काहीही हरकत नाही; पण एकच सांगते. तिथली पुस्तकं चाळण्याचा किंवा वाचायचा विचार न केलास तर बरं. तिथे काय आहे हे मलाही माहीत नाही; पण जे माहीत नाही त्यात जास्त जिज्ञासा दाखवणंही फारसं शहाणपणाचं ठरत नाही.''

आजींनी नवीन वात वळायला मान खाली केली आणि तो विषय तिथेच संपवला.

अविचल दुसऱ्या मजल्यावर पोहोचला. तनयाच्या खोलीशेजारच्या खोलीमध्ये शिरला. या खोलीची रचनाही जवळ जवळ सारखीच होती. फक्त ही खोली मात्र धुळीने भरलेली होती. छतावर सगळीकडे कोळिष्टके लटकलेली होती. डाव्या बाजूला एक पलंग होता. उजव्या हाताला एक शिसवीचा देव्हारा होता. देव्हाऱ्यात फक्त एकच मूर्ती होती. विष्णूची, संगमरवरी. लावलेल्या कुंकवाचे आणि चंदनाचे पोपडे पडलेले होते. बहुधा इंदिराबाईंचे 'हे' गेल्यापासून इंदिराबाईंनी या खोलीत पाऊलसुद्धा ठेवलं नसावं. अविचलने सुस्कारा सोडला आणि बाहेर पडून त्याने परत खोलीला कडी लावली. त्या मजल्यावरच्या बाकीच्या खोल्या रिकाम्याच होत्या.

क्षणभर विचार करून त्याने तिसऱ्या मजल्याकडे मोर्चा वळविला. ती खोली प्रचंड होती. वरचा सगळा मजला त्याच खोलीने व्यापला होता. खोलीत अनेक शेल्फ्स हारीने लावली होती. ही खोली मात्र अगदी स्वच्छ होती. या खोलीची रोज झाडपूस होत असावी हे स्पष्ट कळत होतं. त्या खोलीत पाऊल ठेवू नये, अशी एक तीव्र इच्छा अविचलच्या मनात क्षणभर चमकून गेली. थोडा वेळ थांबून त्याने एक दीर्घ श्वास घेतला आणि खोलीत पाऊल टाकलं.

ती खोली म्हणजे एक प्रचंड ग्रंथालय होतं. त्या खोलीतलं प्रत्येक शेल्फ

पुस्तकांनी खचाखच भरलं होतं. संस्कृत, पाली, अर्धमागधी, मराठी, हिंदी आणि इतर अनेक विदेशी भाषांमधली पुस्तकं होती ती. प्रत्येक पुस्तक कृष्णविद्येला वाहिलेलं होतं. अविचलने मनास येईल ते पुस्तक काढून चाळायला सुरुवात केली; पण पुस्तकं चाळताना अविचल सावध होता. कोणत्याही पुस्तकाकडे तो डोळ्याच्या किनाऱ्याने बघत होता. अनेक मंत्र, अनेक आकृत्या, अनेक विधी, अविचललासुद्धा माहीत नसलेल्या अनेक गोष्टी त्या पुस्तकांना वरवर चाळताना दिसत होत्या. ही सर्व पुस्तकं निवांतपणे वाचायला मिळाली असती तर किती बरं झालं असतं, असं त्याला वाटून गेलं. दुसऱ्या बाजूची इतकी सखोल माहिती त्याला दुसरीकडे कोठे मिळणार होती?

खोलीच्या टोकाला एक दक्षिणेकडे उघडणारी प्रशस्त खिडकी होती. खिडकीसमोर एक जुन्या काळातली वेताची अतिशय आरामदायक खुर्ची होती. त्या खुर्चीत पांढरे-शुभ्र अभ्रे घातलेल्या रुईच्या कापसाच्या अतिशय गुबगुबीत गाद्या होत्या. त्या खुर्चीशेजारी एक शिसवीचे काळेभोर चकचकीत मेज होते. त्या मेजावर एक कोणत्यातरी अनामिक देवीची मूर्ती होती.

अविचल त्या खुर्चीवर विसावला. त्या खुर्चीत बसण्याचा मोह कदाचित फक्त स्मशानात राहणाऱ्या भगवान श्री शंकरांनाच झाला नसता. ती इतकी आरामशीर दिसत होती की, पाहणाऱ्या प्रत्येकाला जणू ती आवाहन करीत होती, "ये, बैस! जरा विसावा घे! आयुष्यातला धबडगा तर रोजचाच आहे."

समोरच्या मोकळ्या माळरानावरून थंडगार वारा येत होता. अविचलने मेजावरील ती मूर्ती हातात घेतली आणि तिचे निरीक्षण करायला सुरुवात केली. ती मूर्ती कोणत्यातरी अतिउग्र उपासकांचे दैवत असावी. गळ्यात रुंडमाळा, विकट हसणारे तोंड. चेहऱ्यावर दया, क्षमा, शांती ऐवजी कमालीचा क्रोध. मूर्ती हातात खेळवत अविचल थोडासा आणखी विसावला. अनेक असंगत विचारांचं भेंडोळं त्याच्या मनात उलगडू लागलं. कालांतराने अविचलला आपला हात गरम होत आहे याची जाणीव झाली. त्याने ती मूर्ती झट्कन खाली ठेवण्याचा प्रयत्न केला; पण त्याच्या हातातून ती सुटेना. त्याची बोटं मूर्तीभोवती अधिकच आवळली गेली. आपल्या हातापायातले त्राण जात आहे अशी त्याला जाणीव झाली.

त्याने पट्कन डाव्या हाताने आपल्या गळ्याभोवती टांगलेला जेरूसलेमचा क्रॉस काढला आणि तो आपल्या ओठांना लावला. त्याने आपलं विस्कटलेलं मन गोळा केलं. मूर्तीकडे लक्ष न देता त्याने आपल्या घरातल्या देवघरातली शंकराची पिंड डोळ्यांसमोर आणली. तिच्या समोर तेवणारा लामणदिवा. अगरबत्तीचा सुटलेला मंद वास. अविचल आपल्या मनाने त्या पिंडीसमोर बसला व त्या पिंडीची यथासांग पूजा करताना आपल्याला पाहू लागला. बघता बघता वीरमगढचे घर, ती खुर्ची,

दीक्षित, पाठक, सगळं काही विसरून अविचल त्या पूजेत मग्न झाला.

अचानक झालेल्या 'टण्ण' आवाजाने त्याची तंद्री भंगली. त्याने पाहिले तो, त्याच्या संवेदनाहीन बोटांतून ती मूर्ती घरंगळून गेल्याचं त्याने पाहिलं. डाव्या हाताने उजवा हात चोळत तो तसाच खुर्चीत बसून राहिला. थोड्या वेळाने त्याने घड्याळाकडे पाहिलं. त्याला धक्काच बसला! काटे चार तासांनी पुढे सरकले होते. त्याने पुस्तकं पाहण्यात फार तर पंधरा मिनिटे घालवली असावीत.

म्हणजे त्याच्या या पूजेत जवळजवळ साडेतीन तास गेले होते?

त्याने खांदे उडवले आणि तो खोलीबाहेर पडला.

तो खाली आला तेव्हा घरात शुकशुकाट होता. आजी बहुधा डुलकी काढत असाव्यात. त्याने पायात चपला सरकवल्या आणि तो घराबाहेर पडला. घराबाहेर पडल्यानंतर त्याला थोडं बरं वाटलं. त्याने एक गोल्डफ्लेक पेटवली आणि पाठकांच्या घरी आपला मोहरा वळवला.

चहा घेता घेता त्याने पाठकांना मघाचा अनुभव सांगितला. ते अविचलकडे काही क्षण थक्क होऊन बघतच राहिले. मग शहारून म्हणाले,

"बाप रे! त्या घरात अजून काय काय आहे काय माहीत? पण तू सुटलास तरी कसा?"

"पाठक, कधी कधी सापळ्यामध्ये जनावर नीट अडकत नाही. मग ते धडपड करून सुटतंच! कधी थोडंफार खरचटण्यावर निभावतं, कधी जन्मभरचं व्यंग घेऊन ते सुटतं. मी त्या घरात सर्व वेळ अतिशय सावध असतो. हा क्रॉसही माझ्या गळ्यामध्ये कायम असतो. तो जोपर्यंत माझ्या गळ्यात आहे तोपर्यंत अगदी टोकाचं काही घडणार नाही हे नक्की! या शक्ती नेहमी सावजाच्या मनातल्या भयावर फोफावत असतात. जसा त्यांचा पगडा वाढतो तसं भय वाढतं! भय वाढलं की त्यांची ताकद वाढते! मी माझं लक्ष मानसपूजेत व्यग्र केलं आणि त्या दुष्टचक्रातून मी सुटलो. झाला तो प्रकार मामुलीच होता. मी अशा अनेक सापळ्यांत अडकलो आणि सुटलो आहे."

"पण त्या घराबाबत तुला एवढं माहीत असून तू त्या ग्रंथालयात शिरलासच का?"

"ताकद पूर्ण वाढल्यानंतरही वजन उचलणारे रोज का वजन उचलत राहतात? आमच्यासारख्यांची तीच नेट प्रॅक्टिस असते, पाठक!" अविचल हसत म्हणाला. "जे झालं ते झालं! भूतकाळात गेलं. आज मी तुमच्याकडेच जेवून जाणार आहे. त्या घरात शक्यतो मला पाणीसुद्धा प्यायचं नाही. आता संध्याकाळी थोडा वेळ दत्ताश्रमात बसतो. माझी नित्यकर्मं करून घेतो."

अविचल वाड्यात परत आला तेव्हा रात्रीचे नऊ वाजून गेले होते. आजी ओसरीतच बसून होत्या. त्यांच्या चेहऱ्यावर काळजी स्पष्ट दिसत होती.

"गावात गेला होता वाटतं? कधी गेलात? इतका वेळ बघितलं नाही, त्यामुळे जरा काळजी वाटायला लागली होती."

"मी तर संध्याकाळीच बाहेर गेलो होतो. तसं मी तुम्हाला सांगण्याकरिता खालीही आलो होतो; पण कोणाची चाहूल लागली नाही, तेव्हा वाटलं तुम्हाला उगीचच त्रास देण्यापेक्षा आल्यानंतरच भेटावं."

"अरे, मग दुपारभर कोठे होतात?"

"वर तिसऱ्या मजल्यावर तुमचं ग्रंथालय बघत होतो."

"एवढा वेळ?"

"हो, इतक्या चमत्कारिक गोष्टी आहेत तिथे! वेळ कसा गेला ते समजलं नाही. मला सवडीने ते एकदा सगळं पुन्हा पाहायचं आहे. बघू, कधी जमतं ते."

"मी तर तिथे अजिबात वेळ काढत नाही. झाडायला जेवढा वेळ लागतो तेवढा मुश्किलीने काढते. त्या ग्रंथालयात मला अतिशय अस्वस्थ वाटतं."

"तो ग्रंथसंग्रह मौल्यवान आहे, आजी. सांभाळून ठेवा."

काही क्षण दोघेही काही बोलले नाहीत. अविचलने एक जोरदार आळस दिला आणि तो म्हणाला,

"चला, मी झोपतो आता. तनयाच्या खोली शेजारच्या खोलीत झोपतो. उद्या बरंच काम असणार आहे."

"आणि तुमचं जेवायचं काय?"

"मी रात्री कधी जेवतच नाही. एकभुक्त आहे मी."

"पण मी तर सगळा स्वयंपाक करून ठेवला होता."

"सॉरी, मी तुम्हाला सांगायला हवं होतं."

पुढे संभाषण जास्त न वाढवता अविचल तडक वरच्या मजल्यावर गेला. पलंगावरची धूळ झटकून त्याने बिछाना साफ केला. मग त्याने आपल्या पोतडीतून आदिम जल आणि आदिम भस्म आणि इतर काही गोष्टी काढल्या. सगळे गरजेचे संरक्षक उपचार करून झाल्यावर तो विष्णूच्या मूर्तीसमोर बसला आणि त्याने विष्णुसहस्त्रनामाचा जप चालू केला. मन थोडंसं एकाग्र होत होतं, नव्हतं तोच त्याने पुन्हा विहिरीमागे झालेला धबकऽऽ असा आवाज ऐकला. रात्रीचा रोजचा खेळ चालू झाला होता!

विष्णुसहस्त्रनामाची दोन आवर्तनं संपल्यानंतर तो दोन्ही हात डोक्याखाली घेऊन गादीवर आडवा पडला. आज रात्री त्याला झोप मिळण्याची शक्यता तशी कमीच होती. त्याने मन निर्विचार केलं आणि तो ध्यानात मग्न झाला. हळूहळू त्याची

पाचही ज्ञानेंद्रिये आत्ममग्न झाली. पिंपळाच्या पानावर तरंगणाऱ्या आदिम बाल्याप्रमाणे त्याचं मन पोकळीत तरंगत होतं.

शरीराला जाणवणाऱ्या कडाक्याच्या थंडीच्या जाणिवेने तो ध्यानातून चळला. खोलीत प्रचंड गारवा पसरला होता. खिडकीबाहेरचं चांदणं गोठलं होतं. दाराबाहेर काहीतरी घसटल्याचा आवाज येत होता.

अविचल आपल्या जागेरून हालला नाही. तो या अवकाशात सुरक्षित होता. काही तरी जळल्याचा अतिशय घृणास्पद वास येत होता. अविचलने टांगलेलं शुद्ध चांदीचं विंडचाइम मंजुळ आवाजात किणकिणायला लागलं. कोणीतरी जवळ आल्याची जाणीव ते करून देत होतं.

काही वेळाने अविचलच्या पायाशी पलंगावर कोणीतरी बसल्यासारखी गादी दबली गेली. अविचलने डोळे उघडून पाहिलं. एक वयस्कर दिसणारा माणूस अंगावर शाल घेऊन पाठमोरा बसला होता.

अविचल फक्त साक्षीभावाने सर्व काही पाहत होता. कोणत्याही घटनेच्या कार्यकारणभावाचा विचार करायला सुरुवात केली की डोक्यात विचारांचं मोहोळ फुटतं आणि मेंदू चाळवला की तो बेबस झालाच! त्या इसमाने मान वळवून अविचलकडे पाहिलं. ते अविचलचे मृत वडील होते!

अविचलच्या मनात त्याच्या वडिलांचे विचार उमटू लागले. "आपण नेहमी तिघे होतो. आता तिकडे आम्ही दोघेच. तूही इकडे एकटाच. तुला कोणी नाही. आम्हाला कोणी नाही. एवढा निष्ठुर कसा झालास अविचल? आमच्या चिता जळतानासुद्धा कोरड्या डोळ्यांनी उभा होतास! गेलेल्या आत्म्याला पिंडदानापेक्षाही आपल्या प्रिय माणसाचे अश्रूच, खाईपलीकडे घेऊन जातात. आम्ही अडकलो आहोत रे अविचल! तुझ्या पाषाणहृदयाने! तुझ्या अश्रूंची तहान आहे रे आम्हाला! रड! थोडा रड! आम्ही नाही, तर आमच्या आठवणी आठवून रड! मनसोक्त रड आणि इकडे ये. आम्ही तुझी वाट पाहत आहोत. अंगणात विहीर आहे. चल तिकडे, मार उडी. मग आपण पुन्हा एक होऊ. ये, अविचल ये!"

अविचलचं मन क्षणिक हेलावतं. बाप आणि मुलाचं नातं कधी साप-मुंगसाचं असतं तर कधी ते ताक-लोण्याचं असतं. ते प्रत्येक टप्प्यावर बदलत असतं. बघता बघता, मांडीवर खेळवलेला मुलगा एक दिवस बापाला सांगतो, "बाबा, टेन्शन घेऊ नका, मी आहे ना!" मग बाप-मुलाचं नातं उलटं होतं. आयुष्यभर ओढलेलं जू मुलाच्या समर्थ खांद्यावर सोडून बाप समाधानाने पुन्हा एक पोरकट मुलगा होतो आणि मुलाने केलेली आपली कानउघाडणी कौतुकाने ऐकतो. अविचलच्या मनात त्याच्या वडिलांच्या स्मृतींचं काहूर उठतं! दुर्दैवाने अविचल आपल्या बापाचा बाप होण्याआधीच पोरका झाला होता. त्याला आठवतं, त्याचे बाबा आणि तो तोरण्याच्या

ट्रेकला गेले होते. बाबांनी त्यांच्या वॉकमनवर लावलेलं आरडीचे गाणं - जीने का दिन मर जाने का मौसम... आजूबाजूला वाळलेलं गवत. लहानग्या हातात पकडलेला जगातला सर्वांत विश्वासू आणि सर्वांत सामर्थ्यशाली त्याच्या बाबांचा हात! अविचलला आता जाणवतं की कदाचित तो क्षण आपल्या आयुष्यातला सर्वांत आनंदाचा क्षण होता! अविचल मनाने पुन्हा त्या तोरण्याच्या अवघड चढणीवर पोहोचतो.

संतापलेले बाबा! टीव्ही बघता बघता घोरणारे बाबा! कामावरून दमून आल्यावरही, शाळेतून सायकलवरून घेऊन जाण्याकरता पावसात भिजत येणारे बाबा! अमाप संपत्ती असतानासुद्धा पायातल्या चपला भोके पडेपर्यंत वापरून आईच्या शिव्या खाणारे आणि हसणारे बाबा. तिकमिकले करून डोळ्यांत पाणी येईपर्यंत ओरपणारे बाबा. चोपडलेल्या पावडरचा वास येणारे बाबा. दाराशी मोगरा लावणारे बाबा, घरातून पाली हाकलणारे बाबा, पाडव्याला गुढी उभारणारे बाबा आणि फक्त बाबा!

अविचलच्या मनात काहूर उठतं आणि नकळत त्याच्या डोळ्यांतून अश्रू वाहत गालावरून खाली ओघळतात. पहिला अश्रू गादीवर पडतो न पडतो तोच पायाशी बसलेली ती आकृती विरघळल्यासारखी विरून जाते.

अविचल्या मनात संभ्रम उठला. हा केवळ भावनाविवशतेचा खेळ होता, का त्यापेक्षा या खेळाला काही खोल अर्थ होता? खरोखरच त्याच्या अश्रूंसाठी त्याचे आई-बाप व्याकूळले असतील? का हे फक्त या अवकाशाचं मायाजाल होतं? जे काय असेल ते असो, अविचलच्या कोणत्याही तंत्रमंत्रापेक्षा त्याच्या आतली सच्ची माणुसकी या गारुडाला भेदायला समर्थ ठरली होती. अविचलचे अश्रू पूर्णविराम ठरले. त्या रात्रीनंतर काहीच विशेष घडलं नाही. अविचल तान्ह्या मुलासारखा बिनधास्त झोपून गेला.

दुसऱ्या दिवशी उठल्यानंतर अविचलने त्याची सर्व आन्हिकं आटोपली. तो आता तनयाची बाधा घालविण्यासाठी सिद्ध झाला होता. तसे आजींना सांगण्यासाठी तो स्वयंपाकघरात पोहोचला. आजी भाजी चिरत बसल्या होत्या. अविचलने त्यांना सांगितलं, वेळ झाली आहे. त्यांचा हात क्षणभर थांबला.

"मी तुमच्याबरोबर आत येणार आहे. तुम्ही व्हा पुढे, मी आलेच." लगबगीने विळी बंद करत आजी म्हणाल्या.

अविचल तनयाच्या खोलीत शिरला.

पूर्वतयारी म्हणून त्याने तनयाच्या खाटेभोवती आदिम भस्माने पंचकोन रेखाटला. खोलीच्या दाराची चौकट आदिम जलाने भिजविली. तनयाचा चेहरा आदिम जलात भिजवलेल्या ओल्या फडक्याने पुसून त्याने तिच्या कपाळावर कुंकुमाने ओंकारमुद्रा रेखली. तिच्या तळहातावर आणि तळपायावर त्याने रक्तचंदनाने क्रॉस काढले.

तनया पूर्ण निश्चल राहून अविचल जे काय करत होता ते पाहत होती; पण

शेवटी तिच्या डोक्यावर त्याने आदिम पवित्र जलाची बाटली उपडी केली, तेव्हा अंगावर जणू ॲसिड पडले असावे अशी ती किंचाळू लागली.

तनयाच्या किंचाळण्याकडे दुर्लक्ष करीत तो पंचकोनाबाहेर बसला. त्याने आपल्या खांद्यावर हिरवे मखमली वस्त्र ओढले. पोतडीतून त्याने मोरपिसांचा कुंचला काढला. तनयाच्या डोक्यापासून पायापर्यंत त्याने तो फिरवला. काट्यांनी भरलेली फांदी रक्त काढत ओरखडत जात असावी अशा आकांताने तनया किंचाळू लागली. हात बांधलेले असल्याने ती खाटेवरूनच त्याच्या दिशेने लाथा झाडू लागली. त्याच्या दिशेने थुंकू लागली. अविचलच्या मागे दार उघडल्याचा आवाज येतो, बहुधा आजी आत आल्या असाव्यात.

"पंचकोनाच्या बाहेर बसा आणि आमच्या संभाषणाकडे लक्ष देऊ नका," त्याने पाठीमागे न बघता आजींना हलक्या आवाजात सूचना केली. तनयाच्या डोक्यावर अक्षता टाकून आपल्या पोतडीतून त्याने रोमन रिच्युअलची प्रत काढली आणि स्पष्ट आवाजात आणि शांत लयीत पुस्तकातले निवडक उतारे म्हणायला सुरुवात केली. तनया शांत बसली आणि ती संशयाने अविचलकडे रोखून पाहू लागली.

पुस्तकातले निवडक उतारे वाचल्यानंतर त्याने जेरुसलेमचा अतिप्राचीन क्रॉस तनयाच्या खाटेवर तिच्या अगदी जवळ ठेवला. तो क्रॉस ऑलिव्हच्या झाडाच्या लाकडापासून बनविला होता.

"तनयामध्ये जे काय आहे त्याच्याशी मी बोलतो आहे! त्याला या क्रॉसची भाक आहे! वेळीच जागा हो आणि चालता हो!"

तनयाचा आवाज बदलला. तिचा चेहराही किंचित उग्र आणि पुरुषी धाटणीचा होतो आहे असा अविचलला भास होतो.

"बच्चा आहेस तू, या लाकडाच्या तुकड्याने मी पळून जाईन? मूर्ख आहेस! तुला सांगतो, या माकडचेष्टा थांबव आणि आपला गाशा गुंडाळून चालता हो! आणि तू गं सटवे, थेरडे? तुला कधी अक्कल येणार? त्या फकिराचं मी काय केलं ते विसरलीस का?" आजीच्या रोखाने तनया फूत्कारली.

"बकवास बंद कर! तो लाकडाचा तुकडा आहे ना? मग जरा त्याला हात तरी लावून दाखव ना!" अविचल चढ्या आवाजात म्हणाला. तनयाने त्या क्रॉसकडे कमालीच्या घृणेने पाहिलं; पण त्याला स्पर्श करण्याची तिची तयारी होईना. समोर एखादा फणा काढलेला नाग असावा इतक्या भीतीने ती त्या क्रॉसकडे बघत होती.

"विश्वस्त त्राता त्रिकालज्ञाता त्राही माम। हे पवित्ररूप, पूर्णपुरुष, खलनिवारणार्थ तव सहाय्यम् इच्छाम्यहम। दुरितहराय, करुणासागराय, भूतगणनायकाय, नम:...." अविचलने हिरण्यगर्भ स्तोत्रपठणाला सुरुवात केली. त्याच्या हातात दूर्वांची एक हिरवीगार जुडी होती. प्रत्येक ओळीनंतर तो तनयाच्या अंगावर अक्षता उधळत होता.

लाखो मुंगळे डसल्याप्रमाणे ती विव्हळत होती.

स्तोत्र संपल्यानंतर त्याने ती दूर्वांची जुडी खाटेवर ठेवली. तनयाच्या अगदी जवळ ठेवली; पण या वेळी काही न बोलता त्याने आपलं मंत्रपठण चालू ठेवलं. तनयाची वळवळ वाढली होती; पण एवढ्या तडफडीमध्येही अविचलने भोवती ठेवलेल्या कोणत्याही वस्तूला आपला स्पर्श न होईल याची दक्षता ती घेत होती.

"जगन्माते असुरसंहारिके एषा तव बाला। तस्या: संरक्षणार्थ त्वम आवाहयामि...." अविचलने गद्य संस्कृतमधून प्रार्थना करायला सुरुवात केली.

"पाखंडी ऽऽऽ माझी ताकद माहीत नाही तुला. पाचोळ्यासारखा जाळून काढीन. पहिल्या वेळी नशिबाने सुटलास; पण प्रत्येक वेळी नशीब साथ देईल असं नाही."

कमालीच्या क्रोधाने तनया गरजली. तिचा चेहरा लालभडक झाला होता. गळ्याच्या शिरा दोरीसारख्या उठल्या होत्या.

'पहिल्या वेळी? म्हणजे हा कोणी पुराणा भिडू होता का काय?'

पण या विचारावर जास्त वेळ न थांबता अविचलने आपली काहीशी वेगळी गद्य प्रार्थना चालू ठेवली. त्याच्या गुरूंनी त्याला हा कानमंत्र मागेच दिला होता. स्तोत्रं, मंत्र, तंत्र वगैरे त्यांना चांगले माहीत असतात. जे अपेक्षित नसतं त्यानेच ही अमंगल रूपं गांगरून जातात. दुसऱ्यांची आंधळी नक्कल करण्यापेक्षा मनापासून बोललेलं आपल्या आराध्य दैवतांना जास्त भावतं, ही मनोभूमिकाही त्यामागे होतीच. अविचलने संस्कृतचं यथासांग अध्ययन केलं होतं. देवाला फक्त संस्कृत समजतं, या मूढ विचाराने नाही तर त्याच्या क्षेत्रात असलेलं अफाट वाङ्मय फक्त संस्कृतमध्ये होतं म्हणून. कोणत्याही रचनेचं भाषांतर झालं की मूळ विचार अस्पष्ट होतात, म्हणून कोणतीही रचना मुळातल्या भाषेत वाचणं गरजेचं आहे, ही त्याच्या गुरुजींची शिकवणही या मागे होती.

अविचलने केलेल्या काही आवर्तनांनंतर तनयाच्या चारी बाजूला पवित्र वस्तूंचा गराडा पडला होता. क्रॉस, दूर्वाजुडी, १०८ तुळसीपत्रं, ७८६ सब्जांची जुडी. तनया शक्य तितकं अंग चोरून मध्ये बसली होती. तनयाचं संपूर्ण शरीर आता काळसर निळं दिसू लागलं होतं. 'त्या'ची सगळी लसलसती भूक ओठात साकळल्याप्रमाणे तिचे ओठ मात्र लालबुंद दिसत होते.

"प्रत्येक आवर्तनानंतर ते मंडळ अधिकाधिक लहान होणार आहे. मग कोठे जातोस ते पाहू. आताच तुला त्यांची धग लागत असेल. अमंगल अस्तित्व! वेळीच जागा हो! आता जर ऐकलं नाहीस तर तुझा पूर्ण नि:पात केल्याशिवाय तुला सोडणार नाही." हात उंचावून अविचल गरजला.

त्याच्या नकळत हिरवी मखमली शाल त्याच्या खांद्यावरून गळून पडली होती.

तो तनयाकडे आपलं लक्ष एकवटून पाहत होता. क्षणभर तिच्या चेहऱ्यावरून आनंदाची लहर गेली होती का? तरीही त्याच्याकडे खुनशी नजरेने एकटक पाहत होती. तिच्या डोळ्यांच्या बाहुल्या हळूहळू लहान-मोठ्या होत आहेत आणि अविचलला भास झाला. क्षणभर त्याला हसू आलं. हे भंगड अस्तित्व त्याला मामुली दृष्टिबंधनामध्ये अडकवू पाहत होतं तर! ठीक आहे! हा प्रतिहल्ला परतवल्यानंतर पुढच्या आवर्तनाला सुरुवात करता येईल. मारण्यासाठी सापाला डिवचून मोकळ्या जागी आणणं गरजेचं होतं.

त्याने आपली नजर न हलवता आपल्या श्वासांवर मन एकाग्र केलं. कित्येक वर्षांच्या साधनेमुळे क्षणार्धात त्याचं मन एकाग्र झालं. तनयाच्या बाहुल्या सोडून खोलीतील सर्व वस्तू धूसर होत गेल्या. मन शून्य झालं. हे जे काही, ज्याने तनयाला झपाटलेलं होतं ते नक्कीच ताकदवान होतं. अविचलला जाणवत होतं, की भेडसावून, भुलवून, भ्रष्ट करून, येनकेन प्रकारेण त्याच्या मनावर काबू करण्यासाठी अतिशय उग्र हल्ला होत होता. तीव्र क्रोध, घृणा आणि विखाराच्या लाटा अविचलच्या मनावर आपटून परत जात होत्या; पण अविचल आपल्या ध्यानकवचात निर्लेप बसून होता.

कालांतराने अस्तित्वाचा जोर ओसरत चालला आहे, हे अविचलच्या अंतर्मनाला जाणवू लागलं. तनयाला काबूत ठेवून अविचलवर हल्ला करण्यात त्याची पुरती दमछाक होत होती. अविचलला त्याच्या क्षमतेचा अंदाज आला आणि त्याचं मन उल्हसित झालं.

आता ते दमलं असतानाच प्रतिहल्ला चढवणं भाग होतं. अविचलने प्रथम तनयाच्या मनाला आवाहन केलं. तनयाच्या अजूनही कोठेतरी टिकून असलेल्या स्वत्वाच्या जाणिवेने अविचलला ओ दिली.

'आजी कोठे आहे?' असे काहीसे भाव अविचलच्या मनात उमटून गेले. हा संवाद मनाच्या पातळीवर चालू राहिला.

''आजीला मला सोडवायला सांगा! मला खूप यातना होत आहेत.''

''आम्ही तुला सोडवणारच आहोत. आजी आणि मी एकत्रच आहोत. तुझ्या यातना कमी व्हायला हव्या आहेत?''

''हो! हो!!!''

''मग मी सांगतो ते ऐक! तुझं फक्त बाह्यमन व्यापलेलं आहे. जी खरी तू आहेस ती तशीच आत आहेस. अभंग आणि अमर! भोवती अमर्याद पसरलेलं निळं पाणी आहे. एका मोठ्या होडीत तू बसली आहेस. होडी वर-खाली होते आहे. तुला पाळण्यात बसल्यासारखं वाटत आहे. डोळ्यांवर झोप येतेय! होडी मंद मंद हलतेय. पापण्या जड होताहेत. मंद वारा सुटला आहे. संधिप्रकाश तांबूस किरणांनी तुला

आपल्या उबदार हातात घेतो आहे. श्रमांनी शरीर थकलं आहे. झोप येते आहे. गाढ... प्रगाढ झोप, होडी हलते आहे... निश्चिंत मनाने झोप... माझं नाव अविचल. म्हणजे कधीही न ढळणारा. कधीही न ढळणारा.... कधीही न ढळणारा...

"हे वाक्य परत माझ्या तोंडून ऐकल्याशिवाय तुझी झोप भंग होणार नाही! बाहेर कितीही ढवळाढवळ झाली तरी ते मायाळू पाणी शांतच राहणार आहे. होडी मंद मंद हलणारच आहे. हा संधिप्रकाश कधीच ढळणार नाही. माझं वचन मी कधी मोडणार नाही. माझं नाव अविचल. म्हणजे कधीही न ढळणारा. कधीही न ढळणारा... कधीही न ढळणारा..."

हळूहळू तनयाचा आक्रोश क्षीण होत गेला आणि अविचलच्या मनात पुन्हा एकदा शांती पसरली. अविचल क्षणभर मनात सैलावला. आता त्या अस्तित्वाकडे बघता येईल. तनया आता मोहनिद्रेच्या कोशात काही काळ तरी सुखरूप होती. त्यालाही आता विश्रांतीची गरज होती. किती वेळ गेला होता कोण जाणे.

"या नरमुंडहारमंडीत कृष्णवदना सकल जगत माता कामाख्यदेव्यै: नमोस्तुते!"

जारण मंत्रापूर्वीचे हे सगळ्या वाममार्गी लोकांचे जणू गायत्री मंत्र असलेले कामाक्षी स्तोत्र खणखणीत आवाजात अविचलच्या कानात शिरलं. तो चमकला, कमालीच्या एकाग्र झालेल्या मनाला पुन्हा खोलीच्या अवकाशात आणायला अविचलला काही सेकंद तरी लागले असावेत. त्याने मान वळवून आजींकडे बघितलं. काळा टिळा लावलेल्या, काळा मळवट भरलेल्या 'आजी' उच्चरवात जारण मंत्र म्हणत होत्या. त्यांचे केस मोकळे होते. त्यांच्या चेहऱ्यावरचं मार्दव जाऊन उग्र तेज झळकत होतं. तव्यावर वाटाणे पडावेत तसा त्यांचा आवाज टणटणीत होता. त्यांच्या समोर गुलालाने माखलेले भाताचे गोळे होते. त्या गोळ्यांवर काळ्या तिळाच्या आहुती होत्या. त्यांनी अविचलवर काळे तीळ आणि बिब्बे फेकले.

हे काय चाललं होतं? मघाशी त्या जेव्हा आत आल्या त्या वेळी त्यांच्याकडे अविचलची पाठ असल्यामुळे मागे आजी काय करत होत्या याचा अविचलला पत्ताही लागला नव्हता.

"वेताळाय नम:। तीव्राय नम:। तमनायकाय नम:।" असं म्हणत त्यांनी मद्याने भरलेल्या उलट्या वलयाच्या शंखातून धार ओतून विचमन केलं आणि जारण मंत्राच्या पठणाला त्यांनी सुरुवात केली. जारण मंत्राच्या जबर तडाख्याखाली अविचलचं मन होलपटलं. खोल भोवऱ्यात सापडल्याप्रमाणे अविचलचं मन चोळामोळा होण्यापूर्वी त्याच्या मनात लख्ख प्रकाश पडला. तनयाचं झपाटणं म्हणजे फक्त आमिष होतं! खरं सावज तर तोच होता. त्याचं मन पूर्ण असंरक्षित आणि बेसावध असताना त्याच्यावर जारण जागवता यावं म्हणून हा सर्व खेळ काळजीपूर्वक आखला गेला होता. तनयाचं संरक्षण करताना जेव्हा त्याच्या शक्ती पूर्णपणे एका

दिशेने एकवटल्या गेल्या होत्या, त्या वेळी त्याच्यावर हल्ला करण्याचा हा कावा भ्याडपणाचा होता यात शंकाच नव्हती! पण वाममार्गात योग्य काय आणि अयोग्य तरी काय?

आपल्या सासऱ्यांकडून 'आजींनी' दीक्षा घेतली असावी. अविचलला वश करून त्याच्या शक्ती आणि सिद्धी त्या थेरडीला तिच्या अकल्पनीय उद्दिष्टांकरिता वापरायच्या होत्या हे नक्की; पण कारण नसताना त्याचे गुरू आता यात ओढले जाणार. भैरव काय करत असेल? कॅस्परचं काय होईल? ते पाक हरिवस्त्र पडल्यावर माझं दुर्लक्ष झालं तेच नडलं, असे अनेक विचार अविचलच्या मनात घरंगळत घरंगळत शून्यत्वाला पोहोचले.

पुन्हा एकदा

दारावरची कडी वाजली तेव्हा पाठक वामकुक्षी करत होते. त्यांनी चडफडत उठून दार उघडलं. त्यांच्या झोपेने पछाडलेल्या किलकिलत्या डोळ्यांना एक साडेसहा फूट उंचीचा एक धट्टाकट्टा माणूस दिसला. त्याच्या मागे तांबड्या धुळीने माखलेली एक आलिशान गाडी होती.

"माझं नाव भैरव. मी अविचलचा मित्र. दोन दिवस त्याची काही खबरबात नाही म्हणून मी बघायला आलो."

"हो, ते खरं आहे; पण आत्ता तर अविचलला दीक्षितांकडे राहायला जाऊन तीन-चारच दिवस झालेत. त्याच्या कामाला दहा-पंधरा दिवससुद्धा लागू शकतील, असं तो म्हणाला होता."

"माझ्याशी कसलाही संपर्क न करता अविचल असा दोन दिवस राहणारच नाही. त्याने मला सांगितलं होतं, लागोपाठ दोन दिवस माझा फोन आला नाही तर बघायला ये! काहीतरी अघटित घडलंय हे नक्की. कमीत कमी तिथे जाऊन काय चाललंय ते तरी आपल्याला पाहायला हवं."

"अहो, पण त्याने मला बजावलं आहे की तिकडे फिरकायचंसुद्धा नाही."

"मी तुम्हाला दोष देत नाही. तुम्ही त्याचं ऐकलंत ते योग्यच केलंत. आता मला जे काय करायचं आहे ते करणं मला भाग आहे. चला जाऊ या. वेळ दवडून चालायचं नाही. त्या मुलीला कुठं ठेवलंय?"

"दुसऱ्या मजल्यावरच्या पहिल्या खोलीत."

"चला तर मग, बसा गाडीत."

दीक्षितआजींनी दरवाजा उघडला तेव्हा त्यांची मुद्रा मागच्या वेळेपेक्षा अधिकच म्लान झाली होती.

"बघा ना हो..." त्यांनी बोलायला सुरुवात केली.

भैरव त्यांचे वाक्य पूर्ण होईपर्यंतही थांबला नाही. त्यांना हलकेच बाजूला सारून

कोणत्याही आमंत्रणाची वाट न बघता तो दुसऱ्या मजल्यावर धावला. पाठक अचंबित होऊन बघाताहेत तोपर्यंत आजी विशीतल्या तरुणीच्या चपळाईने त्याच्या मागे धावल्या.

"ए जंगली माणसा, मागे फिर! काही रीतभात आहे का नाही तुला?" त्या कर्कश आवाजात करवादल्या. पाठक चमकून आजींकडे पाहू लागले; पण आजी भैरवच्या पाठोपाठ जात होत्या. त्यांचं पाठकांकडे लक्षही नव्हतं. भैरव तोपर्यंत दुसऱ्या मजल्यावर पोहोचला होता. पहिल्या खोलीला कुलूप होतं. भैरवने धाड्कन लाथ मारून ते दार तोडलं. आजी किंचाळत त्याच्या अंगाशी झोंबत होत्या. "एक मिनिट माझ्याकडे पाहा, मी सांगते तुला, एक मिनिट माझ्याकडे पाहा. बघ माझ्याकडे, बघ!"

भैरवने कैक वर्षं अविचलबरोबर काढली होती. अविचल दिसल्याशिवाय तो कोणावरही विश्वास ठेवणार नव्हता. त्याने एक हलका झटका दिला आणि आजी भिंतीवर आदळल्या. तोपर्यंत धापा टाकत पाठकही खोलीत पोहोचले होते. खोलीतलं दृश्य पाहून ते अवाक् झाले. तनया खाटेवर तशीच बसून होती. आता तर ती आणखीनच खप्पड आणि उग्र वाटत होती. तिचा जगाशी जो काय थोडा संपर्क होता तोही तुटल्यासारखा वाटत होता. कोणताही सूर-ताल नसलेले काही शब्द बरळत बरळत ती गोलाकार डुलत होती.

तिच्या आजूबाजूला खाटेला एक क्रॉस, एक हिरवीगार दूर्वांची जुडी, एक रुद्राक्ष, तुळशीपत्रं, सब्जा अशा अनेक वस्तू पडल्या होत्या. कोपऱ्यात एक मलिन कापडासारखा दिसणारा ढिगारा पडला होता. जमिनीवर एक हिरवं वस्त्र पडलं होतं.

परंतु भैरवचं लक्ष बाकी कशाकडेच नव्हतं. त्याने सर्वप्रथम त्या हिरव्या वस्त्रावर झडप घातली आणि ते आपल्या अंगाभोवती लपेटलं. त्यानंतर त्याने अविचल कोठे आहे याचा शोध घेण्यासाठी सभोवार नजर टाकली. कोपऱ्यात पडलेल्या कापडाच्या ढिगाकडे त्याचं लक्ष गेले तेव्हा तो चरकला. तो अविचलच होता. दोन ढांगांत तो त्या कोपऱ्यात गेला आणि खाली वाकून त्याने अविचलला उचललं. पाक हरितवस्त्राचा एक वेढा त्याने अविचलभोवतीही लपेटला.

पाठक क्षणभर घुटमळले; कारण आजी दारातच उभ्या होत्या. त्यांचा चेहरा कोरडा होता; पण डोळे मात्र आग ओकत होते. भैरव पाठकांना बाजूला सारून दाराशी पोहोचला आणि त्याने निग्रहाने आजींना बाजूला सारलं. पाठकांना हाताला धरून बघता बघता तो वाड्याच्या दिंडी दरवाज्याबाहेर पडला.

त्याने अविचलला गाडीत ठेवलं आणि मगच श्वास घेण्यासाठी तो क्षणभर थांबला. एव्हाना आजी सावकाश चालीने खाली आल्या होत्या. त्यांच्या चेहऱ्यावर प्रचंड आत्मविश्वास होता. "त्याला कोठे घेऊन चालला आहेस ते जा. जे करायचंय

ते कर. त्याला माझ्याकडेच परत घेऊन यायला लागेल ही काळ्या दगडावरची रेघ आहे.'' त्या ठाम आणि शांत आवाजात म्हणाल्या.

कोणत्याही शिव्याशापांपेक्षा त्यांचा शांत आवाजच त्यांच्या आत्मविश्वासाची खात्री देत होता.

''तो आता प्रेतवत् आहे. माझ्या जारणाने माझ्या ताब्यात आहे. भाजीपाल्यासारखा झालाय तो. माझ्या मर्जीशिवाय श्वाचोच्छ्वासांसारख्या अनैच्छिक क्रियांशिवाय तो बाकी काहीही करू शकणार नाही. मला जे साध्य करायचं आहे ते केल्याशिवाय मी त्याला अन्नपाणीही घेऊ देणार नाही. बोलणंचालणं तर दूरच.''

उत्तरादाखल भैरवने क्रूझ चालू केली. मग तिने स्वर बदलला.

''अरे, काय हा हटवादीपणा करतो आहेस? दे सोडून त्याला! त्याचा आता कोणाला काही उपयोग नाही. तू त्याला सोडून दिलंस तर तुला काय हवं ते देईन. अपार पैसा, पाहिजे ती वस्तू.''

भैरवने क्रूझ गिअरमध्ये टाकली.

''ठीक आहे तर मग! आता पुढच्या परिणामांना तयार राहा. इंद्राय स्वाहा. तक्षकाय स्वाहा. कारण नसताना तुमचाही यात बळी जाणार हे नक्की. तुम्हाला हा पोरखेळ वाटत असेल; पण ही कोणत्यातरी गावंढ्या गावातली मामुली देवदेवस्की नाही. तुम्ही फार खोल पाण्यात पाय टाकला आहेत. अविचलसारखा माणूस इतका हातोहात अडकला यातच काय ते समजा.''

तिच्या तोंडावर धूर सोडून क्रूझ निघाली.

कोडे

क्रूझ चालविताना भैरव खोल विचारात गढला होता. पाठकही दीक्षितबाईंच्या धमकीने घाबरले असावेत. गाडीत सुन्न शांतता पसरली होती. पाठकांच्या घरापाशी आल्यानंतर क्रूझ थांबली; पण गाडीतून खाली न उतरता पाठक तसेच विचारमग्न बसून राहिले होते.

"काय गंमत आहे पाहा, या बाईच्या भल्यासाठी मी अविचलला गळ घालून इतक्या लांबून बोलावून घेतलं आणि ती आता त्याच्याच जिवावर उठली आहे. कोणाचं भलं करण्याचीदेखील सोय राहिलेली नाही."

"होतं असं कधी कधी पाठक; पण असली नमुनेदार माणसं फार थोडी असतात हे आपलं नशीबच म्हणायचं. तुम्हाला तरी असं काही होईल याची कल्पना होती का? काळजी करू नका. यातून नक्की काहीतरी मार्ग निघेल."

"तुम्ही म्हणता ते जरी खरं असलं तरी अविचल माझ्या भोचकपणामुळे निष्कारण गोत्यात आला याचंच मला वाईट वाटतं आणि त्यातून त्या बाईचा थंडपणा पाहून आणखीच थरकाप उडतो. तिच्या तावडीतून अविचल आता सुटत नाही याची तिला खात्री आहे असं दिसतंय."

"अविचल काही एकटा नाही, पाठक. त्याच्यामागे त्याचे गुरू आहेत. अवघा पंथ आहे. शिवाय आपल्या हातात एक हुकमी एक्का आहे. बाईने ते काय जारण-फारण केलं असं ती म्हणत होती, तरी आपण अविचलला त्या घरातून बाहेर काढू शकलो हेच काय कमी आहे? तो कदाचित तिच्या बंधनात राहीलही; पण त्याच्याकडून ती भलतंसलतं तर काही करवून घेऊ शकणार नाही. तो त्या घरात जर अजून काही दिवस राहिला असता तर मात्र कठीण झालं असतं."

"मी अविचलला या प्रकरणात लोटलं, आता ते निस्तरेपर्यंत त्याची जबाबदारी माझ्याकडे आहे. तुम्ही पुढचे काही दिवस इथेच राहा. त्याला शहरात नेऊ नका. काही मार्ग सापडतोय का पाहू या. माझ्या ओळखीच्या या क्षेत्रातील काही अधिकारी

व्यक्ती आहेत. आपण त्यांना भेटू या. ते काय सांगतात ते पाहू या.''

अविचलचा बंदोबस्त देवळाच्या बाहेर असलेल्या एका छोट्या खोलीत केला गेला. त्याला एका जड पलंगावर ठेवून त्याचे हात-पाय बांधून ठेवले होते. पाठकांनी देवळातल्या अंगाऱ्याने अविचलच्या भोवती मंडल काढलं. अविचलला एकटं सोडून चालणार नव्हतं, म्हणून भैरवने आपला बिछाना पलंगाच्या पायथ्याशी घातला होता. तासातासाने तो अविचलचं तोंड बळजबरीने उघडून चिमूट चिमूट पिठीसाखर सोडत होता. काही तास थांबूनही अविचलच्या स्थितीमध्ये काही फरक नाही, हे पाहून ते दोघेही जरा घाबरले होते.

पाठकांच्या पत्नीने रात्रीच्या जेवणात साधाच बेत ठेवला होता. गरम गरम धपाटे, त्यावर वितळणारं लोणी, माइनमुळ्याचं लोणचं, फोडणीचा भात आणि कढी. त्यांनी खोलीच्याच दारात पंगत मांडली. जेवताना भैरव आपल्याच विचारात मग्न होता. थोड्या वेळाने तो म्हणाला,

''अविचलच्या गुरूंना फोन करावा लागणार असं दिसतंय.''

''पण मग फोन करायला काय हरकत आहे?''

''मला एकच भीती आहे, त्याला त्याच्या गुरूंकडून आता मदत घ्यावी लागली, तर त्याच्या आत्मविश्वासाला तडा पोहोचेल. पुढच्या प्रत्येक वेळी त्याला आपल्या क्षमतेबद्दल शंका येत राहील. तसं झालं तर तो संपलाच.

''कारण आत्मविश्वास गमावलेला माणूस या प्रांतात क्षणभरही टिकाव धरू शकणार नाही, असं अविचलच अनेकदा म्हणतो. शिवाय अविचल महाडोकेबाज आहे. मला खात्री आहे, त्याच्याकडे या समस्येचा तोडगा असणारच.''

''तो तोडगा त्याच्याकडे असेल किंवा नसेल. जरी समजा असला, तरी आपण त्याच्याशी संपर्क कसा साधणार? त्याच्या नजरेत तर ओळखीचेसुद्धा भाव नाहीत.'' पाठकांनी विचारलं.

''त्याबद्दलच मी गाडी चालविताना विचार करीत होतो. ती काय म्हणाली ते ऐकलंत ना? श्वास घेणं, पचन, रक्ताभिसरण यासारख्या त्याच्या अनैच्छिक क्रिया ती थांबवू शकत नाही.''

''बरोबर.''

''या सगळ्या क्रिया अंतर्मनाच्या नियंत्रणाखाली असतात. त्याअर्थी त्याचं अंतर्मन नक्कीच तिच्या जारणाफारणातून मुक्त असणार? तुम्हाला काय वाटतं?''

''तुम्ही म्हणताय ते बरोबर असावं असं वाटतं खरं; पण जरी ते खरं असलं तरी आपण काय करू शकतो?''

''स्वयंलिखाण! आपण स्वयंलिखाणाचा प्रयोग करू शकतो!''

''ते काय असतं?''

"असं म्हणतात की अंतर्मनातले सुप्त विचार प्रकट करण्याचं ते एक प्रभावी साधन आहे. ज्याला आपल्या बाह्यमनाच्या पगड्यातून अंतर्मनात दडपलेल्या आशा, आकांक्षा, विचार आणि निराशांचे झरे मोकळे करायचे आहेत त्याने आपलं मन निर्विकार करण्याचा प्रयत्न करायचा. एक पेन्सिल आपल्या बोटांत अलगद धरून ठेवायची.

"काही अवधीनंतर आपोआप हात हलू लागतात. अक्षरं उमटू लागतात. काय लिहिलं जातंय याची बाह्यमनाला अंधूकशीही कल्पना नसते. अंतर्मनातल्या प्रवाहांना पृष्ठभागावर आणण्याकरिता हा स्वयंलिखाणाचा प्रयोग वापरला जातो, असं मी ऐकलं आहे, वाचलं आहे.''

"पण त्याच्या सध्याच्या या अवस्थेत अविचल हे करू शकेल?''

"अविचल काहीही करू शकणार नाही, अविचलचं अंतर्मन आपल्याशी संपर्क साधण्याचा नक्कीच काहीतरी प्रयत्न करत असणार! निदान आपल्याला प्रयत्न करायला काय हरकत आहे? नाहीतरी आपण रात्री-अपरात्री त्याच्या गुरुजींना थोडाच फोन करू शकतो? जास्तीत जास्त काय होईल? एक कोरा कागद फुकट जाईल. नाहीच जमलं तर उद्या फोन करायचा हे ठरलेलंच आहे.''

"ठीक आहे. उद्या सकाळी प्रयत्न करून बघू या.'' जांभई देत पाठक म्हणाले.

"उद्यापर्यंत कशासाठी थांबायचं? उद्या काय परिस्थिती असेल कोण जाणे?''

पाठक थोड्याच वेळात पॅड, कागद आणि बॉलपॉइंट पेन घेऊन आले.

ते दोघं अविचलच्या खोलीत शिरले. अविचलला बसतं करून त्यांनी त्याच्या मांडीवर पॅड ठेवलं; पण पेन अविचलच्या संवेदनाहीन बोटांतून गळून पडत होतं. थोडा वेळ हताश होऊन एकमेकांकडे पाहिल्यानंतर पाठकांनी त्यांचं डोकं वापरलं आणि अविचलची तिन्ही बोटं आणि पेन मिळून चिकटपट्टी बांधून ठेवली.

"करू दे आता त्याच्या अंतर्मनाला काम!'' ते दोघे आपल्या डोकेबाजपणाला दाद देत समाधानाने म्हणाले आणि खोलीबाहेर निघाले. ते दारापर्यंत पोहोचले असतील नसतील, तेवढ्यात पाठीमागून आलेल्या कुर्रऽकुई आवाजाने ते दारातच थबकले. त्यांनी मागे वळून पाहिलं. पेन कागदावर झराझरा वाहत होतं. अविचलचं अक्षर, तो पूर्ण भानावर असतानासुद्धा, डॉक्टर्सच्या वरताण असायचं, त्यामुळे पहिलं वाक्य वाचायलाच दहा मिनिटं लागली.

ते वाक्य होतं, "ज्यल हा कपना सुचलो तो ऊंगस्थूंग पेशा थोर आहे.''

"तो मला आइनस्टाईनपेक्षा थोर म्हणतो,'' भैरव अभिमानाने म्हणाला.

"त्याला थँक्स कसं म्हणू मी?'' भैरव विचार करत म्हणाला.

पुन्हा कागदावर पेन झरझरले.

"गटवा एकाणा आयछी कनसता. मलू आयकू येता.''

"त्याला म्हणायचंय की ऐकणं ही काही ऐच्छिक क्रिया नाही त्यामुळे त्याला ऐकू येतं आहे.'' पाठक धोरणीपणाने पहिल्या शब्दाचा अर्थ गाळून म्हणाले.

अविचलबरोबरचा त्यांचा हा विचित्र संवाद रात्री दोनपर्यंत चालला होता.

अविचलचं शेवटचं वाक्य होतं, 'रात्रभर मला पुन्हा बांधून ठेवा आणि खोलीला पुन्हा कुलूप लावा.'

वाटाघाटी

सकाळी नऊ वाजण्याच्या सुमारास वाड्याच्या दाराची वाजलेली कडी ऐकून दीक्षितबाईने दार उघडलं. दारात भैरव आणि पाठकांना बघून तिला काडीचंही आश्चर्य वाटलं नाही. कारकडे बघत ती म्हणाली "त्याला घेऊन आलात तर? तुम्ही येणार हे नक्की होतं! फक्त एवढ्या लवकर याल असं वाटलं नव्हतं."

"त्याला आज तर आणलं नाहीच आणि पुढेही कधी आणणार नाही. मग त्याचं काहीही जरी झालं तरी बेहत्तर." भैरव म्हणाला. "मग माझ्या दारात कशाला आला आहात? त्याला सोडून द्या म्हणून विनवणी करायला? माझ्या माणुसकीला भीड घालण्यासाठी? तसं जर असेल, तर ते कदापिही होणार नाही. त्याची आशाच सोडून द्या. विनाकारण माझा आणि तुमचा वेळ वाया घालवू नका," दीक्षितबाई फणकाऱ्याने म्हणाली.

"विनवणी नाही, वाटाघाटी!"

"वाटाघाटी करायला? वाटाघाटी करायला तुझ्याकडे आहे तरी काय?"

"माझ्याकडे काही नाही! जे आहे ते तुझ्याकडेच आहे! तनया! अविचलने परवा तिला मोहनिद्रेत बद्ध केलं आहे. अविचलशिवाय तिला आता कोणीही जागवू शकत नाही. त्यातून गेले कित्येक महिने ती हा त्रास सोसते आहे. गेले तीन दिवस तिनं काही खाल्लंप्यायलेलंही नसेल. आणखी किती दिवस हा त्रास ती सोसू शकेल? तेव्हा आपल्यापुढे हे त्रांगडं सोडवण्याचा एकच मार्ग आहे. तू अविचलला सोड, मग अविचल तिला मुक्त करेल."

"तुम्ही गावातल्या कोणत्यातरी कुडमुड्याकडे गेलेले दिसताय! कोणाकडे गेला होतात? पल्ली? का चंडी? तुम्हाला यातली किती माहिती आहे? पल्ली आणि चंडी तर फक्त हातचलाखी करणारे पाखंडी आहेत. ते काय तुम्हाला मदत करणार? ते तुम्हाला खोट्या आशा दाखवून पैसे उकळतील; पण इकडे अविचलची अवस्था मात्र दिवसेंदिवस आणखीच गंभीर होत जाईल."

"आम्हाला कोणी काही सांगितलं नाही. आम्ही कोणाकडे गेलोही नाही. अविचल असताना आम्हाला कोणाचीही गरज नाही."

बाईच्या चेहऱ्यावर हास्याची एक बारीक लहर पसरली.

"अविचल बोलला वाटतं तुमच्याशी? फारच उत्तम! मग माझ्याकडे यायचं काय कारण? तुमच्या चालत्याबोलत्या अविचलला घेऊन जा, जिकडे जायचं असेल तिकडे."

भैरव तिच्या तिरकस बोलण्याकडे लक्ष न देता शांतपणे म्हणाला, "अविचल बोलला नाही. बोलणं हा संवादासाठी असलेल्या अनेक मार्गांपैकी फक्त एक आहे. तू ऐकलं आहेस की नाही हे मला माहीत नाही, पण वीजा बोर्ड, लंबक, डाउझिंग, स्वयंलिखाण वगैरे अंतर्मनाशी संपर्क साधण्याचे अनेक मार्ग असतात. त्यापैकी एक आम्ही वापरला."

बाईच्या चेहऱ्यावर क्षणभर चलबिचल झळकून गेली.

"मी आणखी एक किरकोळ तपशील सांगतो. म्हणजे तुला खात्री पटेल की आम्ही अविचलशी संपर्क साधण्यात यशस्वी झालो आहोत! प्रतिपदेच्या दिवशी अविचलने बाधानिवारणाला सुरुवात केली त्या सकाळी तू विळीवर भाजी चिरत बसली होतीस. कोबी. तू हिरवी साडी नेसली होतीस. अविचलने हे तुला आवर्जून सांगायला सांगितलं; कारण ही गोष्ट तू आणि तो यांच्याशिवाय इतर कोणालाही माहीत असणंच शक्य नाही," भैरव म्हणाला.

बाई चांगलीच विचारमग्न झाली होती. तिच्या कपाळावर सूक्ष्म आठ्या उमटल्या होत्या.

"तुला माहीत नसेल म्हणून सांगतो. अविचल त्याच्या क्षेत्रात तरबेज आहे. इतर भोंदूंसारखा तो नुसता मंत्र म्हणणारा बिनडोक माणूस नाही. अनेक धर्मांतले, अनेक देशातले तंत्रशास्त्रातले विधी त्याला नुसतेच अवगत आहेत असं नाही, तर तो त्यात पारंगतही आहे. त्याला कमी समजू नकोस."

"मी त्याची लायकी ओळखून आहे. या वाड्यात त्याच्या दोन परीक्षा झाल्या. त्यातून तो सहीसलामत सुटला, तेव्हाच माझ्या मनात शंका आली होती की हा घास तोंडापेक्षा मोठा तर होणार नाही ना? पण त्याच्या साधनेमुळेच मला मोह झाला. याच्या विद्या जर मी आत्मसात करू शकले, तर माझे सगळे हेतू साध्य होतील याची मला खात्री पटली. तो एवढा सामर्थ्यशाली नसता तर कदाचित मी त्याला हाकलूनही दिलं असतं; पण मी पुढे जायचं ठरवलं हे फार बरं केलं. कल्पनेपेक्षाही फार सहजपणाने तो अडकला!"

"तो तुझ्या जाळ्यात सापडला ते त्याच्या सज्जनपणामुळे, तो त्याच्या कौशल्यात कोठे कमी पडला म्हणून नाही!"

"तेही मला माहीत आहे. माझ्या मनात माझ्याबद्दल कोणत्याही अवाजवी कल्पना नाहीत; पण नको तेवढा चांगुलपणा हाही एक दुबळेपणाच असतो. त्या दुबळेपणाचा जगाने गैरफायदा घेतला तर त्यात काय चूक आहे? व्यवहारात आपण हे नेहमी पाहतोच ना!" इंदिरा म्हणाली.

"अविचलचा चांगुलपणा हा दुबळेपणा आहे की ती त्याची शक्ती आहे, हे काळच ठरवेल. अविचलचा कयास आहे, की काल रात्री तू तनयाला सोडवण्याचा प्रयत्न हरप्रकारे केला असणार आणि त्यात तू असफल झाली असणार. तुला त्याचा दुसरा निरोप आहे. तनया मोहनिद्रेतून बाहेर आल्याशिवाय तिची सुटका करणं कोणालाही शक्य नाही. बगळा बेडकाला गिळताना बेडकाने आपल्या लांब तंगड्यांनी बगळ्याची मान पकडावी असा हा प्रकार झाला आहे. तनयाला मोहनिद्रेतून फक्त अविचलच जागा करू शकतो." भैरव म्हणाला.

"तू एक गोष्ट विसरतोयस. तनयाचं जे काय व्हायचंय ते होऊ दे, असा मी विचार केला, तर तुझ्याकडे या वाटाघाटीसाठी काय उरेल? आहे या अवस्थेमध्ये अविचलला किती दिवस सांभाळशील? माझ्याशिवाय त्याला तरी कोण सोडवणार?"

"तू अविचलला सोडवणार? अविचलला तुझ्या हवाली केलं तर तो कायमचा कामातून गेला हे अविचलला चांगलं माहीत आहे. त्याच्या सिद्धी घेऊन तू काही त्याला तसाच सोडणार नाहीस याचीही त्याला चांगली कल्पना आहे. खोबरं खाऊन करवंट्या जाळणाऱ्यांपैकी तू! तनयाची सुटका केल्यानंतर त्या प्रेतात्म्याशी केलेला संकल्प पुरा करण्यासाठी तुझ्याकडे दुसरं कोण आहे? अविचलच ना? आम्ही दुधखुळे असू; पण तो नाही. तो पार पोहोचलेला आहे." भैरव पुढे म्हणाला.

"राहता राहिली ती गोष्ट अविचलला सोडविण्याची, त्याचा विचारही आम्ही केला आहे. कापाल अस्मित सरस्वती हे नाव ऐकलं आहेस? अविचलचे ते गुरू. तू जर आमचं ऐकलं नाहीस तर त्यांना बोलावण्याशिवाय दुसरा काही पर्याय आम्हाला उरणार नाही. ते अविचलला नक्कीच यातून मुक्त करू शकतील. मग तू, तनया आणि ते, जो काय गोंधळ घालायचाय तो घाला. जे काय तनयाचं आयुष्य उरलं आहे ते अशाच अवस्थेत जावं असं तुला वाटत असेल तरीही आमची काहीही हरकत नाही."

इंदिराच्या पडलेल्या चेहऱ्यावरून स्पष्ट दिसत होतं की तिला अविचलच्या गुरूंचं नाव चांगलंच माहीत असावं. "अविचलने मला तुला जे जे सांगायला सांगितलं होतं ते सांगून झालं आहे! आता निर्णय तुझा आहे. बेत एवढे फसल्यानंतर जर तडजोडीचा मार्ग मिळत असेल तर कोणता शहाणा माणूस ती संधी नाकारेल? सगळं दान एका डावावर लावण्यात काय अर्थ आहे?"

इंदिरा तिच्या घराच्या उंबरठ्यावर बसली. काही वेळ विचार केल्यानंतर तिने

मान झुकवली आणि आपला उजवा तळहात भैरवच्या दिशेने थोड्या अगतिकतेने, थोड्या उद्वेगाने होकारार्थी हलवला. परतताना पाठकांनी भैरवला विचारलं, ''ती तडजोड करायला तयार झाली खरी; पण अविचलला पूर्ववत व्हायला किती दिवस लागतील? त्यातून, दूरवरून ती तिचे जारण कसे मागे घेऊ शकेल?''

''खरं सांगायचं तर मला यातलं काहीही कळत नाही. अविचल असा वाईट अडकणं हा माझा पहिलाच अनुभव आहे. तो पूर्ववत व्हायला कदाचित दोन-तीन दिवस लागतील, कदाचित काही तास.'' दमून भागून भैरव आणि पाठक घरी पोहोचले तेव्हा अविचल दाराबाहेर गोल्डफ्लेक फुंकत उभा होता. आपले सहज बोललेले शब्द खरे झालेले पाहून भैरव विमूढ होऊन बघतच राहिला.

''च्यायला, उगीच सोडवलं याला! हे सालं बिड्या फुंकत फुंकत मरणार ते मरणारच.'' भैरव वैतागून म्हणाला. अविचलने न बोलता पुढे येऊन दोघांना घट्ट मिठी मारली.

''मी गेलो असतो तर तू कोणाला टोमणे मारले असतेस, भैरव?'' तो थोडासा भावविवश होऊन म्हणाला. त्या दिवशी संध्याकाळी ते सर्वच जण प्रसन्न मन:स्थितीत होते. पाठकांच्या पत्नीने पारंपरिक महाराष्ट्रीयन जेवणाचा बेत ठेवला होता. वरणभात, मसालेभात, आळूची भाजी, बटाट्याची भाजी, घोसाळ्याची भजी, खमंग काकडी, श्रीखंड-पुरी, घशाच्या बुडापर्यंत ते रुचकर अन्न ठोसल्यानंतर अविचल, भैरव आणि पाठक रात्री उशिरापर्यंत अंगणात खाटा टाकून स्वच्छ चांदण्यात गप्पा मारत बसले होते. अविचलचं धुराडं चालूच होतं.

''आता पुढे काय?'' एक प्रदीर्घ जांभई देत पाठकांनी विचारलं. ''पुढे काय? उद्या सकाळी सकाळी मी जाणार माझ्या आजीला भेटायला. तनयाला मोकळी करणार. मग त्यांना काय गोंधळ घालायचाय तो घालू देत.''

''अविचल, आता तुला काय देणंघेणं आहे त्यांच्याशी? आता या घटकेला जरी आपण घरी परत गेलो तरी आपलं काय बिघडेल? तनया आणि तिची आजी गेली तेल लावत.'' भैरव म्हणाला.

''भैरव, हे लफडं एवढं साधं, सोपं नाही. ही कहाणी अनेक पदरांवर चालली आहे. मी तुला नंतर सगळं सांगेन; पण मला आता अर्ध्यात डाव सोडता येणार नाही.''

उत्तरादाखल पाठकांनी घोरण्याची एक मोठी डरकाळी फोडली.

मुळारंभ

अविचल पुन्हा एकदा दीक्षितांच्या दारासमोर उभा होता. दार पुन्हा एकदा वाजलं. पुन्हा आजींनी दार उघडलं; पण आजीने 'नातवाच्या' नजरेला नजर दिली नाही. तनया अजूनही त्याच अवस्थेत होती. फक्त तिचा उन्माद शांत झाला होता. ती मोहनिद्रेत असल्याने तिचं शरीर सैलावलेलं दिसत होतं, कापूस गळून गेलेल्या बाहुलीसारखं; पण न हलणाऱ्या तारेभोवती आतल्या विजेचा थरथराट जाणवावा त्याप्रमाणे तिच्या भोवती संतापाचा उद्रेक जाणवत होता.

खोलीत मलमूत्राचा असह्य वास सुटला होता. इतक्या दिवसांच्या उपासाने ती अगदी खप्पड दिसत हाती. तिच्या सर्व अंगावर खाजवण्याच्या अनेक खुणा आणि जखमा होत्या. बहुतेक जखमांत पांढरा पू साठला होता. तिच्या आसपास तिच्या देहदर्पाचा नाकातले केस जाळणारा वास होता. तिच्या सभोवती अजूनही दूर्वांची जुडी, क्रॉस, सब्जा वगैरे पवित्र वस्तू होत्या. दूर्वा आणि सब्जा अजूनही हिरवेगार होते.

''तूसुद्धा या कोणत्याही वस्तूला हात लावायला धजावली नाहीस तर!'' अविचल इंदिराबाईंना म्हणाला, ''या बंधनांनी तनयामधलं अस्तित्व बांधलेलं आहे एवढं तर मला नक्कीच कळतं. ती बंधनं मी सोडवली असती तर त्याच्या उद्रेकात त्याने काय केले असतं याची मला कल्पना आहे.'' अविचलने तनयाभोवतीच्या त्या सर्व गोष्टी गोळा करून खोलीतच राहून गेलेल्या पोतडीत भरल्या. ऑलिव्हच्या लाकडाचा क्रॉस त्याने गळ्याभोवतीच्या साखळीत अडकवला. इतके दिवस अंग चोरून वर्तुळात बसलेली तनया थोडी विसावली खरी; पण अवघडलेल्या स्नायूंमुळे खाटेवरच लुडकली.

''मला एक समजत नाही इंदिरा, की या प्रकरणात गोवण्यासाठी तू मलाच कसं नेमकं निवडलंस? तसं पाहिलं तर माझ्याइतक्याच सिद्धी आणि साधना असणारे अनेक योगी, साधक महाराष्ट्रात आहेत. नर्मदाकिनारी तर माझ्यासारखे

अनेक जण खड्यांसारखे पडलेले असतात. मग मीच का सापडलो तुला?'' अविचल दीक्षितबाईंबरोबर प्रथमच एकेरीवर आला.

इंदिराने क्षणभर विचार केला. उत्तर द्यावं की न द्यावं याचा संभ्रम तिच्या चेहऱ्यावर साफ दिसत होता.

''अविचल, तुला हंबीर म्हणून कोणी व्यक्ती आठवते?''

''नक्कीच; पण त्याचा आणि तुझा काय संबंध? हंबीर तर कधीच गेला.''

''तुला माहीत आहे. तो गेला नव्हता. तो फक्त एक डाव हरला होता. ती तर फक्त सुरुवात होती.''

''हां. जे हरतात त्यांच्या आगीला मलम लावायला बहुतेक सारे बुझदिल अशीच समजूत करून घेतात. अरे, मी फक्त एक डाव हरलो, ही तर फक्त सुरुवात आहे, वगैरे वगैरे. तुला माहीत नसेल, हंबीरचा मी कधीच कचरा केलाय. तसे जरी नसेल तरी त्याचा तुझ्याशी काय संबंध?'' अविचल म्हणाला.

''अविचल, तुला माहीत असेल वा नसेल; पण देवावर विश्वास ठेवणाऱ्या लोकांमध्ये माझा देव खरा का तुझा देव खरा याच्याबद्दल मारामाऱ्या नेहमीच चालतात; पण आमच्यासारख्यांमध्ये हे भेदभाव नसतात; कारण आम्हाला माहीत आहे आमचं दैवत एकच आहे. तुमच्या देवांवरून अनेक लढाया, रक्तपात झाले; पण माझा राक्षस खरा का तुझा, यावरून एकही युद्ध झालं नाही. त्यादृष्टीने आम्ही तुमच्यापेक्षा जास्त प्रगत आहोत.'' इंदिरा म्हणाली.

''या गोष्टी तू मला सांगू नकोस. मी या सगळ्या भेदभावांच्या पलीकडे पोहोचलो आहे. माझ्याकडे उपनिषदे आहेत. मृत्युंजय मंत्र आहे. जेरुसलेमचा क्रॉस आहे, अमृतसरचे कृपाण आहे आणि एक हिरवी पाक चादर आहे. आणि अशा कैक चीजा आहेत; पण तू मूळ प्रश्नाला बगल देते आहेस. तुझा हंबीरशी काय संबंध आहे?''

''तुझ्या या प्रश्नानेच तू किती अडाणी आहेस ते मला समजलं. तुझं तुणतुणं वाजवणाऱ्या तुझ्या भक्ताने कापाल अस्मित सरस्वतींचं नाव घेतलं होतं. मला वाटलं होतं की हंबीरचा आणि माझा काय संबंध आहे हे त्याच्या चेल्याला मी न सांगता कळेल. तू तर दूधपीता बच्चा आहेस. तुझ्या शक्ती निर्विवाद आहेत; पण तुला दुनियादारी अजून खूप शिकायची आहे. खूप भोळा आहेस तू. पाण्यात पडलेल्या नागाला वाचवण्यासाठी पाण्यात उडी घेऊन त्याच नागाच्या दंशाने मरणारा मूर्ख आहेस तू. मूर्खा, अरे हंबीर काय, मी काय, आणि तुला काही भविष्य उरलेच असेल तर तुझ्या भविष्यात येणारे इतर काय, आम्ही फक्त एकाच शक्तीचे वेगवेगळे आविष्कार आहोत. त्या दिवशी हंबीर मेला नाही. हंबीर हा फक्त एका नाटकात काम करून गेला असं समज. तो हंबीर होता, हसन होता आणि

हसमुखही होता. आपल्या अपयशाचं प्रायश्चित्त त्याला भोगावं लागलंच; पण आमचा स्वामी तुमच्यासारख्यांच्या देवासारखा निर्दय नाही. आम्हाला दुसरी, तिसरी, हजारावी संधी मिळते. आम्ही बदला घेतल्याशिवाय राहत नाही, ही काळ्या दगडावरची रेघ. तू ज्याला हंबीर समजतोस त्याला मी तनयामध्ये जागवला आहे. तनयाच्या संमतीने. आमच्या स्वामीच्या आज्ञेने; कारण युद्ध हरणं तर आम्हाला मंजूरच नाही; पण आम्ही मामुली चकमकीतली हारही माफ करत नाही. हंबीरनेच तुला निवडलं आणि आम्ही कामाला लागलो. खरं तर हंबीरने तू तुझं लाडकं पुस्तक वाचतानाच तुला जवळजवळ खाल्लं होतं. थोडक्यात वाचलास.'' इंदिरा कुत्सितपणाने म्हणाली.

''हंबीर तुमच्यालेखी एवढा महत्त्वाचा असेल, तर मग तर मला काळजीचं काहीच कारण नाही. मी त्याचा एकदा पोपट बनवला. दुसऱ्यांदा? तेच करीन; पण आता मात्र हंबीर म्हणून जे काय आहे, त्याचा फैसला शेवटचा, हे लक्षात ठेव. मी एखाद्या सरहद्दीवरच्या सैनिकासारखा आहे. मला दिल्लीमधली मुत्सद्देगिरी वगैरे काही समजत नाही. मला दुश्मन दिसला की मी त्याला गोळ्या घालतो. त्याला तू भोळेपणा म्हण किंवा इतर काही. मला काहीही फरक पडत नाही.''

''अरे, कशानेच कधीही फरक पडत नाही. जे ठरलेलंच असतं तेच होत असतं. हंबीर तुझी वाट पाहतो आहे. तेव्हा जा, या वेळी हंबीरपासून वाचणार आहेस का बघ.''

''झकास! मग तू आता इथून कण्णी काट! मी आणि हंबीर बघतो एकमेकांना. तू या खोलीतूनच नाही, तर या घरातूनच बाहेर जा. बाहेर भैरव उभा आहे. तो तुला गाडीतून थोडं दूर घेऊन जाईल. मला आता तनयाला मोहनिद्रेतून बाहेर काढायचं आहे. अतिशय सांभाळून, हंबीरचा थयथयाट सांभाळत. त्यासाठी मला माझं मन अतिशय एकाग्र करणं आवश्यक आहे. एखाद्या पेटीतून खूप दाबून ठेवलेली ताकदवान स्प्रिंग सहीसलामत बाहेर काढण्यासारखं ते जोखमीचं काम आहे. तू असताना मी ध्यानात गेलो तर काय होतं, हे आपल्याला दोघांनाही चांगलंच माहीत आहे. तर तू आता फुट, कमी हो, गेट लॉस्ट. आता तनया आणि तू दुय्यम आहात. हंबीरची पाठ आणि नाक जमिनीत रगडणं माझ्या दृष्टीने फार महत्त्वाचं आहे.''

आजीने अविचलकडे रोखून पाहिलं; पण अविचलच्या चेहऱ्यावरचा ठाम निर्धार पाहून ती बाहेर जायला वळली.

''जेव्हा प्रत्यक्ष निवारणाचा विधी चालू होईल त्या वेळी मात्र तू इथे असणं आवश्यक आहे.'' अविचल म्हणाला.

''का?'' इंदिराने विचारलं.

''माझी मर्जी! भैरवला मी फोन केल्यावर तो तुला परत घेऊन येईल. त्या वेळी

बरोबर काहीही न घेता परत खोलीत ये. तनयाच्या बाजूला माझ्या नजरेसमोर गुपचूप बसून राहा. तू एक शब्द जरी बोललीस किंवा तुझी अगदी जपाची माळ जरी बरोबर घेऊन आलीस तर मी आपला माझ्या घरी परत जाईन. मग तू, तनया आणि हंबीर बघून घ्या. एकमेकांना काय कबड्डी खेळायची ती खेळा. मला वाटतं हंबीर सुडाकरता एवढा उकळतो आहे, की मी हातातून निसटलो तर तुझं आणि तनयाचं काही खरं नाही. याच कारणासाठी तू माझ्या ताटाखालची मांजर बनली आहेस. तुझी फाटली आहे इंदिरा. तुझी फाटली आहे. तेव्हा आता जास्त नखरे करू नकोस.''

आजी काहीही न बोलता फणकाऱ्याने खोलीबाहेर गेली. थोड्या वेळाने भैरवने क्रूझचा हॉर्न दोनदा वाजवला तेव्हा अविचल पुन्हा पद्मासनात तनयासमोर बसला.

''माझं नाव अविचल. म्हणजे कधीही न ढळणारा. कधीही न ढळणारा... कधीही न ढळणारा... जागी हो तनया, जागी हो! मी आलो आहे आणि तू अगदी सुरक्षित आहेस! माझं नाव अविचल. म्हणजे कधीही न ढळणारा. कधीही न ढळणारा... कधीही न ढळणारा...''

अविचलला लांबून समुद्राची ग़ाज ऐकू यावी त्याप्रमाणे तसा काहीसा मन भरून टाकणारा आवाज ऐकू येऊ लागला.

भैरवने आपली गाडी दत्तमंदिरासमोर उभी केली होती. वाटेत बाईने चार-पाच वेळा त्याच्याशी बोलण्याचा प्रयत्न केला होता. भैरव मात्र बहिरा असल्याप्रमाणे कोणतीही प्रतिक्रिया न देता समोर पाहून गाडी चालवत होता.

आत्तासुद्धा समोर बघत तो खिडकीच्या कडेवर टकटक आवाज करत बसला होता. त्याच्या खिशातला फोन वाजला. बाई किंचित दचकली; पण भैरव शांत होता. त्याने सावकाश फोन बाहेर काढला, काळजीपूर्वक नंबर बघितला आणि कानाला टेकवून तो फक्त ऐकत राहिला. फोन बंद करून त्याने गाडी चालू केली.

''काय झालं? तनया तर ठीक आहे ना?'' या बाईच्या प्रश्नाला त्याने उत्तरही दिलं नाही.

आजी खोलीत पुन्हा दाखल होईतोवर आपल्या पोतडीतून अविचलने एक नारळ, पाचएक काठ्या आणि बराचसा पेंढा बाहेर काढला होता. या सर्व सामग्रीतून त्याने एक मानवाकृती बनवली होती. नारळावर त्याने काजळाने नाक, डोळे आणि तोंड काढलं. त्याच्या समोर एक भेसूर दिसणारी आणि कुत्सित हसणारी मानवाकृती तयार झाली होती.

अविचल या काष्ठाकृतीचा वापर तनयात जागलेल्या अस्तित्वाला बाहेर पडण्याचा मार्ग म्हणून वापरणार होता. अविचलने सांगितल्याप्रमाणे आजी तनयाशेजारी बसली. मग अविचलने आपल्याभोवती आणि काष्ठप्रतिमेभोवती आदिम भस्माने

पंचकोन काढला आणि आपल्या खांद्यांवर हिरवी शाल पांघरली.

"तुला सांगायला नकोच, की मी तनयामध्ये तू जागवलेल्या हंबीरला या आकृतीत येण्याचे आवाहन करणार आहे किंवा असं म्हण, की मी त्याला ते करायला भाग पाडणार आहे. हंबीर मला काय करतो ते बघायला मजा येईल. मला तो धोका घ्यायलाच हवा, नाहीतर आयुष्यात मजाच काय?" आजीकडे पाहत अविचल म्हणाला.

"पण तू काय करतो आहेस? हा नारळ, हा पेंढा हे सर्व आहे तरी काय?"

"मूर्तिपूजक धर्मांमध्ये कोणत्याही देवतेच्या प्रतिमेला पूजायच्या अगोदर त्या प्रतिमेत त्या दैवताची प्राणप्रतिष्ठा केली जाते. मी या काष्ठप्रतिमेत या हंबीरची प्राणप्रतिष्ठा करणार आहे. मी त्यांची प्राणप्रतिष्ठा करतो आणि नंतर योग्य मार्गाने त्या प्रतिमेची आणि 'त्या'ची 'वाट'ही लावतो. बहुतेक वेळा अग्निसंस्कार! अग्निसंस्कारानंतर काही राहत नाही. राहते ती फक्त चिरशांती.

"या प्राणप्रतिष्ठेच्या आवाहनाबरोबरच मी हंबीरला झाडावर राहणं अशक्य करून सोडणार आहे. वेदनांच्या एका पातळीवर पोहोचल्यानंतर झाडावर राहण्यापेक्षा प्रतिमेत जाणं हंबीरला श्रेयस्कर वाटेल. हे सर्व चालू असताना मला माझं संरक्षण करायचं आहे. जरा अंदाज चुकला तर खेळणाऱ्याची गच्छंतीच!"

पुढे न बोलता अविचलने काष्ठप्रतिमेची षोडशोपचार अपपूजा चालू केली. फक्त नारळ, सुपारी, अक्षता, विड्याची पानं याऐवजी धोतऱ्याची पानं, बिब्बे, पिंजर लावलेली लिंबं, काळे तीळ, मातीचे कुल्हड वापरले जात होते. सोळा अनौपचारांची पूजा संपल्यानंतर त्याने तनयावर आणि काष्ठप्रतिमेवर आदिम जलाचं प्रोक्षण केलं. तनयाच्या कपाळावर आदिम भस्माचे पट्टे ओढले आणि तिच्या उजव्या हाताच्या अनामिकेमध्ये धोतऱ्याचं अपवित्रक बांधलं. तनया अस्वस्थ झाली होती. ती डोळे मिटून झुलायला लागली होती आणि तिच्या तोंडातून अर्थहीन शब्दांची भेंडोळी सुटू लागली.

तनयापुढे भाताचा एक पंचकोनी पिंड ठेवून, हातात अक्षता घेऊन त्याने वेताळभारुडाचे चरण पुटपुटायला सुरुवात केली. या अक्षता सातपुड्याच्या जंगलात उगवलेल्या जंगली भातापासून बनवल्या होत्या की ज्या मानवी वा अतिमानवी भावभावनांपासून सर्वस्वी निर्लेप होत्या.

भारूड संपल्यानंतर त्याने त्या अक्षता तनयाच्या कपाळावर चिकटवल्या. तनयाने एक करकरीत किंचाळी फोडली. तिचे डोळे खाड्कन उघडले. तिची बुबुळं लालभडक होती. चेहरा लालबुंद होता. तनयाच्या चेहऱ्यावर ज्याला इंग्रजीमध्ये टिक्स म्हणतात- तशा चेहऱ्याच्या स्नायूंच्या अनियंत्रित हालचाली चालू झाल्या. मग तिचा चेहरा पांढराफटक पडला. तिला हातातोंडाचे, हातापायांचे झटके येऊ

लागले. तिच्या तोंडातून लाळेचे बुडबुडे बाहेर पडू लागले. घशाच्या शिरा दोरीसारख्या करून ती कोणत्यातरी अगम्य भाषेत खर्जातल्या आवाजात काहीतरी बोलू लागली. तिच्या तळव्यांत तिची नखं घट्ट रोवली गेली. इतकी की तिच्या तळव्यांवर रक्ताचे चार चार अर्धचंद्र उगवले.

अविचलने आपल्या बोटांवर तिच्या तळव्यावरचं रक्त घेतलं आणि ते त्याने काष्ठाकृतीच्या काजळी ओठांवर लावलं. आजी अविचलच्या सर्व उपचारांकडे डोळ्यांत तेल घालून बघत होत्या. तनयाची बडबड बंद झाली होती. ती ताड्कन उठून उभी राहण्याचा प्रयत्न करू लागली. अविचलने पोतडीतून एक चांदीचा खिळा काढला. तो त्याने तनयासमोरच्या भाताच्या पंचकोनी पिंडात रोवला आणि तो स्थान-काल बंधन सूत्र म्हणायला लागला.

तनया आपल्या अंगाला आळोखेपिळोखे देत उठण्याचा प्रयत्न करत होती; पण कोणत्यातरी अदृश्य दोरीने बांधली असल्याप्रमाणे ती एका ठरावीक त्रिज्येपलीकडे जाऊ शकत नव्हती. मग अविचलने पुन्हा काष्ठाकृतीकडे आपलं लक्ष वळवलं. तिच्या मस्तकावर, म्हणजेच नारळावर उजवा हात ठेवून त्याने प्राणप्रतिष्ठेसाठी आवाहन मंत्र म्हणायला सुरुवात केली, फक्त ते मंत्र संस्कृतमध्ये नव्हते. कोणत्यातरी भारतीय न वाटणाऱ्या भाषेत होते. नारळावर रेखाटलेलं तोंड विस्फारल्यासारखं वाटत होतं.

तनयाची बडबड पूर्ण थांबली होती. अविचलही शांत होता.

"हे तू काय करतोयस?"

आजींच्या स्वरात प्रथमच थोडी भीती झळकत होती.

"हुडू म्हणजे काय प्रकार आहे हे ऐकून असशील. हा तोच प्रकार आहे."

मग अविचलने तनयाच्या डोळ्यांत पाहिलं. त्या दोघांमध्ये काही तरी मूक संवाद चालू झाला असावा. तनयाची मान नकळत होकारार्थी, नकारार्थी हलत होती. मधूनच ती हसत होती, मध्येच हुंदके देत होती, मध्येच ओरडत होती. खोलीतलं वातावरण कोंदून आलं होतं. मग ते संभाषणही थांबलं असावं. खोलीत साकळलेली शांतता राहिली.

"राही डोहाच्या पळपुट्या, हिंमत असेल तर ये पुढे. मी तर भणंग भटका आहे. मी मेलो तर माझ्यामागे रडायलाही कोणी नाही. बायकांच्या मागे दडून बसणाऱ्या बायक्या! एकदा तरी समोरासमोर ये. मागे प्रिया, आता तनया!"

तनयाचं शरीर शांत होतं; पण तिच्या अगतिकतेचा आक्रोश अविचलच्या मनापर्यंत पोहोचत होता. तनया या खेळात सुरुवातीला जरी राजीखुशीने सामील झाली होती, तरी आता तिच्या स्वत्वाला तिचा मानसिक त्रास सहन होईनासा झाला होता, हे अविचलला कळत होतं. तिला आता हंबीर नको होता. हंबीर आता

चांगलाच अडकला होता. तनयाला तो नको होता आणि अविचल त्याला ओढून काष्ठाकृतीत ढकलू पाहत होता. अविचलला थेट भिडणं किंवा त्याला शरण जाणं एवढे दोनच पर्याय त्याच्या समोर होते. हंबीरचा स्वाभिमानच त्याच्या आणि आजीच्या संहाराचे कारण ठरणार होता, हे अविचलला स्पष्ट दिसत होतं.

अविचलने आपलं मन कितीही एकाग्र केलं तरी त्याच्या मनात राही डोहाचा खळखळाट उमटत होता. आफ्रिकेतल्या ढोलाचा आवाज त्याच्या मनात घुमत होता. प्रियाचा चेहरा त्याच्या डोळ्यांसमोर तरळत होता. त्याच्या आईचा आक्रोश त्याला स्पष्ट ऐकू येत होता, त्याचे बाबा त्याला विहिरीत येण्यासाठी विनवत होते. त्याच्या मनाचा प्रत्येक पदर या वेगवेगळ्या हल्ल्याने वेढलेला होता. त्याला ऐकू येत होती प्रलोभनं.

"काय हट्ट धरला आहेस? चल, मी विसरतो, तूही विसर. आमच्यात सामील हो. अपरंपार संपत्ती, ऐशोआराम, अमर्यादित आयुष्य, कोणत्याही माणसाला आणखी काय हवं असतं?" हंबीरकडून तडजोडीचा प्रस्ताव आला. अविचलला आपलं मन अलिप्त राखणं अधिकाधिक कठीण जात होतं. श्रीरामला दिसलेलं कुत्रं त्याच्याकडे करुण नजरेने बघत होतं.

अविचल पुन्हा आपल्या घरातल्या शिवमंदिरात मनाने पोहोचला. आपल्या घरातल्या पिंडीसमोर मनाने बसल्यानंतर त्याने हंबीरला त्याच्या राही डोहातल्या पानिपताची आठवण करून दिली. श्रीनिवास आजही सहीसलामत आहे याची जाणीव करून दिली; पण अविचलला कोठेतरी जाणीव होत होती, की या संघर्षात तो जास्त मुरलेला आहे का हंबीर हे महत्त्वाचं नव्हतं. हा सामना सरळ सरळ सुष्ट आणि दुष्ट या बाळबोध वर्गातला होता. शेवटचं दान टाकणं हे दोघांनाही अपरिहार्य होतं. मग ते आत्ताच टाकायला काय हरकत होती?

एक नि:श्वास सोडून अविचलने आपलं आसन सोडलं. यात धोका होता; पण आयुष्यातल्या अनेक निर्वाणीच्या प्रसंगी आपली श्रद्धा, आपले विचार, आपले सर्वस्व पणाला लावायचा प्रसंग येतोच. ज्यांच्यामध्ये ते धाडस असतं त्यांच्यापैकी काही अजरामर होतात. ज्यांच्यामध्ये ते नसतं त्यांची आठवण फक्त वार्षिक श्राद्धाच्या रूपात आणि भिंतीवरच्या तसबिरींच्या रूपात टिकते. अविचल आपल्या भस्माच्या सुरक्षित पंचकोनातून उठला आणि तनयाशेजारी बसून त्याने आपल्या खांद्यावरचं हिरवं पाक वस्त्र स्वत: आणि तनयाभोवती लपेटून घेतलं. त्याला हे करायला प्रत्यक्षात फक्त काही सेकंद लागले असतील; पण त्याला कैक वर्षं लोटल्यासारखी वाटली. पंचकोनातून बाहेर पडल्यावर त्याला काही क्षण तो तनया-पर्यंत कधी पोहोचेल याचीही खात्री नव्हती. हंबीरकडून येणाऱ्या द्वेषाच्या आणि आत्यंतिक घृणेच्या लहरी त्याला गर्भगळीत करीत होत्या.

पण एकदा त्याने ती पाक चादर दोघांभोवती लपेटली तेव्हा अविचलच्या मनात एक अतिशय टिपेचा आक्रोश उमटला आणि त्याच्या मनात अर्थहीन शब्दांचं काहूर उठलं. टिटवीच्या ओरडण्यासारखे कर्णकटू आवाज त्याच्या मनाचं संतुलन हलवू पाहत होते. त्या शब्दांना अर्थ नव्हता; पण डोकं पिकविण्याइतका उद्वेग होता, संताप होता, निरुपाय होता. सामोपचाराचं ढोंग आता संपलं होतं. अविचलचं मन त्या शब्दांच्या वावटळीत हेलपाटून गोते खाऊ लागलं. अविचलच्या डोक्यात झांबेझीमधले ढोल पुन्हा वाजू लागले; पण अविचल हरित वस्त्राखाली सुरक्षित होता.

जरी अविचलला युगानुयुगे गेल्यासारखी वाटली तरी दोन किंवा तीन सेकंदच ही शांततेत घुमणारी वावटळ टिकली असावी. हळूहळू हा गदारोळ शमत गेला. आपल्या शेजारी तनयाचं शरीर सैलावल्याची त्याला जाणीव झाली आणि अविचलने डोळे उघडले. त्याच क्षणी अर्धांगाचा धक्का बसल्याप्रमाणे आजींचं शरीर हेलपाटलं! त्यांनी डोळे उघडले. त्यांच्या डोळ्यांत संताप, अविश्वास, भीती आणि वेदना काठोकाठ भरल्या होत्या. अविचलने आपल्या खांद्यावरून हिरवी शाल काढली. अस्सल पाचूसारखा दिसणारा त्या पाक वस्त्राचा हिरवा रंग अजूनच झळाळला होता. ती झटकून त्याने तिची घडी घातली आणि भैरवला बोलवायला तो खोलीबाहेर पडला.

भैरव क्रूझ चालवत होता. अविचल नेहमीप्रमाणे किन्नर सीटवर बसून गोल्डफ्लेक पीत होता.

"काय झालं वर?" भैरवने विचारलं.

"माझ्या शेपटीवर पाय दिला, तिने आणि हंबीरने. त्यांना शिक्षा मिळणं भागच होतं. ती त्यांना मिळाली. तू काही वेळा बघितलं आहेस की मी माणसाची प्रतिमा म्हणून नारळ, काठ्या आणि पेंढ्याचा सांगाडा करतो आणि प्रेतात्म्याला त्यात जायचं आवाहन करतो. या वेळी मी तेच केलं. इंदिराला मी ते समजावूनही सांगितलं. फक्त या वेळी एक महत्त्वाचा फरक होता. या वेळी मी तो सांगाडा माझ्याजवळच अभिमंत्रित केलेल्या पंचकोनात ठेवला होता. त्यामुळे मी कितीही आवाहन केलं तरी हंबीरला त्या सांगाड्यात जाण्याचा रस्ताच बंद होता. हे मी तिला मात्र सांगितलं नव्हतं. त्यातून या वेळी मी जाणूनबुजून भारतीय विधीचा उपयोग न करता, हुडूचा प्रयोग केला. हुडूमध्ये सांगाडाफिंगाडा काही नसतं, सरळ सरळ मानवाला पछाडण्याचं आवाहन असतं. मी माझ्या पंचकोनात सुरक्षित होतो. तनयाला हंबीर नको होता. या परिस्थितीत त्या आत्म्याच्या निकासाकरता केवळ एकच रस्ता होता! दीक्षितबाईचा! तो हंबीरने निवडला."

"म्हणजे... म्हणजे?"

“होय. तनयाने जे इतके महिने सोसलं ते आता त्या कैक वर्षं सोसणार आहेत.” अविचल म्हणाला.

“अरे, पण ती म्हातारी एवढी पोचलेली होती, तिला एवढी साधी गोष्ट कशी लक्षात आली नाही?”

“एकतर तिला यातलं काही कळत होतं असं मला वाटत नाही. तिने सासऱ्यांबरोबर गमभन गिरवलं असेल कदाचित; पण तो काही तिचा व्यवसाय नव्हता. दुसरी गोष्ट म्हणजे तिचा सगळा अनुभव वेगळ्या प्रकारचा होता. मृतात्म्यांना आवाहन करायचं, जारणमारण वगैरे वगैरे हेच तिला माहीत असावं. भूतबाधा उतरवणं, चेटकाचं निवारण करणं हे तिला कसं माहीत असणार? माझा जो कयास होता तो बरोबर निघाला. कितीही निष्णात ऑटॉप्सी करणारा असला तरी त्याला सर्जरी थोडीच जमणार आहे? वरवर पाहिलं तर दोघेही शरीराची चिरफाडच करतात ना? साधी गोष्ट बघ, न्यू यॉर्कमधली गल्ली न् गल्ली पाठ असलेला टॅक्सी ड्रायव्हर मुंबईमध्ये भावड्याच ठरेल ना?

“सुदैवाने मला आणखी एक हातचलाखीची संधी मिळाली. तनयाने आपल्या मुठी अतीव वेदनेच्या एका क्षणी जेव्हा घट्ट मिटल्या तेव्हा तिच्या नखांनी तिच्या तळव्यावर जखमा झाल्या. ते रक्त मी नारळी कवटीच्या तोंडाला लावलं. बाई खूश, हंबीर खूश! मीही खूश! पण ती फक्त एक धूळफेक होती. माळरानात बसस्टॉपचा खांब पुरला म्हणजे लगेच काही तिथे बस येत नाही!

“तू मला पाठकांच्या घरी विचारलं होतंस की एवढं होऊनही तू परत तनयाची बाधा उतरवण्यासाठी का परत त्यांच्या घरी जातो आहेस? मी त्या वेळी उत्तर टाळलं होतं. आता तुला सांगतो, त्यात स्वार्थही होता आणि परमार्थही. या प्रकरणात तीन पदर होते. हंबीरने मला वचन दिलं होतं की मी परत येईन आणि तुला बघून घेईन. इंदिराला मला जारणमंत्रात बद्ध करून माझ्या ज्या काय सिद्धी आहेत त्या शोषून घ्यायच्या होत्या. त्या दोघांची सामायिक विल्हेवाट लावण्याचा एवढा चांगला मोका मला पुन्हा कधी मिळाला असता? तुम्हाला सर्वांना वाटत होतं की मी फक्त परोपकाराच्या उदात्त भावनेमध्ये भोळसटासारखा सापडलो आहे. मी मूर्ख नाहीये भैरव. आता बघ, इंदिरा आणि हंबीर, दोन सापांनी एकमेकांचं शेपूट गिळावं, त्याप्रमाणे एकमेकांत अडकले आहेत. आपल्याला ना हंबीरची चिंता ना इंदिराची फिकीर. ते दोघंही आता संपले.”

“तू म्हणाला होतास या प्रकरणात तीन पदर होते. तिसरा कोणता?” भैरव म्हणाला.

“तिसरा पदर होता तनयाच्या व्यावसायिक अनुभवाचा. अरे, ती पण तिच्या आजीचीच अनुयायी! वय कमी म्हणून विष कमी एवढाच फरक. आजींच्या विद्येची

तीच उत्तराधिकारी होती. जे काय घडलं त्याला तिची पूर्ण संमती होती. तू मला नेहमी म्हणतोस की मला लष्कराच्या भाकऱ्या भाजण्याची हौस आहे. इंदिरा मला म्हणाली, मला दुनियादारी समजत नाही. अरे, पण ज्याची दुनियाच वेगळी आहे त्याची दुनियादारी या दुनियेला काय समजणार?''

निरोप

वीरमगढ सोडताना अविचल भैरवला म्हणाला, "जर पुन्हा कधी माझे पाय जमिनीपासून दोन फूट वर आहेत असं वाटलं, तर मला फक्त इंदिरा दीक्षित आणि तनया दीक्षित ही नावं ऐकव."

"मग तर मला त्या नावांचा जपच करत बसावं लागेल." भैरव

"तू चेष्टा कर भैरव; पण या प्रकरणाने मला एक अविस्मरणीय अनुभव दिला हे मात्र नक्की. माझ्या शिक्षणातला पहिला टप्पा पूर्ण झाला आज. माझे गुरुजी म्हणतात, सर्वनाशाच्या कड्यावर गेल्याशिवाय स्वत:ला स्वत:ची कधी ओळख होत नाही." अविचल.

"ते सगळं ठीक आहे रे! पण तुझं काही विपरीत झालं असतं तर माझी धडगत नव्हती. कॅस्परच्या पाठोपाठ त्यांचे चिरंजीवसुद्धा हजर झालेत."

"काय सांगतोस काय? ते कसं काय झालं?" अविचल सीटमध्ये ताठ बसत म्हणाला.

"अरे ब्रीडर म्हणाला पैसे देऊ शकत नाही, पिल्लूच घ्या. मग काय करणार? घेतलं ठेवून, सर्वानुमते क्लिओ ठेवलंय नाव."

"अरे वा! काय करणार? घेतलं ठेवून! मोठा कर्णाचा अवतार तू! पहिले तीन महिने त्याची शी-शू मलाच काढायला लागेल. त्याला फिरायला न्यायला लागेल, खायला-प्यायला लागेल, अंघोळ घालायला लागेल. तुझं काय जातंय? मला विचारलंदेखील नाहीस! मी अजिबात सांभाळणार नाही त्याला! तू त्याला तुझ्या घरी घेऊन जा." अविचल वैतागून म्हणाला.

भैरव काही न बोलता गाडी चालवत राहिला.

काही वेळाने अविचलने गोल्डफ्लेक पेटवली.

"रंग कसा आहे रे त्याचा? सेलवर फोटो आहे?" तो न राहवून विचारता झाला.

गालातल्या गालात हसत भैरवने ॲक्सिलेटर दाबला. धुळीचा लोट उडवत क्रूझ सुसाट सुटली.

प्रेषित

विजनवास

अविचल आनंदनगरमधील एका हॉटेलमधील बाकड्यावर ऐसपैस बसला होता. त्याच्या समोर वाफाळलेल्या उसळीचा वाडगा होता. उसळीवरचा तेलाचा लाल तवंग कमीतकमी पाच मिमी तरी जाड होता. शेजारी बोटं पोळवणारी तंदूरी रोटी होती. बाजूला ठेवलेल्या छोट्या बशीत बारीक चिरलेला कांदा आणि तळलेली हिरवीगार मिरची होती. नाकातून आणि डोळ्यांतून भळभळणारं पाणी पालथ्या पंजाने पुसत अविचल जेवत होता.

भैरव त्याच्याकडे मंत्रमुग्ध होऊन बघत होता. ''वत्सा, जर तू असाच जेवत राहिलास, तर मूळव्याध आणि हृदयविकार एकाच वेळी प्रसन्न होती तुला.'' शेवटी तो न राहवून उद्गारला.

उत्तरादाखल अविचलने एक दीर्घ ढेकर दिली आणि कपाळावर साचलेला घाम निपटत म्हणाला,

''वा, काय मजा आली!''

''उद्या सकाळी एखादे वेळी जास्तच मजा येईल.''

''उद्याचं उद्या बघता येईल रे. आता तर आत्मा तृप्त झाला ना? आणि काय रे, इथे मला कोण सॅलड आणि फुलके देणार आहे?''

भैरवने आजूबाजूला पाहिलं. टेकडीवर गजकर्णाप्रमाणे पसरलेल्या झोपड्यांतून संध्याकाळच्या स्वयंपाकाचे वास सुटले होते. दिवसभर केलेल्या शारीरिक कष्टांनी दमलेले काही जण स्वस्थपणाने बसून जेवणाची वाट बघत होते. काही जण त्यांच्या बायकांनी दिवसभर केलेल्या शारीरिक कष्टांतून मिळवलेल्या पैशांनी दारूचा आस्वाद घेत, आपल्या काहीही न केलेल्या कामाचा शिणवटा घालवत जेवणाची वाट पाहत होते.

टेकडीचा पृष्ठभाग दिवसभर प्यायलेली उष्णता परत तितक्याच तीव्रतेने वातावरणात सोडत होता. कांदा, बटाटा, लसूण, मासे, मांस, मेथी, मिरच्या, शेपू

यांची रटरटणारी कालवणं, भाजल्या जाणाऱ्या पोळ्या, रोट्या, भाकरी आणि त्याचबरोबर मानवाचे उत्सर्ग, सांडपाणी आणि वाहनांचा धूर, या सगळ्यांचा संमिश्र वास सर्वत्र कोंदून राहिला होता आणि तरीही अशा जागेत मानवप्राणी आनंदात आपल्या लीलांत मग्न होते.

"तू असा इथे किती दिवस राहणार आहेस?" भैरवने विचारलं.

"गुरूंचा आदेश येईपर्यंत! तुला किती वेळा सांगितलं भैरव! या गोष्टी थोड्याच माझ्या हातात आहेत? हेच माझं शिक्षण आहे, परीक्षा आहे. मला कोणत्याही परिस्थितीत समाधानाने राहता यायला हवं ही माझ्या येथे राहण्यामागची भूमिका असावी. कदाचित गुरूंना असं वाटलं असेल की मला ऐशोआरामाची चटक लागते आहे म्हणून त्यांनी मला इथे राहण्याची आज्ञा केली असावी."

"अरे, पण म्हणून एकदम झोपडपट्टीत?"

"का? इथे बाकीची माणसं राहत नाहीत काय? मीच असा कोण टिकोजी लागून गेलो? त्यातून तुला माहीत आहे, आमच्या पंथात प्रश्न विचारण्याची मुभा नाही. त्यांनी सांगायचं आणि मी ऐकायचं, हे ठरलेलं आहे."

भैरव सुस्कारा सोडून उठला. अविचल आपल्या भाड्याने घेतलेल्या झोपडीकडे निघाला. ही भाड्याची झोपडीसुद्धा भैरवच्याच ओळखीने मिळाली होती. भैरव मागे एकदा वैतागून अविचलला म्हणाला होता, 'तुझा थाट गांधीजींसारखाच आहे. तुझी साधी राहणी आणि उच्च विचारसरणी बाकीच्यांना खूप महागात पडते.'

अविचलने गोल्डफ्लेक पेटवली. "चल, येतोस का घरी?"

भैरव शहरातल्या अतिशय यशस्वी उद्योजकांपैकी एक होता. तो शहरातल्या सर्वांत महागड्या भागात आपल्या आलिशान बंगल्यात राहत होता. अविचलच्या सध्याच्या घरी जायच्या कल्पनेनेच त्याच्या अंगावर शहारा आला.

"आज नको. उद्या पाहू," भैरव घाईघाईने म्हणाला.

अविचल काही न बोलता हसला.

ते दोघे बोलत बोलत टेकडी उतरले. रोरावणाऱ्या वाहतुकीने चोंदलेला हमरस्ता पार करून ते शहरातल्या उद्यानाशेजारून जाणाऱ्या निर्जन रस्त्यावर थांबले. भैरवने त्याची गाडी तिथे उभी केली होती. पांढऱ्या गणवेषातल्या चालकाने अदबीने कारचं दार उघडलं. भैरव निघून गेल्यावर अविचलने घड्याळ पाहिलं. बराच उशीर झाला होता. तो पुढे तसाच चालत आला. महापालिकेच्या मैदानाशेजारी फुटपाथवर अंडाभुर्जीची गाडी लागली होती. कांदा, मिरची आणि परतल्या जाणाऱ्या अंड्यांचा खमंग भपकारा सुटला होता.

त्या अंडाभुर्जीच्या गाडीशेजारी फुटपाथमध्येच दोन फरश्या उभ्या रोवल्या होत्या आणि त्या दोन फरश्यांमध्ये शेंदूर फासलेल्या एका अनामिक देवाची एक

दगडवजा मूर्ती होती. तेथे रोज एक दिवा तेवत असायचा आणि नारळाचं अर्धं भक्कल पडलेलं असायचं. या दोन्ही गोष्टी कोण करतं, याचा छडा लावायचा अविचलने जंगजंग प्रयत्न केला होता; पण त्याला त्याचा कधीच पत्ता लागला नव्हता.

त्या फुटपाथवरच्या देवळात त्याला काही वेगळेपण जाणवलं होतं. तिथे हात जोडून बसल्यावर मनाला अनामिक प्रसन्नता मिळत असे. सन्मार्गाने चालताना कधी कधी मनात उठणारं शंकेचं काहूर तिथे शमत असे. जगातल्या कल्याणकारी अस्तित्वाबद्दलचा विश्वास द्विगुणित होत असे. सुरुवातीला त्याला तिथे बसलेलं पाहून अंडाभुर्जी खाणारे लोक त्याच्याकडे कुतूहलाने बघत असत; पण आता त्यांनाही सवय झाली होती. अविचल रात्री एक-दोन वाजेपर्यंत तिथे बसत असे.

देवळाशेजारी बसल्याने गस्ती पोलीससुद्धा त्याच्याकडे काणाडोळा करीत असत. आजही तो भिंतीला पाठ टेकून निवांत बसला होता. रात्री बारानंतर चांगला वारा सुटला. मनात तृप्तीच्या लहरी आणि अंगावरून जाणारा शीतला वारा. बघता बघता मी आणि जग, मी आणि परमात्मा, मी आणि मी नाही यांच्यातल्या सीमारेखा पुसट पुसट होत होत तो तूर्यावस्थेत गेला.

पहाटे पहाटे तो भानावर आला. शरीर आणि मन तरल, विरळ झालं होतं. मद्य किंवा इतर कोणत्याही मादक वस्तूच्या अमलापेक्षा जास्त घनदाट धुंदीमध्ये; पण त्या अवस्थेला धुंदी म्हणणंसुद्धा चुकीचं ठरलं असतं; कारण जाणिवा सुईच्या अग्राप्रमाणे टोकदार झाल्या होत्या.

तो भानावर आला म्हणण्यापेक्षा, भानावर आणला गेला, असं म्हणणं जास्त योग्य झालं असतं. तूर्यावस्थेतून त्याला जाग आली ती त्याच्या गुरूंच्या आदेशाने. बंडूला मदत कर, असा आदेश होता. कोणतीही कसर सोडता कामा नये, अशी तळटीपही होती.

'हा बंडू कोण आणि त्याला आता कसं शोधायचं' याचा विचार करतच अविचलने डोळे उघडले.

बंडू समोरच हात जोडून बसला होता.

वाममार्ग

बंडू काही बोलायच्या आतच अविचल म्हणाला ''चला, जरा साफसफाई करू, नाश्ता करू आणि मग बोलू.''

सुलभमध्ये जाऊन अविचलने प्रात:कर्मे उरकली आणि मग ते दोघे नाश्त्यासाठी रस्त्याकडेच्या हातगाड्यांकडे वळले. शेव पेरलेले पोहे खात खात अविचल बंडूला म्हणाला,

''आता बोला. काय समस्या आहे?''

''मी बरेच दिवस रात्रपाळीहून परत येताना तुम्हाला बघतो. तुम्ही जगाला विसरून आपल्या ध्यानात गेलेले असता. परवा मला वाटून गेलं की तुम्ही मला माझ्या अडचणीत मदत करू शकाल. खरं म्हणजे माझी अडचण काय आहे, हे सांगायचीसुद्धा मला लाज वाटते आहे.''

अविचल काही न बोलता पोहे चावत राहिला. त्याने बंडूच्या नजरेला नजरही दिली नाही. बंडूला कोणत्याही प्रकारे ओशाळवाणं न करता त्याला बोलतं ठेवण्याचा तोच एक मार्ग होता.

''अरे, जरा सॅम्पल घाल ना!'' अविचल पोहेवाल्याला म्हणाला.

नंतर हळूहळू, आडवळणाने, मोघम शब्दांत सर्व हकिकत बाहेर आली. बंडूही जनता वसाहतीत राहत होता. एटीएमवर रात्रीची रखवाली करत होता. त्याची बायको आणि तो, एवढे दोघेच शहरात होते. गेले काही दिवस तो आणि त्याची बायको रखमा, तिच्या मैत्रिणीच्या सांगण्यावरून, बरकत यावी म्हणून एका बाबाच्या दर्शनाला जात होते. हळूहळू बाबांची कृपा रखमावरच वाढायला लागली होती आणि रखमा आणि बंडूमध्ये भांडणं वाढायला लागली होती. परवा परवाच बंडूने दारू पिऊन रखमाला बदडून काढलं होतं.

त्यानंतर लगेचच तो बाबा बंडूला भेटायला आला होता. बंडूला रखमाने हलवून उठवलं. बाबा त्याच्याकडे झुरळाकडे बघावं एवढ्या तुच्छतेने बघत होता.

बाबाने काही प्रस्तावना न करता रखमाच्या समोरच बंडूला बजावलं, 'इथून पुढे रखमाला बोट जरी लावलंस तरी जन्मभर पश्चात्ताप करण्याची पाळी येईल,' असा दम भरला. 'त्यातून ती काही वेडेवाकडं करत नाहीये, जरा देवदेव करतेय, चांगल्या मार्गाला लागतेय. वाईट काय आहे?'

बंडूच्या तळपायाची आग मस्तकात गेली. साला हा कोण भोसडीचा गोसावडा! माझ्या बायकोच्या अंगाला मी बोटसद्धा लावायचं नाही म्हणून सांगणारा? भारतीय पुरुषांचा जन्मसिद्ध अधिकार नाही का तो?''

तो संतापून बाजेवरून उठला आणि त्याने बाबाच्या केसांना धरून...

पण तो बाजेवरून कणभरही हलला नव्हता. जे त्याला वाटलं ती फक्त त्याच्या मनातली इच्छा होती. त्याचं शरीर तिथेच होतं. पायरी खोल आहे अशा अंदाजाने पाऊल टाकावं आणि ती उथळ निघावी, असा काहीसा झटका त्याच्या मनाला बसला.

बाबा त्याच्याकडे कुत्सित नजरेने बघत होता.

"तुझी काय औकात आहे हे बघितलंस? तिची तयारी फार मोठी आहे. ती खूप पुढे जाऊ शकते. मी तिला खूप काही शिकवणार आहे. मला कंटाळा आला की थोड्या दिवसांनी ती येईल की परत!''

रखमा डोळ्यांत अपार कौतुक घेऊन बाबाकडे पाहत होती. तिला बाबा काय बोलतो आहे, हे समजत तरी होतं की नाही, हेही कळायला मार्ग नव्हता.

बाबा मोघम बोलत होता; पण प्रत्येक शब्द बंडूच्या अंगाची लाही लाही करत होता; पण ती रिकामी तगमग होती. त्याचं शरीर जणू पाषाणाप्रमाणे जड झालं होतं.

"ये मुली ये. तुला आजच याच्या समोर दीक्षा देतो.''

रखमा हसत त्याच्या जवळ गेली. त्याने तिला पाठीमागून हात घालून आपल्या मांडीवर घेतलं आणि बंडूच्या देखत त्याने तिचं दीर्घ चुंबन घेतलं.

"मी आणखी बरंच काही करू शकतो. पाहिजे तर तुझ्या देखतही; पण ही तुला एक समज आहे. लक्षात ठेव! तिच्या अंगाला बोटही लावायचं नाही. ना रागाने, ना प्रेमाने. जर माझं ऐकलं नाहीस...''

अविचलने न राहवून हात वर केला. "थांब. मला पुढचं काही सांगायची आवश्यकता नाही.''

बाबाच्या या अहंकाराने अविचलच्या मनाचा तोल ढळला. वाममार्गाचे साधक अनेकदा आपल्या सिद्धींचा वापर आपल्या वासनांच्या शमनासाठी करतात, हे निर्विवाद सत्य होतं; पण हे चाळे चोरून, आडून आडून चालतात. त्यातही कोठेतरी जगाच्या विधिनिषेधाचं भान असतं.

बंडूसमोर त्याच्या बायकोशी गैरवर्तन ही कमालीची घमेंड होती. एकतर हा

बाबा इतका अलौकिक सामर्थ्यवान असावा की जगाच्या शिष्टाचाराच्या संकेतांची पर्वा करण्याची त्याला गरज वाटत नसावी किंवा तो एक अतिशय उथळ साधक असावा. काही असलं तरी अविचलला बाबाचा भ्रमनिरास करणं आवश्यक होतं. मिट्ट गोड चहाच्या घोटासरशी अविचलने मनातली संतापाची लहर शमविली.

"चल, पाहू तरी तुझा बाबा काय म्हणतोय ते; पण त्याआधी मला एक फोन करू दे."

या असल्या सटरफटर चेटूक वा जारणमारणाच्या खेळाचं निर्मूलन करण्याचे दोन-तीन मार्ग असतात. पहिला बचावात्मक, ज्याला त्रास दिला जातो आहे त्याला संरक्षण देत देत, त्रास देणाऱ्याला हा खेळ व्यर्थ आहे याची जाणीव करून द्यायची. दुसरा, त्या त्रास देणाऱ्याच्या शक्तिस्रोतावर हल्ला करून त्याला शक्तिविहीन करून टाकायचं किंवा तिसरा, त्याच्याच मार्गाने जाऊन त्याच्यावर वाममार्गी प्रयोग करून त्याचा उच्छेद करून टाकायचा.

अविचलच्या रागाने त्याला तिसरा मार्ग सुचविला होता. अविचलच्या पंथात, शिष्यावधीमध्ये इतर काही शिकविण्याआधी वाममार्गातले सर्व विधी शिकविले जात. मूठ मारणे, चेटूक, भानामती, हाकामारी, जारण, अपार्थिव अस्तित्वे जागवणे, मुंज्याची असंध्या वगैरे सर्व काही. नंतर एक वर्षाची सुटी आणि मग पंथाची दीक्षा. या मागे दोन हेतू असायचे. आपल्या शत्रूची पुरेपूर ओळख हा तर भाग होताच; पण पुढच्या एक वर्षाच्या सुटीच्या काळात ज्यांना आपल्या कृष्णशक्ती वापरायचा मोह झाला असेल त्यांना पंथाकडून सादर निरोप मिळत असे. आपल्या गुरूंच्या स्पष्ट संमतीशिवाय पंथात कोणालाही, आपल्या उमेदवारीच्या काळात किंवा नंतर कधीही, शिकलेल्या वामविद्येचा वापर करण्याची अनुमती नव्हती. अविचलने आपल्या गुरूंना त्याच परवानगीसाठी फोन केला.

आश्चर्य म्हणजे अविचलच्या गुरूंनी एका क्षणाचाही विचार न करता संमती दिली होती. एरवी ते अतिशय, म्हणजे अविचलच्या मते, नको तेवढे सरळमार्गी होते.

पण या संमतीपेक्षाही अविचल त्यांच्या दुसऱ्या विधानाने बुचकळ्यात पडला हेता.

"अविचल, पुढच्या दोन महिन्यांत माझ्याशी कोणताही संपर्क साधू नकोस. तुझ्या सद्सदविवेक बुद्धीला जे योग्य वाटेल तसं वाग. जे काही बघशील, अनुभवशील त्याकडे तुझ्या शिक्षणाचा एक भाग म्हणून बघ."

अविचल दुसऱ्या विधानाचाच विचार करत बूथच्या बाहेर आला.

निवारण

त्या संध्याकाळी अविचल आणि बंडू त्याच्या झोपडीत बसले होते. रखमा अस्वस्थपणे घरकाम उरकत होती. ती खरोखरच देखणी होती आणि वागणुकीनेही सालस वाटत होती. बाबाचे उद्योग तिला कळत होते किंवा नाही याचीच शंका होती.

अखेर उन्हं उतरली तेव्हा तिने बंडूकडे आडनजरेने बघत प्रस्तावना केली,

"बाबांच्या दर्शनाला जायला हवं."

बंडूने अविचलकडे पाहिलं. त्याने मान नकारार्थी हलविली.

"नको."

"अवं, असं कसं चालेल? त्यो लई खवळंल. त्यो म्हनतो, तू न्हाई आलीस तर तुझ्या नवऱ्याला रात्रीत खलास करतो. येक रगताची उलटी आनि तुजं कपाळ पांढरं! आपल्यासारख्यांना कोन काय मदत करनार, सांगा ना? थोडे दिवस सोसू, नाहीतर जाऊ निघून गावाला."

म्हणजे रखमा जे करत होती ते केवळ आपला नवरा सहीसलामत राहण्यासाठीच. त्या भाबड्या मायेच्या अनुभवाने अविचलच्या रागाचा पारा आणखीच वर चढला. त्याने रखमाला बसण्याची खूण केली.

"रखमा बस तू. काही होणार नाही. बाबाचं दर्शन होईलच. तू गेली नाहीस तरी! मी जबाबदार आहे. विश्वास ठेव."

अविचलच्या स्वरात इतका आत्मविश्वास आणि आधार होता की रखमाचे पुढचे शब्दच आटले.

"आता या बाजेवर बस आणि या खड्याकडे पाहा..."

संमोहनात गेलेल्या रखमाला बाजेवर झोपवून अविचल बाहेर आला. बंडू वाट बघत बसून होता.

"चल आता. पुढची तयारी केली पाहिजे. माझ्या अंदाजाने रखमा दिवसभर त्याच्याकडे गेली नाही तर बाबा रात्री घरी येईल. तोवर आपण त्याच्या स्वागताची तयारी करू."

अविचल टेकडीवरील सर्वांत शेवटच्या विष्णुमंदिराच्या आवारात बसला. तेथे कोणाचं फारसं येणं-जाणं नसे. अविचलने आपल्या खिशातून एक वाळलेली शेंग काढली व बंडूला देत तो म्हणाला,

"घे. चघळ."

बंडूने क्षणभर घुटमळत ती शेंग तोंडात टाकली. ती शेंग दक्षिण भारतात सर्व ठिकाणी मिळते, अजूनही मिळते. ती खाल्ल्यानंतर माणसाच्या मेंदूतलं विचारकेंद्र जवळजवळ निष्क्रिय होत असे. काही अवधीतच बंडू झुलायला लागला. अविचलने त्या दोघांच्या मध्ये एक आदिम भस्माचा लहानसा ढीग ठेवला. उजव्या हाताचा अंगठा बंडूच्या मध्यभागी ठेवून, डाव्या हातात काडी घेऊन तो म्हणाला, "काय रे, हा बाबाजी दिसतो कसा?"

अविचलचे डोळे मिटले होते. त्याच्या मनात काही धूसर आकार उमटत होते. ईसीजीच्या सुईसारखा अविचलचा डावा हात हलत होता. भस्मामध्ये काही रेघा, काही आकृती, काही चिन्हं उमटत होती.

एका क्षणी अविचल थांबला. त्याने भस्मामध्ये काय आकृती उमटली आहे, हे पाहिलंही नाही; कारण भस्मामध्ये जे काय उमटत होतं त्याचा आणि बाबाजीच्या बाह्यरूपाचा जर काही संबंध असेलच तर तो बालवर्गातल्या मुलाने काढलेल्या भुभूत आणि खऱ्या कुत्र्यात असतो तेवढाच. त्या भस्मात होता बाबाजीच्या अर्काचा आराखडा. कदाचित लहान मुलाला ते भुभू तसंही दिसत असावं, कोणास ठाऊक?

"आता असं कर, त्या दिवशी बाबाजी तुझ्या झोपडीत आला त्याअगोदर जिथे बसला होतास तिथे मनाने जा. बस खाली! आता बाबा येणार आहे! ते बघ, तो आत शिरला! ऐक आता, तो काय बोलतो आहे. जा, त्या प्रसंगाचा पुन्हा अनुभव घे!"

बंडूच्या चेहऱ्यावर होणाऱ्या फरकांवरून त्याच्या अंतर्मनावर त्या अपमानाचा किती खोलवर परिणाम झाला आहे, ते दिसत होतं. अविचलचा डावा हात भस्माच्या ढिगाऱ्यातून चिमटी चिमटी भस्म उचलून परत सोडत होता. हळूहळू भस्माचा रंग पालटत होता. निळसर राखाडी रंगाची जागा तांबूस रंगाने घेतली होती.

बंडूचा चेहरा शांत झाल्यावर अविचलने हलकेच विचारलं, "या अतिचाराबद्दल बाबाला काय शिक्षा व्हायला हवी? तुला काहीही करणं जर शक्य असेल तर त्याला तू काय काय करशील याचा विचार कर."

अविचलचा डावा हात चालूच होता. भस्माचा रंग अजूनच तांबडा होत होता. या वामकर्माचं नाव होतं विसर्गक्रिया. थोड्याफार फरकांनी माणसाच्या तीव्र भावनांचा उपयोग याचप्रकारे अनेक कर्मविधींमध्ये केला जात असे. तीन आवर्तनांनंतर जेव्हा बंडूच्या भावनांची तीव्रता अतिपरिचयामुळे मंदावली तेव्हा अविचल थांबला. अविचलने बंडूच्या तोंडात बोट घालून शेंगेचा चोथा काढून टाकला आणि बंडूचीच चप्पल

त्याच्या नाकाखाली धरली. बंडू हळूहळू भानावर आला.

"चल, आता तुझ्या घरी जाऊन बाबाची वाट पाहू." अविचल बंडूला हलकेच म्हणाला.

ते दोघेही संधिप्रकाशात टेकडी उतरत बंडूच्या झोपडीत परत आले.

हळूहळू अंधार पडत गेला. बंडूची चुळबुळ अखंड चालू होती. रखमा अजूनही निजली होती. अविचल बाबाची वाट पाहत शांत बसून होता. त्याच्या चिमटीत तांबूस भस्म होतं. त्याचे ओठ अखंडपणे कसलीतरी पुटपुट करीत होते.

दारातून दिसणारा अंधार क्षणभर आणखी दाटला आणि बाबा आत शिरला. प्रथमदर्शनी शिसारी यावी असाच त्याचा अवतार होता. काळा रंग, पुढे आलेले दात, अस्ताव्यस्त वाढलेली दाढी आणि केस. कृश शरीर, पाच फुटांच्या आत-बाहेर उंची, मळलेली काळी कफनी. त्याचा चेहरा संतापाने फुलला होता. क्षणभर थांबून त्याने कानोसा घेतला. अविचलची पुटपुट थांबली होती. बंडू भेदरून खाटेवर बसला होता.

"काय रे, तुला सांगितलं होतं ना? समजलं नाही का तुला? आणि ही रांड इथे का पडली आहे? काय केलंस तू तिला? आता थांब तुझ्यासमोरच... आणि, ए तू कोण रे? चल चालता हो बाहेर!" असल्या माणसाशी संवाद साधण्यात काही अर्थ नाही हे जाणून अविचल न बोलताच उभा राहिला. बाबाजीपेक्षा तो कमीत कमी सहा इंच तरी उंच होता. त्याने आपल्या चिमटीतली ताम्रभुकटी बाबाच्या टाळूवर रगडली.

"अंधार पडल्यानंतर याला खाली रस्त्यावर टाकू या." थोड्या वेळाने अविचल बाबाजीला निरखित म्हणाला.

बाबाजी जमिनीवर अंगाला आळोखेपिळोखे देत पडला होता. आतून सर्व अंग पेटलं असल्याप्रमाणे त्याचा चेहरा वेदनांनी पिळवटला होता; पण जीभ मात्र एकही शब्द बोलू शकत नव्हती. तसा तो शुद्धीवर होताही आणि नव्हताही. त्याची बुबळं दिसत होती आणि ओठांवर पांढरट पिवळट फेस आलेला होता.

बंडूच्या मनात सुडाच्या काय काय कल्पना होत्या याची अविचलला अंधूक जाणीव येत होती; पण उलट्या पडलेल्या, पाय हलवणाऱ्या झुरळाकडे बघताना मुलांच्या मनात जी एक तटस्थ उत्सुकता असते तीच आता त्याच्या मनात बाबाजीकडे बघताना होती. त्याच्या मनात करुणेचा अंशही नव्हता. बाबाजीला जी काय शिक्षा मिळाली असेल ती कमीच होती. अविचल म्हणाला,

"दोन-एक दिवसांनी येऊन त्याला मोकळं करीन. तोपर्यंत या यातनांच्या लाल पायवाटा त्याच्या मेंदूत त्याला चांगल्या गिरवू देत. मग तरी त्याला स्त्रियांशी कसं वागावं हे कळलं तर कळेल. काही मदत लागली तर येऊन भेट. मी अजून आठवडाभर तरी इथेच आहे. बाबाची भीती बाळगण्याचं काहीही कारण नाही. बाबा आता संपला! मी त्याला मोकळं केलं तरी तो आता फक्त एक बुजगावणंच राहील."

चाहूल

परत एकदा भैरव अविचलसमोर बसला होता. अविचलच्या समोर यावेळेस मिसळ होती. लालभडक तर्रीवाली. बाजूला पाव, चिरलेला कांदा आणि लिंबू.

"सालं, काय नशीब आहे बघा! सारखा कडबा आणि गवत खाल्लं तरी माझं कोलेस्टेरॉल दोनशेच्या पुढे आणि तू सदोदित असलं सारं खात असतोस तरी तू मात्र एकशे वीसच्या खाली! कायम!"

"मन शुद्ध तुझं, गोष्ट आहे पृथ्वीमोलाची..." वर-खाली होणाऱ्या अविचलच्या जबड्यातून लकेर उमटली.

"बरोबर, तुझी पृथ्वीमोलाची दोन रत्नं माझ्या गळ्यात बांधली की तुझं मन शुद्ध राहणारच ना? तीन वेळा फिरवून आणायला लागतं, भरवल्याशिवाय जेवत नाहीत. क्लिओशी सारखं खेळायला लागतं, कॅस्परला शंभर वेळा खाजवायला लागतं."

भैरवच्या लाल तांबड्या चेहऱ्याकडे बघून अविचलच्या चेहऱ्यावर उठलेलं हसू, भैरवच्या खांद्यावरून पलीकडे पाहताच ओसरलं.

भैरवच्या पाठीमागून बंडू आणि एक अपरिचित व्यक्ती येत होती. बंडू दृष्टिक्षेपात येताच अविचलने 'काय, सगळं ठीक आहे ना' असं डोळे उंचावून विचारलं. बंडूने मान हलवत सगळं काही ठीक असल्याचं सूचित केलं.

बंडूसोबतची व्यक्ती एखादा उद्योगपती किंवा एखाद्या महाविद्यालयाचा प्राचार्य म्हणून नक्कीच शोभली असती. पांढरा शर्ट, करड्या रंगाची पॅन्ट, रिमलेस चष्मा, चकाकणारे काळे बूट आणि चेहऱ्यावर झळकणारं मार्दव. जवळ येताच ती व्यक्ती अविचलसमोर झुकली आणि हात पुढे करत म्हणाली,

"नमस्कार, मी चंद्रेश वांचूमाळ. मला तुमच्याशी काही बोलायचं आहे."

अविचल उठून उभा राहिला. "नमस्कार. हा माझा मित्र भैरव."

"मी ओळखतो त्यांना. ते प्रख्यात उद्योगपती आहेत आणि ते तुमचे जवळचे मित्रही आहेत हेही मला ठाऊक आहे. त्यामुळे त्यांना अशा ठिकाणी बघूनही मला

आश्चर्य वाटलं नाही. मला तुमच्याशी जे बोलायचं आहे ते वेगळ्याच संदर्भात आहे. त्यासाठी आपण दोघांनी एकटंच बोलायला हवं.''

''का नाही, अवश्य!''

''मग आता येता?''

''त्यात काय? चला.''

इकडच्या तिकडच्या गोष्टी बोलत ते तिघे खाली आले. अविचलने खूण केल्याने भैरव काहीतरी कारण सांगून सटकला. तो गेल्यावर चंद्रेशच्या बोलण्यात मोकळेपणा आला. रस्त्यावरच्या गर्दीमध्ये एक पांढरी लाल दिव्याची गाडी थांबली होती. अविचल क्षणभर थबकला.

वांचूमाळ किंचित हसून म्हणाले, ''मी मंत्री वगैरे नाही; पण वनवासी कल्याण समितीचा अध्यक्ष आहे. आता आपण सर्किट हाउसला जाऊ. आपल्याला निवांत बोलता येईल.''

साधारण तासाभराने गाडी सर्किट हाउसच्या भव्य आवारात शिरली. वांचूमाळ काही न बोलता बाहेर बघत राहिले होते. अविचलला तर कधीच अकारण बडबड करण्याची आवश्यकता वाटत नसे. गाडी सर्किट हाउसच्या आवारात शिरली आणि शहरातला गोंगाट गळा दाबल्याप्रमाणे बंद झाला. अविचलने नकळत एक समाधानाचा श्वास सोडला.

''योग्यालासुद्धा शारीरिक सुखापासून अलिप्त राहणं अवघड असतं, नाही? चला गच्चीत बसू या निवांत!'' अविचल म्हणाला.

गच्चीत संध्याकाळचा सगळा सरंजाम मांडला होता. ग्लेनफिडीकची बाटली, सोडा, बर्फ आणि इतर सामिष आणि निरामिष खाद्यांच्या बशा.

ते दोघं खुर्चीत बसले. वांचूमाळनं ग्लेनफिडीकची बाटली उचलली आणि अविचलकडे पाहिलं. त्याने उत्तरादाखल तीन बोटं उचलली.

''फक्त बर्फ, बाकी काही नको.''

उच्च प्रतीची दारू, गार हवा आणि वांचूमाळने राखलेली शांतता यामुळे अविचल जनता वसाहतीतील त्याचं तात्पुरतं राहणं विसरून जरा स्थिरावला. तसा तो जरा हवेतही गेला होता.

''कांतिलालला सोडा.''

''कोण कांतिलाल? आणि त्याला कशाला सोडा देऊ?'' अविचल बुचकळ्यात पडून म्हणाला.

''हा विनोद होता का काय? असो. कांतिलाल म्हणजे जनता वसाहतीत तुमच्या कृपेने जो गेले तीन दिवस तडफडतो आहे तो.''

अविचलचं विमान एकदम तीन हजार फूट खाली आलं.

''त्याला सोडा म्हणताय, त्याचे काय उद्योग चालले होते याची कल्पना आहे का तुम्हाला?''

''त्या तपशिलात जायची आपल्याला काय गरज आहे, अविचल? मी सहज सांगितलं तुम्हाला. आता तसं पाहिलं तर माझ्या दृष्टीने कांतिलाल काही फार महत्त्वाचा नाही. तुम्हाला वाटलं तर राहू दे तसाच त्याला; पण मला वाटतं त्याची अवस्था फार भयानक झाली आहे. त्याला झाली तेवढी शिक्षा पुरेशी झाली, असं वाटत नाही का तुम्हाला?''

''त्याचा गुन्हा तुम्हाला ठाऊक आहे?''

''हो; पण तसं पाहिलं तर त्याच्या दृष्टीने त्याने जे काय केलं तो त्याचा गुन्हाच नव्हता. जेवढी तुमची ताकद तेवढी तुमची सत्ता, हाच नियम चालतो सगळीकडे.'' वांचूमाळ स्थिर नजरेने त्याच्याकडे बघत म्हणाले.

''तो एक दृष्टिकोन झाला. माझे विचार वेगळे आहेत. त्याच्याबद्दल एवढी सहानुभूती वाटायला तो तुमचा आहे तरी कोण? आणि तुम्हाला जर त्याचा इतका कळवळा आहे, तर मग तुम्हीच का त्याला सोडवत नाही?'' अविचल म्हणाला.

वांचूमाळच्या चेहऱ्यावर किंचित रागाची लहर पसरली; पण ते शांतपणे म्हणाले,

''मी जर ते करू शकलो असतो तर कदाचित तुम्ही इथे दारू पीत बसला नसतात. मी क्रिकेटच्या टीमचा मालक असलो म्हणजे मला क्रिकेट खेळायला यायला पाहिजे असं तर नाही?''

श्वास सोडून ते म्हणाले,

''माझ्या योजनेमधला कांतिलाल हा एक महत्त्वाचा दुवा होता. माझी काय योजना आहे ते मी तुम्हाला नंतर सांगणारच आहे. मागच्या आठवड्यात लागोपाठ दोन दिवस तो मला भेटायला आला नाही तेव्हा मला थोडी चिंता वाटायला लागली; कारण त्याच्यावरच माझी मदार आहे. गेली पाच वर्षं मी माझ्या कामाला योग्य असे लोक मिळवायचा प्रयत्न करत आहे. कांतिलाल मला सर्वांत आधी सापडला. तो अतिशय मुरलेला आहे. निदान असं मला वाटत होतं, हे सगळं जनता वसाहतीतलं लफडं होण्याआधी. अर्थात होतं, ते बऱ्यासाठी होतं असं म्हणतात ते काही काही वेळा खरंच ठरतं.''

''योग्य लोक म्हणजे कोणत्या दृष्टीने?'' अविचलने विचारलं.

''चेटूक, हुडूडू, जादूटोणा अनेक नावं आहेत या शास्त्रांना. मला यात तरबेज असणाऱ्या माणसांची गरज होती. मागच्या आठवड्यात मला नाशिकला शेवटचा एक जण मिळाला. तो कितपत तयार आहे, हे मला माहीत नाही. ते पारखण्याएवढा वेळही नाही माझ्याकडे.''

"तुमची काय योजना आहे ते मला माहीत नाही. हे लोक तुम्ही कशाकरीता जमवता आहात हेही मला माहीत नाही. साहजिकच तुम्हाला एवढी कसली घाई आहे हे मला समजायची शक्यताच नाही." अविचल म्हणाला.

"या सगळ्या प्रश्नांची उत्तरं मी तुम्हाला देणारच आहे; पण मला माझ्या पद्धतीने सांगू द्या. असो. नाशिकमधला तो फकीर मिळाल्यानंतर मला वाटलं, आता झाली सगळी तयारी! पण मग कांतिलालचाच पत्ता नाही. मग झकत त्याला शोधत गेलो! जनता वसाहतीतल्या एका बाईच्या तो मागे लागला होता, ते त्याने मला जाण्यापूर्वी सांगितलं होतं. तिथे गेल्यावर मला सगळी हकिकत समजली. मग तर माझा पायच खचला! त्याच्या जागी त्याच्याइतकाच समर्थ माणूस कसा शोधायचा, हा यक्षप्रश्नच होता; पण लगेच ज्याने कांतिलालचा कचरा केला तोच माणूस त्याची जागा घेऊ शकतो, हा विचार माझ्या मनात चमकून गेला. म्हटलं, प्रयत्न करून बघायला काय हरकत आहे? जास्तीत जास्त काय होईल? नकार मिळेल. म्हणून मी तुम्हाला भेटायला आलो."

"तुमचं काम काय आहे, कांतिलाल तुम्हाला का एवढा महत्त्वाचा वाटतो हे काहीच मला माहीत नाही; पण जर तुम्हाला त्याची एवढी गरज होती तर अशा ऐन घटकेला तुम्ही त्याला असल्या नाही त्या फंदात पडू तरी कसं दिलंत?" अविचलने विचारलं.

"एक तर त्याला थांबविण्याची माझ्यात कुवत नव्हती. त्याला मी पाहिजे तेवढे पैसे दिले होते; पण तो काही माझा नोकर नव्हता आणि दुसरं म्हणजे तो म्हणाला की ती बाई त्याला मिळणं गरजेचं होतं."

"का? एवढं काय सोनं लागलं होतं तिला? नाकीडोळी ठीकठाक आहे; पण अशा स्त्रिया कैक असतात."

"तुम्हाला तरी समजायला पाहिजे की कांतिलालच्या गरजा वेगळ्या होत्या. त्याचा अंतिम हेतू तिला बळी द्यायचा होता. नरबळी! ती मूळ नक्षत्रावर, अमावस्येला जन्मलेली आहे. शिवाय ती पायाळूसुद्धा आहे. कांतिलालने मला सांगितलं होतं, की मोहिमेवर जाण्यापूर्वी जर हे काम झालं तर त्याची ताकद आणखी वाढेल. तो तिला भीमाशंकरच्या जंगलात घेऊन जाणार होता. तिथे नरकीबाबाचं देऊळ आहे. तिथे ते होणार होतं."

"या तुम्हाला सांगायच्या गोष्टी! प्रत्यक्षात त्याचे भलतेच धंदे चालले होते."

"तेही धंदे मला ठाऊक आहेत; पण बळीच जर द्यायचा असेल तर त्याआधी इतर काहीही घडलं तरी ते गौणच नाही का? तुम्ही मध्ये पडला नसता तर ते सगळं आता होऊनही गेलं असतं."

"चूकच झाली माझी म्हणायची!"

"आपण त्या वादात शिरलो नाही तर बरं. भारतात झोपडपट्टीमध्ये राहणाऱ्या मानवी आयुष्याला काय किंमत असते हासुद्धा वादाचाच विषय होईल. मला एकच सांगा, की तुम्ही कांतिलालला जे काय केलं, ते फक्त भूतदयेपोटी?"

"छे! तिच्या नवऱ्याने मला गळ घातली म्हणून."

"किती पैसे घेतलेत?"

"माझा मोबदला पैशात नव्हता." अविचल मोघम म्हणाला.

"मोबदल्यासाठी काम करत असाल, तर माझ्या योजनेत सामील व्हाल?"

"ते मी आता कसं सांगू? काय करायचं आहे, कोठे जायचं आहे, त्यातून मला काय मिळणार, हे सगळं तर कळायला नको?" अविचल म्हणाला.

"पैसे म्हणाल तर कोणतीही वाजवी किंमत मोजायला मी तयार आहे. बाकीच्या गोष्टी तुम्हाला नंतर हळूहळू कळतीलच."

"मग तूर्त असं समजा की मी तयार आहे. तुम्ही तुमच्या कामाचे आणखी बारकावे सांगितल्यानंतर मोबदला कमी आहे किंवा काम माझ्या कुवतीच्या बाहेरचं आहे किंवा ते काम माझ्या मूल्यांत बसत नाही, असं जर मला वाटलं तर मी तुम्हाला तसं सांगण्यात अनमान करणार नाही, याची खात्री बाळगा; पण वांचूमाळसाहेब, नमनाला घडाभर तेल वाया घातल्यावर आता तरी मला या भेटीचं प्रयोजन सांगाल का?"

वांचूमाळ खळखळून हसले. म्हणाले,

"ठीक आहे. सांगतो! पण त्याआधी मला थोडी प्रस्तावना करावी लागेल. थोडा वेळही लागेल; पण मी तुम्हाला खात्रीने सांगतो, की ही प्रस्तावना जरुरीची आहे. तसं पाहिलं तर अजून बाटली अर्धी शिल्लक आहे. रात्रही बरीच बाकी आहे आणि नाहीतरी तुम्हाला या वेळी असं कोणतं महत्त्वाचं काम असणार आहे? तेव्हा या सुखद वातावरणात चार क्षण गप्पा मारत घालवायला काय हरकत आहे? नंतर आपलं नाही पटलं, तर द्या सोडून! कमीत कमी हे शांत वातावरण, उत्तम जेवण आणि उच्च प्रतीची दारू तरी कुठे गेली नाही!"

"याही बाबतीत तुमचे आणि माझे विचार तंतोतंत जुळतात, सर. मला माहीत आहे की मी नगण्य आहे. आता मला कोणतंही महत्त्वाचं काम नाही. या घटकेला जरी मी मेलो, तरी मर्ढेकरांच्या भाषेमध्ये वसुंधरेच्या अंगास नक्कीच तडा पडणार नाही! तेव्हा तुम्ही बोला. मी ग्लेनफिडीकच्या बाहुपाशात सुखी आहे."

"माझ्या नावावरून तुला हे कदाचित जाणवलंही असेल, की उत्तर महाराष्ट्रातील आदिवासींमध्ये माझा जन्म झाला. आम्ही वंशशास्त्राच्या दृष्टीने शंभर टक्के शुद्ध आहोत. मुंबईत कॉलेजमध्ये जाईपर्यंत धर्म म्हणजे काय, हे मला माहीत नव्हतं. आमच्या स्थानिक जमातींमध्ये देव होते, देवाचार होते; पण धर्मभेद, वंशभेद, वर्णभेद यांची मला कल्पनाही नव्हती.

"कॉलेजमध्ये फिजिक्स आणि गणित शिकता शिकता मी वेगवेगळे धर्मग्रंथही वाचले. गीतेतल्या त्या 'यदा यदा हि धर्मस्य...' या श्लोकाने योगायोगाने मला माझ्या संशोधनाची दिशा दाखवली. मी विचार केला, समाजाचा धर्मग्लानी सूचकांक काढता येईल का? आणि त्याची महापुरुषांच्या जन्माशी सांगड घालता येईल का?

"माझ्या शिक्षणाकडे मात्र मी दुर्लक्ष केलं नाही, शिकतच गेलो; पण कोणाच्या कृपेने नाही. माझ्या बुद्धीच्या जोरावर, स्टॅनफर्डमधून गणितातली पीएच.डी. घेऊन बाहेर पडलो.

"परत आल्यावर मला सरकारी नोकरी मिळाली; पण माझ्या पदाचा आणि माझ्या आदिवासीपणाचा फायदा न घेता मी माझा सर्व फावला वेळ धर्मग्लानी सूचकांकाचे गणिती समीकरण मांडण्यात घालवला.

"जेव्हा जेव्हा तुमचे हे तथाकथित सत्पुरुष जन्मले, त्या त्या वेळी काय परिस्थिती होती त्याचा मी गेल्या काही वर्षांत अभ्यास केला. तेव्हाची सामाजिक परिस्थिती, तेव्हाची त्या भागाची राजकीय परिस्थिती, सुबत्ता, दुष्काळ, तेथले अक्षांश- रेखांश, तेव्हाची ग्रह- नक्षत्र स्थिती, तेव्हाची न्यायव्यवस्था, ज्ञानोपासना, कलानिर्मिती, स्त्रियांना मिळणारी प्रतिष्ठा, मानवांना मिळणारी समता, देशातील परस्परसंबंध अशा अनेक गोष्टी लक्षात घेऊन मी एक गणिती आराखडा तयार केला.

"आता माझं मॉडेल माझ्या मते परिपूर्ण झालं आहे. माझ्या समीकरणात शिवाजी महाराज, महात्मा गांधी, सावरकर, मार्टिन ल्युथर किंग आणि नेल्सन मंडेला हेसुद्धा बिनचूक बसतात.

"ते प्रेषित नसतील; पण महामानव तर नक्कीच होते! माझ्या गणिताप्रमाणे ज्या ज्या वेळी ग्लानी सूचकांक १.०च्या जवळ येतो त्या वेळी महामानव जन्मतो. जेव्हा ग्लानी सूचकांक १.०च्या खाली जातो त्या वेळी प्रेषित जन्माला येतो. आता भारताचा ग्लानी सूचकांक किती आहे, ठाऊक आहे?"

"नाही!" अविचल नकळत म्हणाला.

"०.२! भ्रष्टाचार, विषमता, वांशिक द्वेष, सामूहिक त्वेष, मानवी प्रतिभेची आणि बुद्धिमत्तेची मनगटशाहीने केलेली गळचेपी, स्त्रियांवरचे अत्याचार, प्रस्थापितांच्या आपापसातल्या वाटाघाटी आणि सामान्य लोकांनी ताटाभोवती पडलेल्या शितांवर मानलेलं समाधान! मानवी इतिहासात क्वचितच कोणताही समाज या नीचतम पातळीला पोहोचला असेल. भारतात या घटकेला प्रेषित जन्माला येणं अपरिहार्य आहे."

"मग रजनीकांत सर जन्मले त्या वेळी ग्लानी इंडेक्स किती असेल याची कल्पनाही करवत नाही."

अविचलच्या या पीजेला वांचूमाळ अपेक्षेप्रमाणे माफक हसले.

प्रस्ताव

"**वां**चूमाळ सर, तुमच्यासारख्या स्वतंत्र विचारसरणीच्या माणसाशी माझी गाठ पडली, हे मी माझं सुदैव समजतो. आजकाल इतका स्वतंत्र विचार करणारी माणसं भेटणं इतकं दुर्मिळ झालं आहे, की कधी कधी जिवाची तगमग होते! जो भेटतो, तो एखादं कंटाळवाणं पुस्तकी घोषवाक्य बडबडून आपली बौद्धिक पातळीची चड्डी उतरवतो. मग जे काय दिसतं ते अतिशय केविलवाणं आणि ओंगळवाणं असतं. तुमचे-माझे विचार जुळतील, ना जुळतील, आपण एकत्र काम करू, न करू; पण माझ्यालेखी आजचा दिवस अविस्मरणीय आहे. बोला, मी ऐकतोय."

"आता तुमच्या मनात जो प्रश्न आहे, त्याचं मला प्रथम उत्तर देऊ द्या. तुम्ही विचार करत असाल, जो मनुष्य कांतिलालला मदतीला घेतो, त्याला श्रीकृष्ण, येशू, गुरू नानक किंवा पैगंबरांशी काय देणंघेणं आहे? सांगतो! प्रत्येक कृष्णासाठी कंस आवश्यक असतो. जेव्हा जेव्हा धर्मग्लानी सूचकांक १च्या खाली जातो त्या वेळी कृष्ण अवतार घेतोच; पण त्याआधी प्रत्येक कृष्णासाठी त्याचा कंस जन्मतो. तुकारामांशिवाय मंबाजी नाही आणि मंबाजीशिवाय तुकाराम नाही.

"या वेळी माझा प्रयत्न असा आहे की कंसाने एकदा तरी कालियाच्या फण्यांवर नाचत कृष्णमर्दन करावं. मानवांनी चढवलेला तथाकथित मानवतेचा बेगडी बुरखा एकदा तरी फाटावा. राम, कृष्ण, गौतम, महावीर, येशू, नानक, पैगंबर ही सगळी व्यक्तिमत्त्वे महान होती यात शंका नाही; पण त्यांनी आपल्याला फक्त विमूढ केलं! सगळ्यांवर प्रेम करा, सगळ्यांकडे समभावाने बघा! आ! काय ही दांभिकता? सिंहाने हरिणावर प्रेम केलं तर तो उपाशी मरेल, का डोक्याभोवती वलय घेऊन जंगलातला संत ठरेल?" वांचूमाळ पुढे म्हणाले,

"माणसातल्या पशूचं परिवर्तन करण्यात हे सर्व महान आत्मे आपलं आयुष्य खर्चत गेले. त्यांच्या आदर्शवादाने त्यांच्या विचारांवर मात केली. सध्याचा आपला समाज जर पाहिला तर कोणालाही हे पटेल, की आता माणसातलं पशुत्व पुन्हा

नव्याने जागृत होत आहे. ते पाहता मला तरी उघड उघड वाटतं, की हे सर्व महान आत्मे घोडचूक करत गेले. कुत्र्याचं शेपूट सरळ करण्यात सगळे धर्म गढून गेले.

"मानवजात उत्क्रांती करत तिच्या आदिम पशुत्वाचा खुलेआम स्वीकार करण्याइतकी निर्ढावली आहे. आता वेळ आली आहे कंसाची आणि कालियाची!

"मानवजातीत जन्मलेल्या महात्म्यांनी मानवजातीसाठी काही केलं नाही, फक्त सगळ्यांचं वाट्टोळं केलं! आता मात्र दुरात्म्यांना संधी मिळायला हवी. दुसरी गंमत पाहा, दुरात्म्यांच्या विश्वामध्ये कोणाच्याही जन्माने कोणाचंही नशीब ठरत नाही. तांत्रिकाची वा हातात एके ४७ घेतलेल्याची जात-पात-धर्म कोण विचारतो? जेवढी ज्याची लायकी तेवढी त्याची किंमत! म्हणूनच मी तुला विचारलं होतं, की कांतिलालचं काय चुकलं?"

"वांचूमाळ साहेब मी या तुमच्या नर्म दारूशी नम्र इमान राखून तुमच्या या सगळ्या तत्त्वज्ञानातली मोठी भेग अतिशय नम्रपणे दाखवू इच्छितो. मानवाला त्याच्या भूतकाळातील चुकांची जाणीव झाली नसती, तर आपण स्टॅनफर्डमध्ये जायला कसे तयार झाला असता? मला खात्री आहे, की आपलं भारतातलं सर्व शिक्षण फुकट झालं असेल. आपल्याला शिष्यवृत्त्या मिळाल्या असतील. तेव्हा कमीत कमी तुम्ही तरी या थोर व्यक्तिमत्त्वांच्या शिकवणुकीला दूषणं देऊ नयेत," अविचलने सुनावलं.

"मला आदिवासी म्हणून मिळालेली संधी ही या कोणाच्याही शिकवणुकीमुळे मिळाली नाही, अविचलसाहेब! तुम्हा तथाकथित उच्चवर्णीयांच्या मनातील अपराधीपणाच्या भावनेतून आता तुम्ही आमच्यासारख्यांच्या तोंडावर तुकडे फेकताय! त्या महात्म्यांची शिकवणूक जर तुम्ही खरोखरच आत्मसात केली असतीत, तर आजही दलित हत्याकांडं झाली नसती, बलात्कार आणि भ्रष्टाचार झाले नसते. तेव्हा मला मिळालेल्या तुकड्याबद्दल मी तुमच्यासमोर शेपटी हलवावी, असं तुम्हाला वाटत असेल तर माफ करा आणि चालते व्हा इथून!"

वांचूमाळांचा स्वर प्रथमच रागीट होता.

अविचल क्षणभर गप्प राहिला.

"आपले अनेक बाबतीत मतभेद आहेत, हे उघड आहे, वांचूमाळ! अजूनही विचार करा, मी तुम्हाला तुमच्याबरोबर यायला हवा आहे का?"

चंद्रेश वांचूमाळ क्षणभर शांत राहिले. मग ते जणू काही स्वत:लाच पटवण्याच्या स्वरात म्हणाले,

"मतभेद तर तसे जन्मभर एकत्र राहिलेल्या नवरा-बायकोतही असतात. तेव्हा आपले मतभेद महत्त्वाचे नाहीत. तुमची मूळ विचारसरणी काय आहे हे जास्त महत्त्वाचं आहे. तुम्ही कांतिलालच्याच माळेतले मणी आहात, अशी जवळजवळ

खात्री आहे मला. तसं जर नसतं तर कांतिलालची ही अशी अवस्था तुम्ही केली नसती. सन्मार्गाच्या कैफात गुंगलेले साधक आपला दुसरा गाल पुढे करतात. एका थपडेच्या उत्तरादाखल, थप्पड मारणाऱ्यालाच नामशेष करून टाकायची आक्रमकता आणि कडवेपणा फक्त तुमच्यासारख्यांमध्येच असतो.''

"तुम्ही म्हणता ते माझ्या बाबीत तरी खरं आहे. काही काही वेळा माणुसकी, दया वगैरे कल्पना मला भोळसट वाटतात!'' इंदिरेची आणि हंबीरची आठवण येत अविचल पुन्हा संदिग्ध बोलला.

खूप वेळ विचार करून वांचूमाळ म्हणाले,

"शंभर टक्के खात्री होईपर्यंत थांबलो तर वेळच निघून जाईल. तू येशील आमच्याबरोबर?''

अविचलही विचार करीत होता. त्याला त्याच्या गुरूंनी जे काय सांगितलं होतं, त्याचं स्मरण झालं. ते म्हणाले होते, 'दोन महिने तुला वाटेल ते कर. मला काहीही विचारू नकोस.' काय दर्शित होते हे त्यांनाच ठाऊक; पण आता निर्णय त्याचाच होता.

काही क्षण विचार करून शेवटी तो म्हणाला,

"चला, आपण कृष्णमर्दन करू या! पण म्हणजे नक्की काय करायचंय तरी काय? आपल्याबरोबर कोण कोण असणार आहेत? किती जण असणार आहेत? का मीच एकटा बळीचा बकरा आहे?'' अविचल जोरदार आळस देत म्हणाला.

"छान! सगळं सांगतो!

जेवता जेवता वांचूमाळ म्हणाले,

"आपण तेरा जण आहोत. बारा तुमच्यासारखे आणि मी तेरावा. तुमच्या भाषेतला निरुपयोगी व्यवस्थापक. आपण येत्या महिन्याच्या एक तारखेला नाशिकमध्ये रात्री नऊ वाजता हॉटेल ऑरेंज ग्लेडमध्ये जमणार आहोत. कुठे जायचं, वाट कोणती असेल, आपल्याला नेमकं काय करायचंय वगैरे वगैरे सर्व गोष्टी मी तुम्हाला योग्य वेळी सांगेनच. बसचा आपल्या इच्छित स्थानाजवळ नेणारा प्रवास हा तुमचा मानवी संस्कृतीशी असलेला शेवटचा संपर्क असेल. त्यापुढे रोज वीसएक किलोमीटर पायी चालणं, खाणं-पिणं आणि झोपणं, हा दिनक्रम असेल. तुम्ही बाटलीतल्या पाण्यावर जगणारे असाल तर या प्रवासाचा विचारही सोडा. जे मिळेल ते खावं लागेल, जे मिळेल ते प्यावं लागेल. मी सांगेन तेच करायला लागेल. हे जर चालणार नसेल तर आपण जेवण करू आणि हे संभाषण विसरून जाऊ.''

"वांचूमाळ सर, ज्याच्यासमोर पर्याय असतात तो रुबाब करतो. मी यायला नकार दिला तर तुम्ही काय करणार आहात? मी तुमच्याशी आदराने बोलतो आहे, म्हणजे मी गरजू आहे, असा अर्थ अजिबात काढू नका. ते माझे संस्कार आहेत. मला

कसलीही गरज नाही. ना पैशाची, ना तुमच्यापुढे माझी लायकी सिद्ध करण्याची! गरज असलीच तर ती तुम्हालाच आहे. मी तुमच्याबरोबर येणार, शंभर टक्के येणार! पण प्रत्येक वेळी माझं तुमच्याशी पटेल हे गृहीत धरू नका. मी सडाफटिंग आणि भणंग माणूस आहे, हे कायम लक्षात ठेवा.'' अविचल गोल्डफ्लेक शिलगावत म्हणाला.

प्रवास

हॉटेल ऑरेंज ग्लेडमध्ये त्यांचं दोन दिवसांचं वास्तव्य हा अविचलचा शहरी संस्कृतीशी शेवटचा संपर्क होता. वांचूमाळने सांगितल्याप्रमाणे वांचूमाळ सोडून ते बारा जण होते. पाच बायका आणि सात पुरुष. प्रत्येक जण आपापल्या खोलीत राहत होता. वांचूमाळ बिल भरत असल्यामुळे का असेना, बारा जणांपैकी प्रत्येक जण त्यांना थोडातरी भाव देत होता. अन्यथा प्रत्येक जण स्वसामर्थ्याबद्दल इतका आश्वस्त होता की स्वस्थता कोठे संपते आणि गर्व कोठे चालू होतो, हे समजणं दुरापास्त होतं.

नाशिकच्या पुढे त्यांचा प्रवास खासगी बसने वरवंडी-दिंडोरी-वणी-बोरगाव-सापुतारा-अहवा-गारवी असा चालू राहिला. वांचूमाळनी नाशिकमध्ये ऑरेंज ग्लेडमधील कन्व्हेन्शन सेंटरमध्ये दिलेल्या भाषणाप्रमाणे कोशवाल हा त्यांचा बसचा शेवटचा टप्पा होता. त्यापुढे मात्र महात्मा गांधी एक्स्प्रेस.

कोशवालमधून ते अमुक दिवशी तमुक वेळेला निघाले. जंगलाचा रस्ता. तेरा जण आपापला भार सांभाळत सांभाळत निघाले. वांचूमाळ आणि अविचलकडे सर्वांत कमी सामान होतं. वांचूमाळ तर बोलूनचालून आपल्या गावात जात होते आणि अविचलचे शौक अनेक असतील; पण गरजा असून नसल्यात जमा होत्या. एक सिगारेटची गरज सोडली तर.

मुरली तिरुवनंथपुरमहून आला होता. त्याच्याकडे ओडोमॉसही होतं आणि ढुंगण पुसायचा कागदही होता. इतर सर्व जण या दोन टोकांच्या मध्ये होते.

हळूहळू शहरी जंगलाची जागा खऱ्याखुऱ्या जंगलाने घेतली. गवतात उगवलेल्या झाडांच्या प्रदेशातून ते झाडांमध्ये उगवलेल्या गवताच्या प्रदेशात शिरले. दिवसभर ते जंगल तुडवत असताना, बघता बघता डोंगराच्या सावलीने दुपारी चार वाजताच त्यांचं जग झाकोळलं गेलं. डिसेंबरच्या कडाक्याच्या थंडीमध्येही प्रत्येकाच्या चेहऱ्यावर घाम चमकत होता. अविचलच्या पोटात ढवळाढवळ होत होती, पाय गलितगात्र

होते. महिन्याभरात चरलेली मिसळ, उसळ, चमचमीत कालवणं आणि तर्री प्रत्येक घर्मरंध्रातून वाहत होती. त्याच्या सुदैवाने वांचूमाळ पुढच्या पाचच मिनिटांत म्हणाले –

"आता आपण थांबू या. उद्या सकाळी पुढे."

बारा जणांचा ताठा इतका विलक्षण, की कोणीही विचारलं नाही, अजून किती अंतर बाकी आहे, किती वेळ लागेल, कोठे जायचं आहे.

अविचल एका मोठ्या झाडाखाली विसावला. त्याने गोल्डफ्लेक पेटवली. त्याला खाण्याचं वा पिण्याचं भानच नव्हतं. त्या घटकेला त्याला हवी होती ती फक्त झोप आणि विश्रांती.

त्याच्या नजीकच्या झाडाखाली अवनी विसावली होती. आपल्या सॅकमधून तिने जाड लोकरी कांबळं काढलं.

"तू असाच झोपणार? काही पांघरूण वगैरे न घेता?" तिने अविचलला विचारलं. तिला उत्तर देण्याऐवजी त्याने आपल्या पोतडीतून एक कृष्णाकाठचं पांढरंशुभ्र घोंगडं काढलं आणि ते अंगावर ओढून विसावलेल्या मनाने आणि शरीराने तो धूम्रपानाचा आस्वाद घेऊ लागला. अवनीने खांदे उडवले आणि ती काही मिनिटांतच तोंड उघडं टाकून झोपून गेली. अविचलने आपली सिगारेट जमिनीवर काळजीपूर्वक चुरडली आणि तो डोक्यामागे हात घेऊन आकाशातल्या संधिप्रकाशाकडे पाहत निवांत पडला, त्याचा डोळा कधी लागला हेच त्याला कळलं नाही.

लवकर झोपल्यामुळे अविचलला पहाटे चारलाच जाग आली. रातकिड्यांच्या किरकिरीशिवाय आणि अधूनमधून येणाऱ्या अनोळखी श्वापदांच्या गुरगुरण्याच्या आवाजाशिवाय आसमंतात पूर्ण शांतता होती. कडाक्याची थंडी होती. कोणत्याही मानवी प्रकाशाने अलिप्त असणारं अवकाश कोट्यवधी ताऱ्यांनी चमकत होतं. अविचलच्या अंगावर प्रगाढ सुखाची शिरशिरी आली. डोळ्यांसमोर दिसणाऱ्या अनोळखी नक्षत्रपुंजावर त्याने आपली नजर एकाग्र केली आणि प्रणवमंत्र जागवला.

तो पुन्हा भानावर आला तेव्हा त्याच्या नजरेसमोर बारा चेहरे होते.

"अरे, हा तर जिवंत आहे! मला वाटलं झालं लाकूड त्याचं!" मकबूल उद्गारला.

"बंटाबिंटा लावला असावा. दुसरं काय?" ईश्वरी म्हणाली.

"नाहीतर नुसता शाइन मारत असेल!" अवनी म्हणाली; पण तिने अविचलला उठवण्यासाठी हात पुढे केला. अविचल उठला.

कम्पूमध्ये हळूहळू चहलपहल चालू झाली. न्याहारी झाली.

त्यांचा प्रवास पुढे चालू झाला. झाडाझुडपांनी पादाक्रांत केलेला प्रदेश नगण्य

मानव तुडवत चालले होते.

“आणखी किती अंतर बाकी आहे?” एका लांबलचक चढावानंतर अविचलने सगळ्यांच्या मनात व्यापून राहिलेला प्रश्न विचारला.

“अरे, ही तर फक्त नांदी आहे! परत जाण्याचा विचार करतो आहेस का काय? पण परतीची वाट सापडणार का तुला? गोल्डफ्लेक जरा कमी पी, मग एवढा दम लागणार नाही. छातीचा तंबोरा झालाय तुझ्या.” वांचूमाळ हसत हसत उद्‌गारला.

अविचल शांतपणे म्हणाला. “वांचूमाळ, एखाद्या मनोरंजक चित्रपटात रंगून गेलेला मुलगा असतो ना, तशीच माझी अवस्था आहे. हा चित्रपट कधीच संपू नये असं वाटतंय. त्यामुळे अजून काय काय बाकी आहे, याचाच मी विचार करतोय. माझ्या सिगारेट फुंकण्याबद्दल म्हणाल तर ती माझी वैयक्तिक बाब आहे. तसं कोणाला ठाऊक की मी सिगारेट फुंकत किती जगणार, आणि तुम्ही चार जणांच्या खांद्यावर कधी चढणार? कदाचित उद्या? का तुमचं ब्रह्मलिखित बरोबर घेऊन फिरताय?” पौलुमी त्यांच्या बाचाबाचीत धोरणीपणाने शिरत म्हणाली, “मला एक प्रश्न पडतो आहे वांचूमाळ, एवढे कष्ट घेण्याची काय गरज आहे? आपल्याला जिथे जायचंय तिथे आपण बसने जाऊ शकलो नसतो? किंवा एखादी ऑफरोडर?” पौलुमी चांगली सडसडीत आणि उंच होती. तिची त्वचा गव्हाळ पिवळी होती, केसात मात्र सोनेरी झाक होती आणि तिचे डोळेही निळसर घारे होते. तिच्याकडे पाहून हे उघड कळत होतं की ती दोन भिन्न वंशांमधल्या जोडप्याच्या पोटी जन्मली होती. तिच्या चेहऱ्यावरच्या आणि वागणुकीतल्या आत्मविश्वासावरून ती बऱ्याच देशांत फिरली असावी आणि तिने बरेच अनुभव घेतले असावेत, याची जाणीव होत होती. मोठ्या समूहामध्ये एकेकट्या असणाऱ्या अवनी किंवा ईश्वरीसारख्या तरुण मुलींच्या वागणुकीत जाणवणारा संकोच आणि संशय पौलुमीत औषधालाही नव्हता.

“पौलुमीजी, तुम्ही म्हणता त्यात तथ्य आहे; पण दुर्दैवाने आपल्याला जिथे जायचं आहे तिथे हे कष्ट अनिवार्य आहेत. तिथे कोणताही रस्ता नाही. नाही तर मला तरी या जंगलातून जाण्याची थोडीच हौस आहे?”

पुन्हा तोच कंटाळवाणा प्रवास चालू झाला. गुदमरवणारा हिरवा रंग. जणू घास घ्यायला टपल्यासारखी झुकलेली झाडं. घृणास्पद हिरवं गवत. कंटाळवाणी शांतता. पिसाळलेले रक्तपिपासू डास, गोचीड, अभद्र सरडे आणि कालातीत आत्मविश्वासाने सरपटणारे माजोरी साप, बेनाम किडे आणि मदांध शांतता.

‘अवनीचं ओडोमॉस मागून घ्यावं का? काल रात्री झोप काही ठीक झाली नाही.’ अविचल विचार करत होता.

“मला वाटतं मी घोडचूक केली आहे. छान सुखात पुण्यात राहायचं सोडून

या भंपक जंगलात टाचा घासतेय.'' अवनी अविचलला म्हणाली.

"अगदी बरोबर बोललीस!'' जिंगोडा म्हणाला.

दिसण्याच्या बाबतीत अवनी जर उत्तर ध्रुव असेल तर जिंगोडा दक्षिण ध्रुव आहे. खुजा, काळाकुट्ट, जाडजूड, चेहऱ्यावर देवीचे व्रण. मानेच्या वळ्यांमध्ये साठलेला घाम, लांबलेला खालचा ओठ; पण त्याही ओठावर अधिराज्य करणारे दोन मोठे पिवळे दात. त्याच्या दातांमुळे त्याला अविरत आनंदाचा लाभ झाल्यासारखा तो दिसतो. त्याच्या ढळढळीत कुरूपात एक धट्टेकट्टे लावण्य आहे. नावावरून तो कोठून आला असावा, याचा काहीच अंदाज बांधता येत नाही. तो आफ्रिकेतला असू शकतो वा वांचूमाळचा गाववाला.

जंगल

त्या कंटाळवाण्या दिवसाचा अंत होतो तो आणखी एका सामान्य रात्रीमध्ये. अविचल पुन्हा जागा होतो पहाटे तीन वाजता आणि तो पुन्हा मग्न होतो प्रणवरूपात. एवढी प्रगाढ मन:शांती त्याला कधीच लाभलेली नसते. त्याला क्षणभर वाटतं की इथेच अक्षय राहावं, ही शांती रोज अनुभवावी.

पण तो ध्यानातून जागा होतो तो किंकाळ्यांमुळे.

अवनीभोवती बारा भयचकित चेहरे आहेत. अवनीच्या चेहऱ्याभोवती हिरवट पारंब्यांसारख्या दोऱ्या आहेत. फक्त चेहराच नाही तर तिचे सुडौल बाहूसुद्धा त्या हिरवट पारंब्यांनी वेढलेले आहेत. तिचा नितळ आणि गोरापान चेहरा लाल पुटकुळ्यांच्या पट्ट्यांनी विद्रूप झाला आहे. किंकाळ्या दुसऱ्या कोणीतरी मारल्या असाव्या; कारण अवनी जवळजवळ बेहोश पडली आहे.

"एखादं मांसाहारी झाड असावं ते." अविचलच्या शेजारी उभी असलेली पौलुमी स्वत:शीच पुटपुटली.

"तुम्ही काहीतरी करा ना, वांचूमाळ!" मुरली न राहवून म्हणाला.

वांचूमाळ विचारमग्न होते. त्यांच्या चेहऱ्यावर विषादही दिसत होता; पण ते एक शब्दही बोलले नाहीत.

शेवटी अविचल पुढे झाला. जिंगोडाही त्याच्यामागे आला.

"थांब! उघड्या हातांनी तो विळखा सोडायचा प्रयत्न करू नकोस. त्या पारंब्या आपल्या भक्ष्याने पळून जाऊ नये म्हणून त्वचेतून अतिशय सामर्थ्यशाली नशा येणारं द्रव्य सोडतात. ते इतकं प्रभावी असतं की या झाडाची सावजं काही प्रतिकार न करता शरीराचं चिपाड होईपर्यंत अत्यानंदाच्या लहरीत तरंगत असतात. आपण मरतो आहोत याचंही त्यांना भान नसतं," जिंगोडा म्हणाला.

"पण तिच्या जखमा भरून येतील? छे! कधीच नाही! ती आता जन्मासाठी डागाळली गेली. त्या झाडाच्या रसाने माखलेल्या पेशी, तिच्या शरीराला परक्या

झाल्या आहेत. रोपण केलेला अवयव जसा मूळ शरीराला अनोळखी वाटतो तशाच या पेशी तिच्या शरीराला अनोळखी झाल्या आहेत. त्या तिच्या शरीराच्या इम्यून सिस्टिमने मारल्या जातील कायमच्या.'' वांचूमाळ म्हणाले.

''तिला सोडवण्यात तुम्हा सर्वांकडून मोठी घोडचूक झाली आहे. त्या झाडाच्या विळख्यात कळत-नकळत ती मृत्यूच्या बाहुपाशात विनासायास गेली असती. आता त्या फांद्या मेल्या आणि त्या वेदनाशामकाचा प्रभाव कमी झाला, की तिला मरणप्राय वेदना होतील! तिला परत त्या झाडाखाली सोडा. आपण मरणरेषा कधी पार केली हे तिला कळणारही नाही. तसं पाहिलं तर आता तिचा सहभाग आपल्यापुरता संपला आहे. हळूहळू तिचे सगळे अवयव निकामी होत जातील. तिचं स्वत:वरचं नियंत्रणही सुटेल. दोन दिवसांत तिला चालणंही मुश्कील होईल आणि मग पुढच्या एखाद्या दिवसात तिला श्वास घेणंही जड जाईल. वाट आधीच दुर्गम आहे आणि स्पष्टच बोलायचं झालं तर आपल्या दृष्टीने निरुपयोगी झालेल्या व्यक्तीवर अन्न आणि आपले प्रयत्न खर्च करण्यापेक्षा आपण तिला येथे सुखात सोडलेलं बरं नाही का?''

''वांचूमाळ, आपली दुनियादारी वाखाणण्याजोगी आहे. उपयोग नाही तर अन्न नाही. वा! काही हरकत नाही. माझ्या वाट्यातला भाग मी तिला देईन; पण तिला इथे एकटं सोडून जाणार नाही.'' अविचल म्हणाला.

''अरे अविचल, या माणुसकीच्या भंपक कल्पनांनीच माणसाची वाट लागली आहे. काही वेळा दया आणि क्रौर्य यातील सीमारेषा फार धूसर असते. आत्महत्या म्हणजे पाप! इच्छामरण म्हणजे पाप! अर्धांगवायूने लोळागोळा झालेल्या माणसाची सेवा म्हणजे पुण्य! जेव्हा तिच्या शरीराच्या पेशी तिच्याच पेशींवर हल्ला करतील त्या वेळी तिला होणाऱ्या वेदना तिलाच सहन करायला लागतील ना? तुझं काय जातंय? कुंपणावर बसलेली तुझी माणुसकी खूपच उदात्त; पण स्वस्त आणि आरामदायक आहे.'' वांचूमाळ.

''मला तिच्या वेदना हलक्या करता येतील अशा कमीत कमी दहा वनस्पती दिसताहेत या ठिकाणी. आपण तिला बरोबर घेऊन जाऊ. मी सांभाळीन तिला.'' जिंगोडाने अविचलला हलक्या आवाजात अनुमोदन दिलं.

''ती अवनी जर काळी, जाड आणि केसाळ असती तर यांची माणुसकी एवढी फळफळली असती का, हा एक मोठा प्रश्नच आहे.'' मुरली सर्वांना स्पष्ट ऐकू येईल एवढ्या आवाजात तिरस्काराने पुटपुटला.

''तुला थोडी जास्त अक्कल असती तर तू थोडा जास्त सुसह्य झाला असतास का, हाही मोठा प्रश्नच आहे.'' तेवढ्याच आवाजात पौलुमी मुरलीला म्हणाली.

''वांचूबेटा, मला वाटलं होतं की तू एक एक गाळीव रत्नं जमवली असशील. मला तर येथे एकापेक्षा एक थोर महात्मेच जमलेले दिसताहेत.'' तेरा जणांपैकी

सर्वांत तिरसट फली कॉन्ट्रॅक्टर बोलता झाला.

"फली, तू क्यूँ टेन्शन लेता है? नाहीतरी तू कधी डोळे पांढरे करशील याचा काही नेम नाही. तसं झालं तर तुझा वाटा अवनीच्या कामाला येईल की!" मकबूल फलीला म्हणाला.

"बच्चे, तुझपे खाक डालने के पहले मैं कैसे जा सकता हूँ? मेरा तो वादा है उसके साथ।"

मकबूल मनापासून हसला. "फली, जरा होशकी बात कर! मैं तेरी आधी उम्रका, और तू मुझपे खाक डालेगा?"

"दावेसे कहता हूँ बच्चे, तू मेरे पहले उपर जाएगा। तेरे चेहरेपे लिखा है। मैं पढ रहा हूँ।" फली बोलला.

वांचूमाळ घुटमळत म्हणाले, "आपल्याला वेळ दवडून चालायचं नाही. आपण पुढे जाऊ या. मला माफ करा. तुमच्या मनात असेल तर घ्या तिला बरोबर. माझी काही हरकत नाही; पण आपल्याला आता पुढे निघणं आवश्यक आहे."

शेवटी ते मार्गस्थ होतात. अवनीला जिंगोडाने खांद्यावर घेतलं आहे. अविचल जिंगोडाच्या मागे चालला आहे.

जंगल आता इतकं दाट झालं आहे, की ते सर्व जण एकेरी रांगेमध्ये चालले आहेत. अविचल विलक्षण एकाग्र आहे. साप, डास, मांसाहारी वनस्पती, जळवा, विंचू, काटेकुटे या सर्व शारीरिक उपाधीशिवाय त्याला कसलंतरी दडपण जाणवतं आहे. कोणीतरी त्याच्या मनाचा धांडोळा घेत आहे आणि तो कोणीतरी इतका सामर्थ्यवान आहे, की या बाहेरच्या धोक्यांचं भान ठेवूनही तो अविचलच्या मनाला चाचपतो आहे.

अविचलला आपलं मन ध्यानाच्या कोशामध्ये सुरक्षित ठेवता आलं असतं; पण प्रत्येक वेळी 'अरे' ला 'का रे' करणं हासुद्धा मूर्खपणाच ठरतो. त्याने क्षणभर आपल्या नजरेसमोर जनता वसाहतीत मिळणारा पाववडा आणला. ताजा लुसलुशीत पाव. वाफाळणारा वडा, हिरवी मिरची, लसूण, आलं आणि बटाट्याचं दैवी मिश्रण! अहाहा! नुसत्या आठवणीनेच अविचलच्या तोंडाला झरझरून पाणी सुटलं. शरीराच्या प्राथमिक यंत्रणा कार्यरत झाल्या आणि बघता बघता अविचलच्या मनावरचं ते अनामिक बंधन घसरलं.

'साला, हा निसर्ग वगैरे प्रकार लांबूनच ठीक आहे. वातानुकूलित घराच्या चित्रगवाक्षातून दिसणारी हिरवीगार, निर्जंतुक आणि स्वच्छ, अलिप्त वनराई कोठे आणि हे गुदमरवून टाकणारे, अंगाला भिडणारे...आपल्या विचारांना तो क्षणभर हसला.

"वो वांचूका बच्चा ऐसे क्यूँ बोला की अब अवनी उसके काम की नहीं हैं?" त्याच्या मागेच असलेला मकबूल त्याला म्हणाला.

"काय माहीत, त्याच्या मनात काय आहे? तो तर फक्त एक दलाल आहे. गिऱ्हाइकं गाठायचं त्याचं काम. त्याचा मालक कोणीतरी वेगळाच असणार. त्याच्या बोलण्याकडे लक्ष देण्यात काय अर्थ आहे?" अविचल म्हणाला.

"आपको पता है? जिसमें कोई ऐब है ऐसे बकरे की कुर्बानी नहीं दी जाती!" गफूर म्हणाला.

"तुला काय वाटतं आपण कुर्बानीचे बकरे आहोत? वैसे देखा जाए तो एकदम दुरुस्त बात! जिंगोडा, जरा तेरी मशेटी दे इधर. ए वांचूके बच्चे, तू भी जरा इधर आ, तमाशा देख।" मकबूल म्हणाला.

कोणाला काही कळायच्या आत मकबूलने आपल्या डाव्या हाताच्या करंगळीचं शेवटचं पेर भेंडी कापल्याप्रमाणे छाटून टाकलं; पण नंतर लगेच आपलं वाहणारं रक्त पाहून तो बेशुद्ध पडला.

जिंगोडाने अवनीला अलगद खाली उतरवलं. तो बाजूच्या झुडपात शिरला आणि हातात पाला घेऊन आला. तो पाला त्याने दगडावर दगडाने ठेचला आणि मकबूलच्या करंगळीला बांधला.

"ओ बाबाजी, तेरा मोजा दे दे। मकबूलको होशमे लाना है!" मुरली ओरडला.

"मेरा मोजा क्यूँ? तेरा क्यूँ नहीं?" फली संतापाने ओरडला.

"अरे बाबाजी, तेरे मोजे आने के दस मिनिट पहले उनकी खुशबू आती है। खालीपिली क्यूँ बिगडता है?"

पण या सर्व गदारोळात आणि टिंगलटवाळीमध्ये अविचलचं लक्ष वांचूच्या चेहऱ्यावर होतं. मकबूलने बोट छाटण्याच्या क्षणी वांचूमाळच्या चेहऱ्यावर तीव्र क्रोधाची लहर तरळून गेली होती.

"च्यायला, मकबूल म्हणतो ते खरं आहे का काय? सायकलला उलटं टांगून नेल्या जाणाऱ्या कोंबड्यांपेक्षा आपण बारा जणांना अधिक काही किंमत नाहीये का काय?"

मकबूलच्या या अविचारी कृत्यानंतर त्या बाराही जणांमध्ये स्मशानशांतता पसरली होती. अवनी तर तशीच स्मशानशांततेत होती. जो तो आपल्या विचारात मग्न होता.

"अरे, तेला काय समजते का नाय, साला पागल आदमी!" धापा टाकत फलीने अविचलला गाठलं.

"काय झालं? त्याला जे वाटलं ते त्याने केलं. तुला पाहिजे तर तूही काप आपलं बोट."

"अरे, मी काय साला तुमच्या घाटी लोकांसारखा डरपोक नाय! मला काय करायची जरुरतबी नाय! हे बघ माझा उलटा हात, मला छे उंगली हाय त्या हाताला. तू साला घाटी हिंदू ना?"

"होय. जन्माने हिंदू; पण तुझ्यासारखा घाटी नाही."

"तू घाटी तो हैही। म्हनूनच तू साला बटाटेवडा सोचता है. साला घाटी लोग लंडनला गेला तरी साला बटाटेवडाच खाणार।"

अरे, म्हणजे हा भंपक फली त्याच्या मनाचा धांडोळा घेत होता तर.

शेवटाची सुरुवात

चार दिवसांच्या ट्रेकमध्ये त्यांनी आतापर्यंत सहा मोठमोठाले पर्वत ओलांडले होते. अवनीनंतर त्या कालातीत जंगलाने आणखी एकाचा बळी घेतला होता. तिसऱ्या दिवशी सकाळी उठल्यानंतर सुझन तिच्या सॅकसकट बेपत्ता झाली होती. ती जिथे झोपली होती तिथे फक्त लांबलांब नखांच्या खुणा जमिनीत खोलवर दिसत होत्या.

अस्वलं सहसा मानवांच्या वाटेला जात नाहीत; पण कोणी सांगावं, अस्वलाला कदाचित स्लीपिंग बॅगमध्ये झोपलेली सुझन, व्हॅक्यूम पॅक्ड चीटोज किंवा लेज सारखे स्नॅक वाटले असेल.

अविचलसकट सर्वांनी सुझनचा शोध घेण्यात जवळजवळ पूर्ण सकाळ घालवली. ओढत नेलेल्या सॅकचा माग गर्द झाडीत नामशेष होत होता. वांचूमाळ या शोधात फुकट जाणाऱ्या वेळाने अस्वस्थ होत होता. त्याची सारखी कुरकुर चालली होती.

शेवटी त्याच्या अमानुष वागणुकीने चिडून अविचल त्याला प्रथमच एकेरीवर येऊन म्हणाला,

"अरे, तुला माणसाचं काळीज आहे का एखाद्या हैवानाचं? जी व्यक्ती आपल्याबरोबर गेले काही दिवस राहत होती ती बेपत्ता झाल्यावर तिचा शोध घेणं आपलं कर्तव्य नाही का? कोण जाणे, कदाचित हाकेच्या अंतरावर ती जखमी होऊन आपल्या मदतीच्या अपेक्षेत असेल! तू जर तिच्या जागी असतास आणि आम्ही तुला वाचवण्यासाठी काहीही प्रयत्न न करता निघून गेलो असतो, तर तुला काय वाटलं असतं?"

"अविचल, तुम्ही तुमच्या शहरी वाढवणुकीने एवढे पंगू झाला आहात की तुम्ही काही साध्या साध्या गोष्टी विसरता आहात! सुझन आता गेली! ज्या कोणी श्वापदाने तिला नेलं ते एव्हाना ढेकर देऊन झोपलं असेल. तुमच्या शहरात आणि गावात एखाद्याला वन्य श्वापदाने ओढून नेलं तर ती इतकी असाधारण घटना असते की तुम्ही छाती बडवत पुढचा महिना फुकट घालवता. आमच्या वस्तीत ते

जवळजवळ रोजचंच आहे. दुसरं म्हणजे काळजात भावना आणि मेंदूत विचार असतात ही फक्त एक मध्ययुगीन कल्पना आहे. सर्व काही इथे असतं, इथे!'' आपल्या डोक्यावर टपटप करत वांचूमाळ म्हणाले. ''ते वापरायला शिका जरा. तुम्हाला जेवढा वेळ घालवायचा तेवढा घालवा. सुझन गेली ती गेली!'' वांचूमाळ एका दगडावर बसत म्हणाले.

वांचूमाळच्या या उद्रेकानंतर सुझनचा शोध हा फक्त देखावा राहिला आणि दुपारनंतर ते सर्व पुन्हा चालते झाले.

संध्याकाळी सर्व जण आपापल्या सॅक्स खाली ठेवून आपापल्या पायांना लागलेल्या जळवा काढत होते. तळव्यांना झालेल्या पाणीदार पुळ्या फोडत होते. प्रत्येकाजवळ असलेला शिधा संपत आला होता. वांचू अधिकाधिक अबोल होत होता; पण आता प्रत्येकाला समोर फक्त उतार दिसत होता. डोंगर मागे राहिले होते. समोर कोणत्यातरी नदीचे विशाल खोरे होते.

आणि मग धूसर प्रकाशात काळ्या कांतिवान त्वचेचे, उंच आणि शिसवी लाकडाप्रमाणे अक्षय आणि अखंड वाटणारे वीस जण उतारावरून चढत आले. प्रत्येकाचं शरीर गोटीबंद आणि चखोट होतं. त्यांच्याकडे धनुष्यबाण आणि मोठ्या, जाड, तुकतुकीत काठ्या होत्या. खांद्यावर कातडी झोळ्या होत्या. त्यांनी अविचल, पौलुमी आणि गफूरला अलग ठेवलं आणि बाकी सर्व लोकांना बाजूला घेतलं. फली अविचलकडे बघून हसत होता.

त्या आदिवासींनी वांचूला बाजूला नेऊन काही चर्चा केली. वांचूच्या फुललेल्या चेहऱ्यावरून आणि आदिवासींनी दाखवलेल्या अदबीवरून वांचूने ढाण्या वाघ मारल्याचं सिद्ध होत होतं.

त्यांनी एक भली मोठी शेकोटी पेटवली. लवकरच भाजल्या जाणाऱ्या मांसाचा आणि मोहाच्या दारूचा दर्प सगळीकडे पसरू लागला.

अविचलला कोणीतरी खांद्यावर ढोसलं. अविचलने मागे पाहिलं. एका मोठ्या पानावर कोणत्या तरी तृणधान्याची भाकरी किंवा पोळी होती. त्या पिठाच्या वर्तुळावरच एक काळेशार कालवण वाढलेलं होतं. अविचलने सभोवार बघितलं. वांचूमाळ त्याच्याकडे बघून मान हलवत होते.

अविचल हसला; पण त्याने मोहाच्या दारूच्या बुधल्याकडे बोट दाखवलं.

अविचलने भाकरीसकट कालवणाचा पहिला घास दबकत दबकत घेतला आणि मग ते गरम गरम अन्न तो महिनाभर बुभुक्षित असल्याप्रमाणे सुसाट खात सुटला. कोणतातरी चविष्ट पाला, कोणतातरी चविष्ट कंद, अनोळखी मसाले

आणि कमालीची चव. सोबत मोहाची दारू.

पोट भरल्यावर त्याने गोल्डफ्लेक काढली.

"घे, घे मजा करून." त्याच्या शेजारी बसत मकबूल म्हणाला, "तुझ्या लक्षात आलं आहे की नाही मला माहीत नाही. तुम्हा तिघांना त्यांनी वेगळं काढलंय. तुम्हा तिघांनाही कोणताही ऐब नाही. तुमचा काय उपयोग होणार आहे हे तुला एव्हाना कळायला हवं. अजूनही वेळ गेलेली नाही! या रात्रीत तू काहीही करू शकतोस."

"तू तुझी काळजी कर. त्याला घाबरवू नकोस. जिंगोडा में क्या ऐब है? और मुरली में? बकवास करता है! चिकन सेंटरमध्ये कोणती कोंबडी कापायची याबद्दल कोणी फासे टाकत नाहीत. खाटकाच्या हाताला जी लागली ती गेली, एकच बात सही की चिकन सेंटरमधली एकही कोंबडी सहीसलामत सुटत नाही." गफूर शांतपणे म्हणाला.

गफूर वयाने फलीपेक्षाही जास्त वयस्कर होता. त्याच्या चेहऱ्यावर सुरकुत्यांचं जाळं होतं. खुरटी पांढरी दाढी, काळा रंग, तुडतुडीत शरीरयष्टी, डोक्यावर मळकट काळी टोपी, गेल्या चार-पाच दिवसांत त्याच्या तोंडातून एकही तक्रारीचा शब्द निघाला नव्हता. तो निमूटपणाने चालत होता. मिळेल ते खात होता आणि निमूटपणाने झोपत होता. त्याच्या हातामधली जपाची माळ तो जागा असेपर्यंत क्षणभरही थांबलेली नसायची. ना कोणाची चेष्टामस्करी, ना चेहऱ्यावर राग, असेल तर फक्त समाधान.

"मला नाही वाटत की अविचल कशालाही घाबरत असेल." गळ्यातल्या क्रॉसशी चाळा करत पौलुमी म्हणाली.

"बच्ची, वो तो मैं भी जानता हूँ, मगर उस नादान मकबूल को पता ही नहीं कि हम सबका क्या होनेवाला है।"

धगधगलेली शेकोटी, मदिरा आणि भरलेली पोटे यामुळे सगळे जण नववर्षाच्या पार्टीत असल्यासारखे आनंदात होते. ग्रेवालने त्याच्या पोतडीतून माउथ ऑर्गन काढला आणि तो 'जिंदगी एक सफर है सुहाना' गाणं वाजवू लागला. अतिशय सुरेख वाजवत होता तो. अविचलच्या चेहऱ्यावर स्मित तरळलं. शंकर-जयकिशनच्या अलौकिक मनात जेव्हा या गाण्याची धून तरळली असेल तेव्हा त्यांच्या कल्पनेत-सुद्धा कधी आलं असेल का, की आपले हे गाणं तापीच्या खोऱ्यात कधी काळी बारा बकऱ्यांच्या कुर्बानीआधी वाजवलं जाईल?

थकलेली शरीरं आणि तणावलेली मनं परस्परांशी झगडा करत हळूहळू निद्राधीन झाली. वांचूमाळ आणि त्याचे नवे सोबती मात्र पहाटेपर्यंत कसलीतरी गहन चर्चा करीत होते.

दरीकडे

अविचल पहाटे पहाटे चहाच्या वासाने जागा झाला. चहा? आणि या जंगलामध्ये? स्वप्नच असणार! पण नाही. ते स्वप्न नव्हतं. वांचूमाळ त्यांच्या हातात वाफाळलेल्या चहाचा कप घेऊन उभे होते.

"माफ करा. दूध मात्र पावडरचं आहे,'' ते हसत म्हणाले.

"पण येथे चहाची भुकटी आली तरी कोठून?''

"आपण आता माझ्या गावाजवळ आलो आहोत. आता आपल्याला काय पाहिजे ते मिळू शकतं आपल्या गावामध्ये. बोलूनचालून आदिवासी कल्याण समितीचा मी अध्यक्ष आहे. आपण आलो त्या मार्गाने गाड्या येऊ शकत नाहीत; पण मध्य प्रदेशातून एक कच्चा रस्ता आहे. आमच्या गावात तिकडूनच गाड्या येतात. सर्व आवश्यक वस्तूंचा पुरवठा होत असतो. आपण आता आपल्या सफरीच्या शेवटच्या टप्प्यात पोहोचत आहोत. हा उतार पार केला की आपण आपल्या गावी पोहोचू. आज संध्याकाळी.''

"आणि मग? सगळे बकरे हलाल?''

वांचूमाळ काही न बोलता अविचलकडे रोखून पाहत राहिले.

"सगळे नाही. तुम्हाला तिघांना वेगळं काढलं आहे ते कशासाठी?''

अविचल वांचूमाळच्या ढळढळीत निर्लज्जपणाने सर्दच झाला.

"तुम्हाला हळूहळू सगळं कळणारच आहे. पुढच्या सात दिवसांत अक्षांश-रेखांश, ग्रह-नक्षत्र स्थिती, माझं ग्लानी इंडेक्सचं गणित या सर्व गोष्टी मला सांगतात की जगाच्या दृष्टीने अर्क-नराधम; पण आपल्या दृष्टीने आपल्या प्रेषिताचं आगमन अनिवार्य आहे. या महान कार्यात आपल्या सर्वांचं योगदान आवश्यक आहे. त्यामुळे आता आपण सर्व जण न परतीच्या वाटेवर आहोत. आता कार्यसिद्धी होईपर्यंत कोणीही परत जाणार नाही.''

"मग पुढचे सात दिवस आम्हा तिघांना भरपूर खायला-प्यायला देऊन पुष्ट

करणार वाटतं?'' अविचलने विचारलं.

"अविचल, अविचल! या सर्व समजुती तुमच्या सुधारित जगातल्या आहेत. कमीत कमी तुला तरी माहीत असायला हवं की शरीराचा बळी हा फक्त औपचारिक असतो. आपल्या दैवतांना भूक असते ती शरीराच्या टरफलाच्या आतल्या मिष्ट दाण्यांची. नरबळींचे मन, त्यांची साधना, त्यांची निष्ठा ही आपल्या दैवतांची खरी मिष्टान्ने असतात. नाहीतर तुमच्यासारखी बारा रत्नं जमविण्यासाठी एवढा आटापिटा करण्याची मला काय गरज होती? बारा ऐरेगैरे चालले नसते का? पशुबळींमध्ये उग्र दैवतांना खरी आहुती मिळते ती बळींच्या नरड्यावरून सुरी फिरली की त्यांच्या होणाऱ्या आकांताची, दु:खाची, वेदनेची, संतापाची. त्यामुळेच ही दैवतं तृप्त होतात. राहिलेल्या नि:सत्त्व कलेवरावर भक्त ताव मारतात. आता मकबूलने आपल्या करंगळीचं शेवटचं पेर छाटून टाकलं. त्याला वाटलं की ऐब असलेला बळी चालत नाही. किती मूर्खपणाची कल्पना! तुम्हा शहरी लोकांना सुपर मार्केटमधले टवटवीत, लालबुंद, कोणताही डाग नसलेले टोमॅटोज मिळतात. आम्हा आदिवासींचं अन्न बहुतेक वेळा डागाळलेलं, दुसऱ्या कोणत्यातरी जीवाने आधीच आस्वाद घेतलेलं असतं. आम्ही असं अन्न टाकून देतो की काय? उपाशीच मरायला लागेल मग आम्हाला! आम्ही फक्त डागाळलेला भाग कापून टाकतो आणि उरलेलं आनंदाने खातो. आमची दैवतंसुद्धा तशीच समजूतदार असतात.''

"वांचूमाळ, आपल्या या कम्पूमध्ये मी का आहे, पौलुमी का आहे किंवा फली का आहे, हे मला थोडं थोडं समजतं. तुम्ही म्हणता की मी बारा रत्नं जमविली आहेत. ते कितपत खरं ते तुमचं तुम्हाला माहीत; पण अवनी, ईश्वरी, मुरली? त्यांच्यात काही विशेष असल्याचं मला तरी जाणवलं नाही.''

"अविचल, या शोधात मी गेली पाच वर्षं घालवली आहेत. मला बाकी सर्वांबाबत खात्री आहे. शंका आहे ती तू आणि गफूर तुम्हा दोघांबाबत. मला तुमची पाळंमुळं खणायला वेळ मिळाला नाही. त्यांच्या व्यवहारातल्या वागणुकीत तुला काही विशेष वाटत नसेल. या अवनीचंच बघ. वर वर पाहता ती शहरातील एक साधारण मुलगी वाटेल. मौज मजा, पार्ट्या वगैरेत वेळ घालवणारी.''

"हो. तसं वाटतं खरं.'' अविचल म्हणाला.

"अवनीचे आजोबा, तिच्या आईचे वडील, पुण्यातले त्यांच्या काळातील प्रतिष्ठित नागरिक होते. रावबहादूरचा किताब, भांडारकर रोडला बंगला. ते सरकारी नोकरी करीत होते खरे; पण या बाहेरच्या आवरणाखाली प्राच्य विद्येचा एकनिष्ठ साधक दडला होता. त्या काळात ते महाराष्ट्रातले अग्रगण्य तांत्रिक म्हणून ओळखले जात. नोकरीनिमित्त ते देशोदेशी फिरले. इंडोनेशिया, मलेशिया, ब्रह्मदेश. फिरत राहिले. पैसा कमवत राहिले. प्रत्येक ठिकाणी तंत्रविद्येची नवीन नवीन अंगे आत्मसात

करत राहिले. इंडोनेशियात त्यांना वृक्षपूजेचा नाद लागला.''

''वृक्षपूजा करणारेही लोक असतात या जगात?'' अविचल नवलाने उद्‌गारला.

''हो. जसे दगडाची पूजा करणारे असतात तसेच.'' वांचूमाळ खवचटपणे म्हणाले.

''दगडाची मूर्ती जशी आपल्या दैवतांचे प्रतीक मानले जाते, त्याचप्रमाणे बोर्निओतल्या एका जमातीत वृक्ष हे चिरंतन चैतन्याचे प्रतीक मानले जाते. त्यांचा विश्वास असायचा, की देवाला जे काय सांगायचं होतं ते त्याने झाडांना सांगितलं. जीवनाचं रहस्य सांगितलं. त्याचमुळे इतर जीवांच्या मानाने झाडं दीर्घायुषी असतात. संपूर्ण छाटून टाकलं तरी उरलेल्या लाकडी बुंध्याला पुन्हा पालवी फुटते. या श्रद्धेमुळे ते झाडांची पूजा करतात, त्यांना आपल्या व्यथा सांगतात आणि अविचल, तसं बघ ना, सर्व सजीव सृष्टी शेवटी झाडांवरच अवलंबून आहे. सगळ्या जगाचा व्यवहार चालविणाऱ्या पित्याप्रमाणे, ते आपल्याला सांभाळत असतात.''

अविचलला त्यांच्या या विचारात काहीसा नवीन विचार आणि तथ्य वाटलं. तो गप्प राहिला. वांचूमाळ पुढे म्हणाले, ''आपल्यापैकी प्रत्येकाला हा अनुभव येत असतो. उंच उंच झाडाच्या सावलीत त्याच्या हजार-पाचशे वर्षे जुन्या बुंध्याला टेकून बसलो की जीव निवल्यासारखा होतो. आपल्या जगातल्या क्षणभंगुर चिंता, राग, लोभ, इर्ष्या क्षणभर विसरल्या जातात; पण ते जाऊ दे! मी थोडा भरकटलो. तर आपल्या मूळ मुद्द्याशी यायचं झालं तर वाङ्‌मयात श्रीमंत बापाची मुलगी जशी असते तशीच अवनीची आई होती. स्वच्छंद आणि अनिर्बंध आयुष्य. नंतर आपल्यासारख्याच बेजबाबदार आणि उथळ मुलाशी लग्न. मग मतभेद, भांडणं आणि मारामाऱ्या. अवनीचे आजोबा सगळं पाहत होते. गप्प होते.''

क्षणभर थांबून वांचूमाळ म्हणाले,

''अवनीचा आठवा वाढदिवस. त्या दिवशी तिच्या आईबापाचं कडाक्याचं वाजलं होतं. दोघंही पिऊन तर्र झालेले होते. आजोबांनी आणलेला नवीन फ्रॉक घालून अवनी आनंदाने बागडत आपल्या आईबापाच्या खोलीत शिरली. आईचे पिंजारलेले केस आणि बापाचा रागाने तापलेला चेहरा पाहूनही ती तशीच आत शिरली. अवनीची आई गर्रकन वळून म्हणाली,'तू कशाला इथे आलीस गं भोचक कार्टे? चल चालती हो.' अवनीच्या चेहऱ्यावरचं हसू लोपलं आणि ती तशीच उभी राहिली. अवनीच्या आईच्या रागाचा पारा अजूनच चढला. 'जा म्हणून सांगितलं ना!' असं ओरडून तिच्या आईने तिचा दंड धरून दाराबाहेर लोटून दिलं आणि दाण्कन दार लावून घेतलं. अवनीच्या रडण्याचा आवाज ऐकून आजोबा धावत आले. व्हरांड्यातल्या खांबाचा कोपरा लागून अवनीला खोक पडली होती. बंद दाराकडे पाहून त्यांनी नि:श्वास सोडला आणि ते अवनीला डॉक्टरकडे घेऊन गेले.''

नकळत अविचलच्या हातांची अस्वस्थ हालचाल झाली. वांचूमाळची सांगण्याची शैली इतकी प्रभावी होती, की तो नकळत या कथेत ओढला गेला. आपल्या चष्म्याच्या काचा पुसत वांचूमाळ पुढे म्हणाले,

"त्या दिवशी औषधं घेऊन अवनी झोपून गेली. आजोबा आपल्या खुर्चीवर बसून घराभोवती पसरलेल्या उंच वृक्षांकडे बघत होते. दुसऱ्या दिवशी अवनी उठली तेव्हा तिचे आईबाप बेपत्ता होते. आजोबांनी पोलिसांत तक्रार गुदरली; पण त्यांचा शोध कधीच लागला नाही. त्यांचा बेजबाबदार स्वभाव माहीत असल्याने परिचितांना, मुलीचं लोढणं टाळण्यासाठी ते पळून गेले असावेत, असं वाटलं. रावबहादूर असल्याने व सरकारी निवृत्त अधिकारी असल्याने आजोबांना पोलिसांचा फारसा त्रास झाला नाही.

"हे सगळं समजण्याइतकी अवनी मोठी नव्हती; पण तिला अजूनही आठवतं. त्या दिवशी पहाटे आजोबा आणि त्यांचा नोकर बागेतून थकूनभागून परतले होते. ठणकणाऱ्या जखमेमुळे तिला नीट झोप लागली नव्हती. आणि लवकर उठून ती खिडकीबाहेर बघत पडली होती.

"दुपारी अंगणातल्या विशाल शिरीषाच्या झाडाच्या आळ्यात तिला काळीभोर माती दिसली. आजोबा आरामखुर्चीत बसलेले होते. तिच्याकडे पाहत होते

"त्या दुपारी अवनीला मांडीवर घेऊन आजोबा जणू काही स्वत:शीच बोलत होते. मोठी झाडे, पिके टिकवण्यासाठी तण जाळायलाच लागते. तणांना जगण्याचा अधिकार नसतो का? अवश्य असतो. शेवटी तेही जीवच आहेत; पण त्यांचं उपद्रवमूल्य त्यांच्या लायकीपेक्षा जास्त वाढलं तर ते उपटलं जाणारच.

"अवनीला तिच्या आजोबांनीच वाढविलं. आपल्या सगळ्या विद्या तिला दिल्या. ती स्वत:ही काही शिकली. तणांच्या बाबतीत तर ती आजोबांपेक्षाही कठोर आहे. एवढी सुस्वरूप असूनही त्या महाकाय झाडांनी वेढलेल्या आपल्या आजोबांच्या बंगल्यात एकटी राहते. त्यांच्या बागेतलं एकही फूल किंवा फळ चोरीला जात नाही. त्यांच्याकडे कामाला जायला कोणी तयार नसतं.

"इथे जमलेल्या प्रत्येकामागे अशी कोणती ना कोणती कहाणी आहे. सांगत बसलो, तर बारा दिवस पुरणार नाहीत. ईश्वरीला तिच्या नवऱ्याने टाकलं. मग ती एका मलंगाबरोबर पाट लावून राहिली, त्याच्या व्यवसायात मदत करता करता ती त्याच्यापेक्षा तरबेज झाली. हे सगळे जीव पोळलेले आहेत. पोळलेल्या जीवांना इष्ट काय अनिष्ट काय, धर्म काय आणि अधर्म काय! काही घेणं-देणं नसतं. जगण्यासाठी, चांगलं जगण्यासाठी वाटेल ते करायला ते तयार असतात."

वांचूमाळ हताश मुद्रेने उठतात आणि सगळ्या हाडांचा कडकडाट करणारा जोरदार आळस देतात. हलक्या पावलांनी निघून जातात.

अविचल आपल्या मनात उठणाऱ्या विचारांकडे बघत स्तब्ध बसला आहे. अवनीच्या अजब नशिबाने त्याला थक्क केलं आहे. एका वृक्षाकडूनच अवनीवर प्राणांतिक हल्ला? त्याला हत्या म्हणायचं, का साधकाने आपल्या दैवताला केलेलं आत्मसमर्पण? का अतीव भक्तीमुळे प्रसन्न झालेल्या दैवताने आपल्याच भक्ताचा केलेला नैवेद्य?

हळूहळू कम्पूमध्ये जाग यायला सुरुवात झालेली असते. न्याहारीसाठी अविचलला उपम्यासारखा दिसणारा कसलातरी चविष्ट पदार्थ मिळतो. शिवाय पाहिजे तेवढा चहा. बाकीच्यांना कोणातरी अनामिक प्राण्यांचे स्टेक.

"आता निघायला हवं." वांचूमाळ पुटपुटतो. तो त्याच्या सोबत्यांबरोबर त्यांच्या भाषेत काही काही बोलतो.

त्यांचा प्रवास चालू होतो. अविचल, पौलुमी आणि गफूरचे हात पाठीमागे बांधलेले असतात. त्यांच्या गळ्यात कुत्र्याप्रमाणे दोऱ्या बांधलेल्या असतात. बाकीचे त्यांचे आठ दोस्त पिकनिकला चालल्याप्रमाणे खूश असतात. फक्त अवनी सोडून. तिला डसलेल्या सर्व पारंब्या गळून पडल्या आहेत. तिच्या शरीरावरचे व्रण आता रुंद आणि खोल होत आहेत. ती पिळवटून टाकणाऱ्या वेदनांनी विव्हळते आहे. दोन पावलं चाललं तरी तिला धाप लागते आहे. जिंगोडा तिच्या जखमांवर कसले कसले पाले ठेचून लावतो आहे. विश्रांतीसाठी ते जेव्हा थांबतात तेव्हा जिंगोडा आणि मकबूल अविचलशेजारी येतात. मकबूल कुजबुजतो,

"जिंगोडाची मशेटी त्यांनी काल रात्री काढून घेतली आहे; पण तुला पाहिजे तर तुझा डावा हात फक्त मागे ठेव. जिंगोडा दगडाने तुझी करंगळी ठेचेल. मग तू मोकळा होशील."

अविचलने नकारार्थी मान हलवली. "जे होणार आहे ते होणारच; पण तुला माझ्याबद्दल हे करावंसं वाटलं तेच माझ्यासाठी खूप आहे. धन्यवाद मकबूल! धन्यवाद जिंगोडा! पण तुम्ही परत आपल्या दोस्तांमध्ये जा. उगाच आमच्यासाठी आपला जीव धोक्यात घालू नका."

संध्याकाळी ते वांचूमाळच्या गावाला पोहोचतात. ते गाव म्हणजे अस्ताव्यस्त रचलेल्या दगडांच्या निवाऱ्यांचं एक स्थानक होतं. गावाला सर्व बाजूंनी महाकाय झाडांनी वेढलेलं होतं. मध्यभागी एक प्रशस्त मोकळं वर्तुळ होतं. बाह्य मानवी संस्कृतीची एकमेव खूण म्हणजे बहुतेक घरांवर निळी विद्रूप प्लॅस्टिकची कापडं पांघरलेली होती. प्रत्येक घरापुढे स्वच्छ अंगण होतं. प्रत्येक दारावर प्राण्यांच्या हाडाची माळ टांगलेली होती आणि गुढी उभारल्याप्रमाणे छपरावर, काठीवर डुकरांच्या कवट्या विराजमान होत्या.

त्या गावात महाराष्ट्रातल्या कोणत्याही गावात अनुभवास येणारा बकालपणा

नव्हता. फ्लेक्स नव्हते, टपऱ्या नव्हत्या, हातगाड्या नव्हत्या, गटारे नव्हती. अविचलची नजर जिथवर पोहोचत होती तेथपर्यंत कसलाही कचरा नव्हता. तिथे राहणारे सर्व आदिवासी तजेलदार काळ्या रंगाचे होते. उंच, सडसडीत बांध्याचे. बहुतेक पुरुष आणि बायकांनी अर्ध्या चड्ड्या आणि टी-शर्ट घातले होते. बहुतेक टी-शर्टवर आदिदास, निके वगैरे भ्रष्ट ब्रँडची नावं दिसत होती. वांचूमाळच्या वनवासी कल्याण समितीने निदान त्यांचं एवढं तरी कल्याण केलेलं दिसत होतं.

गावाच्या मध्यभागी असलेल्या प्रशस्त प्रांगणात तयारी चालली होती. मोठी शेकोटी रचली जात होती. मोहाच्या दारूचे मोठे लाकडी बुधले ढकलत ढकलत रिंगणाच्या बाजूला रचले जात होते. रानडुकरांची मोठी मोठी कलेवरे काठीवर बांधून नेली जात होती.

'आपली तिघांची पाळी आजच आहे, का रोज एक एक, कोण जाणे!' अविचलच्या मनात विचार तरळून गेला.

वांचूमाळभोवती गावकऱ्यांची मोठी गर्दी झाली होती. मोठमोठ्या आवाजात त्यांच्यात कसली तरी बाचाबाची चालू होती. निदान अविचलला तरी तसंच वाटलं.

अविचल, गफूर आणि पौलुमीला प्रांगणाच्या कडेला पुरलेल्या लाकडी ओंडक्यावर बसवण्यात आलं. बाकी सर्वांना वेगवेगळ्या घरात नेण्यात आलं. हळूहळू अंधार पडत गेला. दोन-तीन दिवसांनी पौर्णिमा होती, त्यामुळे टिपूर चांदणं पडलं होतं.

काही गावकऱ्यांनी टांगलेल्या डुकरांच्या कलेवराखाली आगी पेटवायला सुरुवात केली होती. मधूनमधून आपल्या खांद्यावरच्या पखालीतून नारळाच्या करवंट्यांनी त्या खरपूस भाजल्या जाणाऱ्या कलेवरांवर ते कसलातरी तांबूस द्रव भिरकावत होते. हळूहळू डुकरांची कलेवरे खमंग तांबूस होऊ लागली. खालच्या आगीवर डुकरांची चरबी गळू लागली आणि आग भडकू लागली. सगळीकडे भाजल्या जाणाऱ्या मांसाचा दर्प पसरू लागला आणि एकएक गावकरी प्रांगणात येऊ लागला.

अविचलच्या कम्पूमधील उरलेले आठ जण आले. त्यांना मानाच्या जागी बसवण्यात आलं होतं. त्यांच्या गळ्यात रानफुलांच्या माळा होत्या. त्यांचे ओंडके प्रशस्त होते आणि कोरून कोरून त्यांना खुर्चीचा आकार देण्यात आला होता. त्या प्रत्येकाच्या हातात चकचकीत मग होते. बहुतेकांनी तिथे येण्याच्या आधी त्या मग्जचा भरपूर वापर केलेला दिसत होता. अवनीच्या चेहऱ्यावरसुद्धा वेदनेऐवजी एक खुळं हास्य होतं.

वांचूमाळही आला; पण तो अविचलशेजारच्या ओंडक्यावर बसला. बहुतेक गावकरी त्यांच्या भाषेत तावातावाने गप्पा मारत होते. प्रांगणाच्या मध्यभागी दोन उंच, काटकुळे गावकरी आपल्या गळ्यात भरभक्कम ढोल लटकावून सिद्ध होते. मध्यवर्ती शेकोटी पेटविण्यात आली. ढोलकऱ्यांनी अतिविलंबित मात्रेत ढोल

बडवणं चालू केलं.

वांचूमाळने तिघांच्या समोर मोहाच्या दारूने भरलेल्या करवंट्या धरल्या. अविचलने विचार न करता ती करवंटी घशात रिती केली.

ढोलांचे आवाज आणखी विलंबित झाले. आपापसातली कुजबूज थांबली. शेकोटीच्या मागून काही धूसर व्यक्ती चालत पुढे आल्या. अविचलने आपली पेत्ताड नजर शक्य तेवढी एकाग्र केली.

त्याला एक अवाढव्य व्यक्ती आणि त्याच्यामागे चालत येणाऱ्या चार-पाच स्त्रिया दिसल्या.

"तो आमच्या जमातीचा मुखिया आहे." वांचूमाळ पुटपुटला.

मुखियाने एक एक्स्ट्रा मोठ्या साइझचा नाईकीचा स्वेटशर्ट घातला होता. त्यावर त्याच्या लाडक्या बायकांनी सोनेरी धाग्यात तऱ्हेतऱ्हेचं भरतकाम केलं होतं. खाली एक सराँग होती. त्याच्या लाडक्या बायकांनी पण इंडोनेशियन पद्धतीचे टॉप्स आणि सराँग नेसलेली होती. मुखिया आणि त्याचा परिवार शेकोटीमागे स्थानापन्न झाला.

मुखियाने वांचूमाळच्या दिशेने पाहिलं आणि आपली मान खाली केली. वांचूमाळ आपल्या जागेवरून उठले आणि त्यांनी गुडघ्यावर बसून आपली मान लववली.

मुखियाने आपला हात वर केला. ढोलकऱ्यांनी आपला पवित्रा बदलला आणि मध्यम लयीत आठ मात्रांचा ताल चालू केला.

'बारबेक्यू, केरवा, दारू, शेकोटी, लाल वस्त्रं आणि अशा अनेक गोष्टी मानवी समाजाच्या जीन्समध्ये जखडल्या गेल्या असाव्यात. नाहीतर परस्परांशी काडीचाही संपर्क नसलेल्या सर्व आदिम समाजात या काही गोष्टी कशा आपोआप त्यांच्या संस्कृतीचा भाग बनतात?' अविचल मनाशी विचार करत होता.

आणि मग वांचूमाळचे गावकरी ढोलांचा नशिला ताल, खरपूस भाजलेलं मांस, मोहाची दारू आणि त्यांचं आदिम नृत्य यात मग्न झाले. नाचणारे गावकरी मधूनमधून ढोलकऱ्यांना करवंट्यांतून इंधन पुरवत होते. ते तिघे आणि वांचूमाळ मात्र फक्त प्रेक्षक बनून राहिले होते.

अविचलने आतापर्यंत अगणित करवंट्या रिचवल्या होत्या. त्याचा हिशेब साधा होता. जर बकरा हलाल होणारच आहे तर निदान शेवटच्या काही घटका मदहोशीत घालवायला काय हरकत होती? जवळजवळ बेशुद्ध झालेल्या त्याच्या मनात कॅस्पर, क्लिओ, भैरव, त्याचं लाडकं घर, अंगणात टाकलेल्या आरामखुर्चीतील त्याच्या हिवाळ्यातल्या सुखद दुपारी मधून मधून तरळत होत्या; पण आता त्याचे नेत्र मात्र पैलतीरी लागले होते. ना आपल्या साधनेचा अभिमान होता, ना जे कधी

करू शकलो नाही त्याबद्दलचं दुःख होतं, ना आपल्या अस्तित्वाचा कैफ होता, ना आपल्या त्रुटींचा खेद होता. होता तो फक्त संपूर्णपणे जागृत होता. आपलं मर्म खोलून मनातल्या सर्व इच्छा, आकांक्षा, वेदना, दुःखं यांचा अपरिमित आनंद आणि वेदनांचा अनुभव तो घेत राहिला.

'आता हे पात्र शुद्ध झालं.' त्याच्या मनात एक परिचित आवाज उमटला.

अविचल चमकला. म्हणजे या सर्व असंबद्ध कोलाहलातही एक स्वरमाला होती? त्याच्या पंथाच्या शिक्षणाचं हे आणखी पुढचं पाऊल होतं?

अविचलच्या जवळजवळ नगण्य झालेल्या जाणिवेलाही जाणवलं, की ढोल बंद पडले आहेत. प्रांगणाच्या मध्यभागी गावकऱ्यांचा खेळ चालू झाला आहे. आपल्या हुतूतू किंवा कबड्डीसारखाच खेळ. फक्त सर्व खेळाडूंच्या हातात सणसणीत तेल पाजलेल्या काठ्या. चढाई करणाऱ्याने बचाव करणाऱ्याचे काठीने डोके फोडायचे किंवा बचावातल्या कोणीही चढाई करणाऱ्याचे.

हा खेळ जोपर्यंत एकच गडी शिल्लक उरत नाही, तोपर्यंत चालू राहिला. ना लोण, ना गेलेल्या गड्यांची भरपाई.

अंतिम विजेत्याने सर्व समूहाला वाकून अभिवादन केलं आणि तो चालत चालत मकबूलकडे गेला. मकबूलच्या गळ्यात त्याने हाडांची माळ घातली आणि त्याचा हात धरून तो त्याला शेकोटीजवळच्या चबुतऱ्याकडे घेऊन चालला. सर्व गावकऱ्यांचा आवाज टिपेला पोहोचला होता. ढोलकरी दोनशे बीट्सने ढोल बडवत होते. मकबूल कानापासून कानापर्यंत जबडा पसरून हसत होता. विजेत्याने मकबूलला चबुतऱ्यावर चढवलं आणि बघता बघता त्याने मकबूलला पालथं पाडलं. कमरेला खोचलेला कोयता काढून त्याने मकबूलचा डावा हात, ज्याची छाटलेली करंगळी अजूनही सुजलेली होती, तो मनगटापासून छाटला. अजूनही वळवळत असलेला तुटलेला पंजा त्याने शेकोटीत भिरकावला. त्याने मुखियाकडे पाहिलं. मुखियाने मान लववताच त्याने मकबूलच्या मानेवर कोयत्याचा खट्कन घाव घातला. या सर्व गोष्टी एवढ्या अकस्मात घडल्या की मकबूलच्या तोडलेल्या मस्तकावर अजूनही हास्य विलसत होतं.

पौलुमी नकळत विल्यम ब्लेकची अविस्मरणीय कविता बोलती झाली-

लिटल फ्लाय
दाय समर्स प्ले
माय थॉटलेस हॅण्ड
हॅज ब्रशड् अवे
ॲम नॉट आय
ए फ्लाय लाईक दी

ऑर आर्ट नॉट दाउ
ए मॅन लाईक मी?
फॉर आय डान्स
ॲण्ड ड्रिंक ॲण्ड सिंग
टिल सम ब्लाइंड हॅण्ड
शॅल ब्रश माय विंग?

उत्तरादाखल अविचल भडभडून ओकला.

गावात

काही युगानंतर जेव्हा अविचल जागा झाला त्या वेळी त्याचं डोकं ठणठणत होतं. तोंड गटारासारखं वास मारत होतं आणि त्याच्या कपड्यांवर त्याच्या स्वत:च्या ओकारीची घाण होती. काहीही न करता दिवसभर असंच पडून राहावं अशी विलक्षण निराशेची आणि रितेपणाची भावना त्याच्या मनात भरून राहिली होती; पण तो निर्धाराने उठला. ठणठणणाऱ्या डोक्याने आणि ढवळणाऱ्या पोटाने मैलभर चालत तो तापी नदीच्या किनाऱ्याला पोहोचला आणि वस्त्रांसकट त्याने त्या नितळ पाण्यात सूर मारला.

त्याने आपले कपडे पाण्यातच काढून टाकले आणि निर्वस्त्र अवस्थेत तो तापीच्या काठाला ध्यानस्थ बसला. जेव्हा उतरत्या उन्हांनी त्याच्या अंगावर शिरशिरी चढवली त्यावेळेस त्याने अजमेरला भेटलेल्या बाबाची हिरवी शाल पांघरली. तिन्हीसांजेस तो उल्हसित मनाने परत गावात आला. आतापर्यंत त्याने फक्त प्रेक्षकाचं काम केलं होतं. आता बहुधा रंगमंचावर प्रवेश करण्याची वेळ आली होती.

तो परत आला तेव्हा कालच्याच खेळाची तयारी तेवढ्याच उत्साहाने चालू होती. प्रांगणाच्या शेजारी गफूर आणि पौलुमी एकत्र बसले होते.

अविचलच्या अंगावरची हिरवी शाल पाहून गफूर चमकला.

"अरे ही, ही चीज कोठे मिळाली तुला?"

"इतका फिरलोय, काय माहीत कुठे मिळाली." अविचल खांदे उडवत म्हणाला.

गफूरने सहज त्या शालीवरून हात फिरवला.

"या अल्लाह!" तो डोळे विस्फारून उद्गारला.

"काय आहे या शालीत एवढं?" पौलुमीने न राहवून विचारलं.

"मैं क्या बताऊँ और आप क्या समझोगी!" गफूरने श्वास सोडला. "बहुत खुशनसीब है ये लडका!"

“पण मग तू काय करतो आहेस वांचू के माफिक लोगोंके साथ?” गफूर बुचकळ्यात पडून काही वेळाने म्हणाला.

“मला जी आज्ञा मिळाली आहे त्याचं पालन करतो आहे.”

“आपको पता है ये कितनी पाक चीज़ है?”

“शायद आपसे भी ज़्यादा।”

“हां! ये भी शायद ठीक ही है। कभी ये भी न सोचा था कि एक काफर के पास कोई ऐसी चीज होगी, शायद ये भी नहीं जानता कुफ्र क्या है और ईमान क्या है।”

थोडा वेळ थांबून तो दबक्या आवाजात म्हणाला, “आप दोनोंको एक बात बतानी थी। अवनी अब नहीं है। काल तुमची होश गेल्यानंतर जिंगोडा भी मकबूल के साथ चला गया। उसकी तरफ देखनेवाला कोई भी ना रहा। बहोत तडप रही थी बेचारी। मैने उसके साथ रहम किया। बहोत बुरा लगा। पर क्या करता, उसकी हालत देख नहीं सकता था। खुदा मुझे माफ कर दे। शायद वांचू ठीक कह रहा था। हमे उसे उस पेडके नीचेही छोड देना चाहिये था।”

पौलुमी म्हणाली, “अंकल, आपने ठीकही किया।” अविचल गप्प राहिला. उरलेल्या लोकांची आता काय मन:स्थिती असेल याचा विचारही करणं मुश्कील होतं. त्यांना वाटत होतं, तो, पौलुमी आणि गफूर बळीचे बकरे होते. आता वस्तुस्थिती त्यांच्या डोळ्यांसमोर होती.

“आता पुढे काय होणार?” पौलुमीने गफूरला विचारलं.

“पूनम परसो है। मला वाटतं आज आणि कल और दो दो लोग हलाल होंगे।”

“आणि पूनमला?”

“आपल्या तिघांचं काम चालू होईल।” अविचल उत्तरला.

फली, मुरली, ग्रेवाल, ईश्वरी...हलाल.

कामगिरीवर

पौर्णिमेचा दिवस उजाडला. वांचूमाळने न्याहारीनंतर लगेच गफूर, पौलुमी आणि अविचलला बोलावून घेतलं.

"आजपासून तीन दिवस मोक्याचे आहेत. गेले सहा महिने आपले जे काय प्रयत्न चालले आहेत ते या तीन दिवसांतच फलद्रूप होतील."

"गफूर आणि अविचल, तुमची सर्व ताकद पणाला लागणार आहे. परम दुरात्म्याला आवाहन करायचं काम तुमचं. यश आलं तर दुनिया तुमच्या पायाशी असेल."

"आणि मी? माझं काय काम असेल? माझी तयारी या दोघांइतकीच आहे." पौलुमीने विचारलं.

"या दोघांइतकी? नाही त्या भ्रमात राहू नकोस. तुझं काम वेगळं आहे. वेळ आली की ते काम काय आहे हे कळेलच तुला. आपण जेव्हा प्रथम भेटलो त्या वेळी आपलं काय बोलणं झालं हे लक्षात आहे तुझ्या?"

"येस. प्रत्यक्ष ॲंटीख्राइस्टच्या पुनरुत्थानात माझा जो काही सहभाग आवश्यक असेल तो द्यायला मी बांधील आहे."

"छान! तो ॲंटीख्राइस्ट असेल, कंस असेल, रावण असेल, बाल असेल, डेव्हिल असेल किंवा आणखी कोणी असेल! पण तो या बुळबुळीत महात्म्यांपेक्षा खचितच अगणित सामर्थ्यशाली असेल आणि आपल्या अनुयायांना सेवेचं योग्य बक्षीस देण्याबाबतही तेवढाच तत्पर असेल."

"तुमचं दोघांचं काय?" अविचल आणि गफूरकडे पाहत त्याने प्रश्न टाकला.

"वांचूमाळ सर, मी एवढ्या दूर एवढा त्रास सोसून आलो, यातच तुमच्या प्रश्नाचं उत्तर नाही का?" अविचल तुटकपणे म्हणाला.

"तू सरळ सरळ उत्तर का देत नाहीस हेच मला समजत नाही."

"माझी मर्जी असं समज ना! आणि दुसरं म्हणजे, मी आता जरी नाही म्हणालो तर तू काय करणार आहेस? तुझा ग्लानी इंडेक्स झक मारणार नाही का? तेव्हा

माझ्यावर विश्वास ठेवण्याशिवाय तुला काही पर्याय आहे का?'' अविचल अतिशय तिरस्काराने म्हणाला. त्याला छाटलं गेल्यानंतरही हसणारं मकबूलचं मुंडकं दिसत होतं.

''अरे वांचूसाहब, क्यूँ उसके पीछे पडे हो? वो जरा टेढा है, मगर साचा भी है। वो जो बोलेगा वो करो। हम दोनो सब संभाल लेंगे। आप बेफिक्र रहियेगा।'' गफूर मध्ये पडत म्हणाला.

''ठीक आहे.''

''मला एक सांगा वांचूमाळ, गेले तीन दिवस हा, हा जो प्रकार चाललाय त्याची काय आवश्यकता होती? जर पुढचे तीन दिवस महत्त्वाचे असतील तर त्या सहा जणांची हत्या का केली गेली?'' पौलुमीने विचारलं.

''पौलुमी, तुझी आणि माझी पहिली भेट हाईतीमध्ये झाली. जन्माने ख्रिश्चन असून तू हुडूच्या नादाला लागलीस. त्या पंथात कोणत्याही आचाराची सुरुवात जिवंत कोंबड्याची मुंडी पिरगळून होते. त्या कोंबड्यांची हत्या का आवश्यक असते?'' वांचूमाळ.

''वांचूमाळ, मी ख्रिश्चन आहे हे तुमचं म्हणणं अर्धसत्य आहे. माझे वडील ख्रिश्चन होते हे खरं; पण माझी ममा ईशान्य भारतातली हिंदू होती. पपा थोडेसे नास्तिकतेकडेच झुकणारे होते; पण माझी ममा मात्र ईशान्य भारतातल्या पारंपरिक तांत्रिक घराण्यातली होती. तिची तंत्राची उपासना लग्नानंतर चालूच राहिली. पपांनी प्रथम तिला विरोध करून पाहिला; पण तिच्या निष्ठेसमोर त्यांना नमावं लागलं. ममाच्या उपासनेमुळे, का दुसऱ्या कोणत्या कारणांमुळे हे माहीत नाही, पपांची लग्नानंतर प्रचंड भरभराट होत गेली. ममाच्या आग्रहानेच मीही तंत्रशास्त्र शिकले. नंतर जेव्हा सज्ञान झाले तेव्हा मला वाटलं की इतर प्राचीन संस्कृतीत तंत्राचा अभ्यास काय आहे, हे बघायला पाहिजे म्हणून मी हाईतीमध्ये गेले होते. तिथे तुम्ही मला भेटलात. बळीने खरोखरच काही साध्य होतं का याचा विचार मी केला नाही. मला वाटतं की पशूंना मारून कोणत्याही अपराधी भावनेपासून सुटका करून घेण्यासाठी त्याला दैवी रंग फासणं अनेकांना सोयीचं वाटत असेल.''

''चूक! आपण या हत्या करून आपल्या इष्ट दैवताला सांगत असतो की तुझ्या उपासनेसाठी कोणतीही किंमत देण्याची आमची तयारी आहे. या सर्व गोष्टी आपल्या दैवतांसमोर संकल्प मांडण्यासाठी आवश्यक असतात.''

''दुसरं म्हणजे, मांसाहार, मद्यपान, नशा, नशेतील नृत्य, स्वैराचार, अनैतिक संभोग हे सामूहिक मनाची कवाडं उघडून आपल्या दैवताला सामूहिक आवाहन करण्यास जरुरीची असतात. आपण या मार्गाने आपल्या दैवतांना सांगत असतो की भोंदू महात्म्यांनी शिकवलेल्या धड्यांना आपण लाथ मारतो आहोत. विश्वास ठेव, की गेले तीन दिवस येत्या तीन दिवसांइतकेच महत्त्वाचे होते.''

विधी

त्या दिवशीची संध्याकाळ वेगळीच होती. चबुतऱ्यावर एक होमवजा कुंड पेटलेलं होतं. वांचूमाळ आणि त्याच्या गावकऱ्यांची लगबग चालली होती; पण अविचलचं लक्ष त्यांच्या तयारीकडे नव्हतं. तो आपल्या तयारीत मग्न होता. त्याने दुपारीच तापी नदीत स्नान केलं होतं. नदीकिनारीच त्याने आपादमस्तक आदिम भस्म माखलं होतं. त्याच्या गळ्यात पशुपतिनाथहून आणलेली अकरामुखी रुद्राक्षांची १०८ मण्यांची माळ होती. त्याचबरोबर त्याने चांदीच्या साखळीत गुंफलेला ऑलिव्हच्या लाकडापासून बनवलेला जेरुसलेममधून मिळालेला क्रॉस लटकावलेला होता. त्याच्या कमरेला अमृतसरला प्रसाद म्हणून मिळालेलं चांदीचं छोटं कृपाण होतं.

गावात परत येऊन त्याने नाथांची खूण असलेली काळी कफनी आणि काळी लुंगी परिधान केली होती. आणि त्यावर त्याने त्याची हिरवी शाल पांघरली होती.

अतिशय आश्वस्त मनाने त्याने आपल्या गुरूंचे स्मरण केलं आणि आपल्या श्वासोच्छ्वासाला साक्षी राहत तो आत्मध्यानात तल्लीन झाला.

आपल्या खांद्याला झालेल्या स्पर्शाने तो जागा झाला. वांचूमाळचा चिंतित चेहरा त्याच्या नजरेसमोर आला.

"अरे, कधीपासून मी हलवतोय तुला! मला वाटलं वेळ टळतेय का काय?"

"तुम्हाला एखादेवेळी ही सगळी गंमत किंवा पोरखेळ वाटत असेल, वांचूमाळ, पण प्रत्येक कामाला योग्य ती तयारी आवश्यक असते. मी ती तयारी करीत होतो. मी सांगितलेली तयारी झाली?" अविचलने विचारलं.

"हो. झाली."

"चला तर मग.' अविचल म्हणाला.

"फक्त एकच फरक आहे. मला नारळ, बांबू आणि गवताने तयार केलेली मानवाकृती बनवायला सांगितली होतीस." वांचूमाळ.

"हो. मानवी काष्ठ शरीराची ती एक प्रतीकात्मक प्रतिकृती असते. नारायण

नागबळीमध्ये अशीच आकृती अतृप्त पूर्वजांच्या इच्छाशमनार्थ वापरली जाते. कोणत्याही अस्तित्वाच्या आगमनाला ती आवश्यक असते. जशी विद्युतधारा वाहण्यासाठी तांब्याची तार.''

''हो,'' आवंढा गिळत वांचूमाळ म्हणाले, ''पण आपल्याकडे त्यापेक्षाही काहीतरी अधिक मौल्यवान आहे. तू चल. मी सांगतो.''

अविचलने खांदे उडवले. ते चालत गावाकडे निघाले.

ते चबुतऱ्यापाशी पोहोचले तेव्हा गफूर नखशिखांत काळ्या कफनीत होता. त्याच्या हातात एक धूपपात्र होतं. त्याने कवड्यांची माळ घातली होती आणि तो चबुतऱ्यावर बसून माळेचे मणी ओढत बसला होता. त्याच्या समोर ४९ घरांचा एक पट होता. हातात मोरपिसांचा पंखा होता.

अविचलच्या जागेवर समोर एक न पेटवलेलं कुंड होतं. ताम्हन, पळी-पंचपात्र, समिधा, पत्री, काळे तीळ, भाताचे आणि कणकेचे पिंड वगैरे अविचलने सांगितलेली सर्व सामग्री सिद्ध होती. स्थानापन्न होताना त्याने चमकून समोर पाहिलं. अतिशय तलम श्वेत वस्त्र ल्यायलेली पौलुमी चबुतऱ्यासमोर बसलेली होती. तिचे भुरे तलम केस वाऱ्यावर उडत होते. तिची ताम्रवर्णीय काया श्वेतवस्त्रात उठून दिसत होती. तिने लावलेली भडक करड्या रंगाची लिपस्टिक आणि पापण्यांवर रेखाटलेल्या निळ्या रंगशलाकेने ती एखाद्या सरिअल चित्राप्रमाणे दिसत होती.

वांचूमाळच्या जमातीतला एक वैदू आपल्या सामग्रीने सिद्ध होता. त्याच्या समोर त्यांच्या संस्कारांनी सिद्ध केलेली आक्रसलेली मानवी आणि पाशवी मुंडकी होती. घुबडाची आणि कावळ्यांची पिसं होती. सापांच्या काती होत्या, टिटव्यांची ताजी अंडी आणि नारळाच्या करवंट्यांमध्ये ठेवलेली अनेक अनामिक द्रव्यं होती. त्याने सरड्यांच्या कवट्या ओवलेली माळ घातली होती. त्या सरड्यांच्या प्रत्येक कवटीवर मधोमध शेंदरी टिळा लावलेला होता.

एवढे सगळे आचारी जमवण्यात वांचूमाळचा काय उद्देश होता तोच जाणे. अविचलने मनातच खांदे उडवले. त्याने कुंडात कापूर टाकला आणि कुंड शिलगावलं. वांचूमाळने त्यांच्या गाववाल्यांना संकेत केला. थोड्याच अवधीत एका पालखीवजा तिरडीवर झोपवलेला एक अतिजीर्ण सांगाडा अविचल आणि कुंडामध्ये ठेवला गेला. त्या जीर्णशीर्ण शवावरचं कातडं तांबूस आणि ताणलेलं होतं. त्या शवाचे डोळे मिटलेले होते. जिवंत असताना ते शरीर नक्कीच धिप्पाड असावं. त्या शवावर मौल्यवान वस्त्रं होती. हाडवजा बोटांत रत्नजडित अंगठ्या होत्या.

अविचलने प्रश्नार्थक मुद्रेने वांचूमाळकडे पाहिलं.

''आमचा सर्वांत थोर राजा. विक्रमादित्याच्या काळात सर्व मध्य भारतात यांची सत्ता होती. ते वाममार्गाचे त्या वेळचे सर्वांत कडवे समर्थक होते. ते कामाक्षी देवीचे

उपासक होते. त्यांच्या राज्यात देवळे, लग्नसंस्था, न्यायालये काहीही नव्हते. त्यांचा विश्वास होता की माणूस हा शेवटी पशू आहे आणि त्याने पशूंप्रमाणेच राहिलं पाहिजे. प्रत्येकाची ताकद हेच त्याचं त्याच्या आयुष्यातलं स्थान, कूळ,शील, जातपात हे सर्व नगण्य आहे. त्यांच्या पूर्ण हयातीत त्यांना दुरात्म्यांचा अनेक वेळा साक्षात्कार झाला होता. त्यांचं क्रौर्य, त्यांचं शौर्य यांच्या आख्यायिका अजूनही आमच्या भारुडात गायिल्या जातात. अर्थात त्यांच्या क्रौर्याबद्दलच्या भाकडकथांना आपण जास्त महत्त्व देण्याची गरज नाही. भेडबकऱ्या वाघाच्या क्रौर्याबद्दल बाष्कळ बडबड करणारच. मरण्याअगोदर त्यांनी दिलेल्या आज्ञेप्रमाणे त्यांचं शव जतन केलं गेलं. त्यांनी त्या वेळी सांगितले होतं, मी परत येईन. आज कदाचित ती घटका आली आहे.

अविचलने मनातल्या मनात आपल्या गुरूंची क्षमा मागितली आणि तो दुरात्मा आवाहनाला सिद्ध झाला. त्याने आपल्या अंगावरची हिरवी शाल काढून बाजूला ठेवली, रुद्राक्षांची माळ आणि क्रॉस काढून ठेवला. या कामात त्यांची अडचणच झाली असती. त्याने कपाळाला काळ्याभोर बुक्क्याचा हात ओढला आणि तो उच्चरवात गरजला.

"वेताळा वेताळा, चेटकीनंदन वेताळा."

स्वामी अघोरनंदांनी रचलेल्या वेताळभजनाचे सुरुवातीचे चरण त्याने जागवले. गोपाळा गोपाळा देवकीनंदन गोपाळा, या भजनाचे ते विद्रूप विडंबन होते.

मग त्याने दिशामुक्ती, स्थान अशुद्धीच्या मंत्रघोषणाने आपलं स्थान आणि कुंड अपवित्र केलं.

कावळ्याच्या पिसांनी त्याने सर्व बाजूंस प्रोक्षण केलं. अतृप्तमस्तु, अपवित्रमस्तु, अश्लाघ्यमस्तु.

त्याने विचमन केलं. 'मोम वेताळाय नमः। अघोराय नमः। अकल्पिताय नमः। अगोचराय नमः। बिभीत्साय नमः।'

मग त्याने प्रेत मंत्राची १०८ आवर्तनं केली. मोम प्रेत स्वाहाः तत असुर्वरेण्यं असुरोऽदेवस्य धीमही...

तोपर्यंत प्रज्वलित झालेल्या कुंडात त्याने काळे तीळ, बिब्बे, लाख लोटत असुरसहस्रनाम गायला सुरुवात केली. रावणाय नमः, कंसाय नमः, हिरण्यकश्यपाय नमः....

त्या होमकुंडात वैदू तऱ्हेतऱ्हेची द्रव्यं झोकत होता. दाट धूर आणि घृणास्पद वासाने आसमंत दरवळला गेला.

गफूर आपले दोन्ही हात पसरून कोणाला दुआ मागत होता कोण जाणे! पण तो कमालीचा अस्वस्थ दिसत होता.

हे सर्व बहिर्विधी झाल्यानंतर अविचलने आपलं मन एकाग्र केलं व तो वांछित उपास्य देवतेच्या जागृतीकरीता आवाहन करता झाला. त्याची साधना असो वा वैदूच्या द्रव्यांचा प्रभाव असो. अविचल आपले भान विसरून गेला.

"हे असुर देवता: तव दासोऽहम तवकृपाभिलाषोऽहम." त्याच्या मनात मंत्रघोष चालू होता.

अविचलचा मंत्रघोष असो, वा वांचूमाळच्या गणिताप्रमाणे स्थलकालयोग असो वा वैदूची किमया असो वा गफूरची प्रार्थना असो, अविचल आपल्या एकाग्र चित्तातून भ्रष्ट झाला तो त्याच्या कानांवर आलेल्या आश्चर्योद्‌गारांनी.

त्याने डोळे उघडले तेव्हा समोरच्या प्रेताचे डोळे अर्धोन्मिलित झाले होते. त्याच्या मिसळीवर दिसणाऱ्या तवंगासारख्या बाहुल्या अस्पष्ट दिसत होत्या. त्याच्या चामड्यासारख्या रापलेल्या ओठांवर दोन कल्लेदार मिशा फुटलेल्या दिसत होत्या. पुरुषी अहंकाराचा मूर्तिमंत आविष्कार! अविचलने त्याच्या समोरच तबकात ठेवलेली डुकराची चरबी त्या अर्धशवाच्या कपाळाला, तळहाताला, तळपायाला आणि ओठांना लावली. वैदू आणि गफूर मूकपणे पाहत होते. धोतऱ्याच्या पानावर बिब्बे ठेवून त्याने त्यावर मदिरा सोडली. 'त्याचे पिंडदान परत घे!' वांचूमाळकडे बघून त्याने आज्ञा केली.

त्या अर्धशवाच्या ओठांतून त्याला प्राचीन काळी दिलेले पिंडदान परत येत होते. एकामागून एक गिळगिळीत भाताचे पिंड त्याच्या ओठांतून बाहेर पडत होते. वांचूमाळने ते आपल्या तळहातात घेतले.

"जा, ते पिंड प्रसाद म्हणून वाट. जा म्हणून सांगतो ना! वेळ दवडलास तर सगळा खेळ उलटेल!"

वांचूमाळ नाक वाकडे करीत परत गेला.

"आता कोणीतरी ते भरलेलं मडकं घेऊन त्याला उलट्या प्रदक्षिणा घाला."

वांचूमाळच्या गाववाल्यांपैकी एकाने तयार ठेवलेलं मडकं घेऊन अर्धशवाला उलट्या प्रदक्षिणा घातल्या.

मग अविचलने शवाच्या तोंडात रुईचं पान खुपसलं आणि त्याच्या कपाळावर अबीर चोपडला.

"त्याची या जन्माची बायको कोण आहे?"

इकडे अर्धशवाच्या टकलावर घनदाट केस उगवत होते आणि त्याच्या ओठांतून मंगळसुत्राची एक वाटी बाहेर येत होती.

"लवकर सांगा, त्याची बायको कोण आहे? तिला ही वाटी ओवून घालावी लागेल पुढच्या पाच सेकंदांत."

पौलुमी पळून जायचा प्रयत्न करते आहे. या सर्व खेळातला तिचा भाग कोणता

हे आता तिला चांगलं कळलं आहे; पण पाच-सहा मजबूत गाववाल्या बायकांनी तिला धरून ठेवलं आहे. कोणीतरी तिच्या गळ्यात धाग्यात ओवलेली ती गिळगिळीत वाटी घालतो आहे.

मग अविचल शवाच्या बोटात मांजराच्या आतड्याचे पवित्रक घालतो, समोर ठेवलेले कणकेचे पिंड कुंडात टाकतो आणि लाथ मारून ते कुंड झुगारून देतो. अविचल आजूबाजूला बघतो. गफूर आणि वैदू बेशुद्ध आहेत. वांचूमाळ त्याच्याकडे भाविक नजरेने बघतो आहे.

"आपल्या पहिल्या भेटीतच मला कळलं होतं, की जर कोणी हे करू शकेल तर तो तूच आहेस."

"बडबड बंद कर! मला गोल्डफ्लेक दे."

वांचूमाळने लगबगीने आपल्या खिशातून भक्तिभावाने मार्लब्रोचं पाकीट काढलं.

"गोल्डफ्लेक, गोल्डफ्लेक, गोल्डफ्लेक!" अविचल किंचाळला. "माझ्या सॅकमध्ये आहे. जा!"

वांचूमाळ पळतो.

काही वेळानंतर अविचल गोल्डफ्लेकचं थोटूक चिरडतो. शव लहान बाळाप्रमाणे आपल्या हातापायांची हालचाल करते आहे. त्याच्या तोंडातून लाळेचे बुडबुडे बाहेर पडताहेत.

"आता पुढे काय?" वांचूमाळने विचारलं.

"तो जसा मरण पावला त्याच्या उलट त्याचा प्रवास चालू आहे. तो कसा मेला, यावर तो कसा प्रगती करेल, हे अवलंबून आहे. तो खचितच हृदयविकाराने मेला नसावा; कारण तसं असतं तर एव्हाना तो टणटणीत झाला असता! कदाचित अर्धांगवायू, कदाचित मलेरिया किंवा कॉलरा. आपल्याला वाट पाहावी लागेल. आता माझं डोकं खाऊ नकोस! मला जरा शांत राहू दे!"

शवाच्या जीवपुनर्प्रवेशाच्या आवेगात बहुधा गफूरच्या संवेदना फाटल्या. तो एका प्रेतासारखा पडला.

गफूरकडे पाहत अविचल वांचूमाळला म्हणाला,

"आता माझ्या लक्षात आलं, की आमच्या प्रत्येकासाठी तू कोणती भूमिका निवडली होतीस! फक्त एकच कळलं नाही, या गफूरला का निवडलंस? आपल्या पहिल्या भेटीत तर तू म्हणाला होतास की केवळ निरुपाय म्हणून तू नाशिकमध्ये एकाला निवडलंस! तो गफूरच होता, बरोबर ना?"

"हो."

"मग त्याला निवडायचं काय कारण होतं?"

"खरं सांगायचं तर त्याला फक्त स्टेपनी म्हणून घेतलं होतं! अवनी आणि

सुझन गेल्यानंतर माझा निर्णय योग्य असल्याचंच सिद्ध झालं! मी मांत्रिक, तांत्रिक नसेन; पण एक उत्तम व्यवस्थापक तर नक्कीच आहे.''

"मग त्याची कुर्बानी का झाली नाही?'' अविचलने विचारलं.

"त्याला कारण फली! त्याने मला सांगितलं की त्याने पाहिलेल्या सर्वांत सात्त्विक माणसांपैकी गफूर एक होता- आहे. निष्कपट, निरागस, सर्व आयुष्य साधनेत आणि सेवेत घालवलेला. अतिशय निष्ठावान आणि श्रद्धाळू.''

"मग? तसं असेल तर तुला त्याचा काय उपयोग?''

"मी काय सांगितलं होतं तुला? नरबळीमध्ये आपण आपल्या बळीची निष्ठा, साधना यांचीच आहुती देत असतो. जर गरज पडलीच तर शेवटी महानैवेद्य म्हणून त्याला ठेवला होता. त्याची गरज पडली नाही हा भाग वेगळा. त्याला यातलं काही माहीत नाही हेही उघड होतं! बघ ना, त्याची काय अवस्था झाली आहे! अंतिम विधींमध्ये तूच मुख्य भूमिका बजावणार आहेस हे मला आपल्या पहिल्या भेटीतच कळलं होतं.''

"मग त्या तुझ्या वैदूला कशाला लुडबुड करायला बोलावलं होतंस?''

"अरे, शेवटी माझ्या गावाचा वैदू आहे तो. मी त्याला बोलावलं नसतं तर गावात भांडणं लागली असती. मला राजकारणही सांभाळावं लागतं, अविचल. नाहीतर त्या लोध्या मुखियाला एवढा मान देण्याची मला काय गरज होती? त्याला मुंगीसारखा चिरडू शकतो मी; पण सध्या मला त्याची गरज आहे. कदाचित आणखी काही दिवसांनंतर...''

मनात आलेला संतापाचा कढ आवरून अविचल क्षणभर शांत राहिला. त्याने नि:श्वास सोडला आणि आपला तात्पुरता पांघरलेला वाममार्गसाधकाचा मुखवटा त्यागून तो पुन्हा मानवाच्या अपवित्र अस्तित्वांपासूनच्या संरक्षणाच्या मार्गावर चालू लागला.

संगोपन

वांचूमाळने अजीजी केल्यानंतर अविचलने वरकरणी दाखवलेल्या नाखुशीने शवाच्या दाईचे काम पत्करलं. तो अहोरात्र शवाच्या संगोपनात गढलेला होता; कारण अविचलला या जगातल्या पाहुण्याला शक्य तेवढ्या लवकर आपल्या जगात पाठवायचं होतं. त्यामुळे योग्य संधी मिळण्यासाठी त्याला अहोरात्र शवाजवळ राहणं क्रमप्राप्त होतं; पण घड्याळाची टिकटिक चालू होती आणि अविचलला योग्य मार्ग कोणता याची सुतरामही कल्पना नव्हती.

नाही म्हटलं तरी वांचूमाळच्या गणिताचा अविचलच्या मनावर परिणाम घडला. त्याचा महामानव जन्माचा सिद्धान्त अविचलला त्या वेळी तर्कशुद्ध वाटला होता आणि आताही त्याचं तेच मत होतं. त्यामुळे इतक्या प्रभावशाली अस्तित्वाचा आपल्या हातून अंत होऊ शकेल का, याबाबत त्याच्या मनामध्ये संभ्रम निर्माण झाला होता. कंसवध करायला कृष्णच हवा! आणि रावणासमोर उभे ठाकायला रामच हवा! राम-कृष्णाच्या पासंगालाही आपण पुरणार नाही, मग हे, हे, आपल्याला कसे आवरणार? या सर्व विचारांनी अविचल कधी नव्हे तो आत्मविश्वास हरवून बसला होता.

अविचलची ही संभ्रमित अवस्था गफूरच्याही लक्षात आली असावी. एके दिवशी संध्याकाळी तो अविचलला म्हणाला, ''चल, थोडे फिरून येऊ.''

अविचल तसाही निराश मन:स्थितीत होता; कारण शवाची प्रगती दिन दुगनी रात चौगुनी चालू होती. हे जर असंच चालत राहिलं तर लवकरच ते शव अविचलच्या हाताबाहेर जाण्याची शक्यता होती.

वस्तीपासून थोडं दूर आल्यानंतर गफूरने त्याला विचारलं,

''क्या बात है अविचल? आजकाल फार काळजीत दिसतोयस? सगळं तर तुझ्या मनाप्रमाणे झालंय. त्याला परत आणण्यात तुझा सिंहाचा वाटा होता, हे सर्वांना माहीत आहे. वांचूमाळ तुझ्या अर्ध्या वचनात आहे. सगळ्या वस्तीत तुझा

वट आहे. म्हटलं तर उरलेलं सर्व आयुष्य तू इथे राजासारखं घालवू शकतोस किंवा परत शहरात जाऊन वांचूमाळच्या शिफारशीने कोणतं तरी राजेशाही सरकारी पद मिळवू शकतोस.''

''तू म्हणतोस ते खरं आहे. त्याला परत आणणं कोण्या नथू खैरेचं काम नव्हतं. बाजारबुणगे बरेच होते; पण कामाचं कोणीच नव्हतं.''

''फार मोठी लढाई मारलीस खरी! त्याला परत आणून फार मोलाचं काम केलंस बघ!''

''तुला फार काही आनंद झालेला दिसत नाही!''

''खरं सांगायचं तर नाही! त्याला या जगात आणून तू फार मोठी चूक केलीस. खुदा या जगातला कचरा वेळोवेळी काढत असतो. तो कचरा परत आणायचं फक्त तुझ्यासारख्यांनाच प्रशस्त वाटतं! मी इतके दिवस घाबरून गप्प बसलो होतो. मकबूलच्या हत्येनंतर तर गर्भगळित झालो होतो; पण आता माझ्या या नामर्दपणाचा मला राग यायला लागला आहे. आता जे काय होईल ते होईल! नाहीतरी माझे किती दिवस राहिले आहेत? तू सांग वांचूला, गफूर आपल्यातला नाही. जे काय होईल त्याला मी तयार आहे; पण त्याआधी मला माझं तुझ्यासारख्यांबद्दलचं मत व्यक्त करू दे!''

गफूर क्षणभर थांबला आणि जमिनीवर थुंकला.

''अरे, जर तू एवढा दूध का धुला असशील तर मग इथे काय करतोयस?''

''ते काहीही मला माहीत नाही! मला आदेश आला, मी आलो! मला यातलं फारसं काही कळत नाही. माझं सगळं आयुष्य बंदगीमध्ये गेलं आहे. मला ना घर, ना दार, ना बायका, ना पोरं. राहिलो ते मशिदीत, वाचलं ते फक्त कुराण; पण एके दिवशी फर्मान आलं, नाशिकला जा, तो जाना तो था ही! पण जाणार कसा? बच्चा असल्यापासून मशिदीतच राहत होतो. अब्बूने कसम दिलाई थी, कभी किसी से फुटा पैसा भी नहीं लेना! सगळं आयुष्य खैरातीवर काढलं, ज्यादा दिन तो भूखेही कटे। पण नासिकका सवाल भी जसा आला तसा सुटला. संध्याकाळी मशिदीत एकाने हातात पैशांची थप्पी ठेवली. काहीही बोलला नाही, काही विचारलं नाही. आला तसा चालता झाला. कदाचित त्यालाही काही आज्ञा झाली असेल.''

''मग? वांचूशी गाठ कशी पडली?'' अविचलने विचारलं.

''अरे, वोभी एक महज इत्तेफाकही था। आप लोग ऐसा मानते हैं ना की रामजी यहाँसे गुजरे थे? तो नासिक पहुँचने बाद मुझे लगा कि मंदिर में तो जा नहीं पाऊंगा, मगर गोदामाँ के किनारे अल्ला को याद तो कर सकता हूँ? बैठा, तो जो खो गया, क्या बताऊँ? आँखे खोली, तो लोग मेरे सामने बैठे थे। मुझे कोई अवलिया समझ बैठे थ। बादमें जाना कि दो दिन वैसेही बैठा था, हड्डी को पानी करनेवाली ठंड में।

"देखते देखते कहानी फैल गयी और वांचू मिलने आय। उसने बुलाया और बस उसके साथ चल पडा। अभी पीछे मूडके देखता हूँ तो लगता हैं कि ये तयही था। नहीं तो कहाँ मेरा भेंडीबाजार और कहाँ ये मनहूस जगह और ये मनहूस लोग!"

"हूं."

"तुम्हे रोकने की ताकद नहीं, कैसे रोकू ये भी पता नहीं। खुदाने क्या सोचा है ये भी मालूम नहीं। उसका फैसला गलत हो, ये भी नहीं हो सकता? बस हैरान हूँ। शायद सिर्फ कुर्बानी का बकरा हूँ।"

"मला थांबवायची तुम्हाला गरज नाही गफूरभाई. आपण एकाच मार्गाचे प्रवासी आहोत, फक्त बस वेगळी."

"मतलब?'

"मी वांचूमाळला मदत करायला थांबलो नाही, तर आपल्या मेहमानला परत पाठवण्यासाठी थांबलो आहे."

"बकवास! मग त्याला बुलानेकीही काय जरूरत होती? झूठ बक रहा है तू!"

"मलाही आज्ञा होती. त्या वेळी मला तिचा अर्थ समजला नव्हता. आता अंधूकसा लक्षात येतो आहे. त्याचा परत यायचा वायदा होता. वांचू आणि त्याचे लोक त्याच कामासाठी गेली कित्येक सालं घालवताहेत. त्याला कायमचं परत पाठवायचंही तेवढंच जरुरी होतं, त्यासाठी मला पाठवलं. तुम्हालाही पाठवलं."

"झूठ बोलतोयस तू! तू त्यांच्यातलाच आहेस."

"गफूर, मी जर त्यांच्यातला असतो तर तुला मी हे समजावून देण्यात माझा वेळ का वाया घालवीन? तू इथून कोठेही जाऊ शकत नाहीस. मी वांचूमाळला फक्त सांगण्याचा अवकाश, तुझी काय गत होईल हे तू जाणतोस! आणि दुसरं म्हणजे मी जर खरोखरीच त्यांच्यामधला असतो तर तू म्हणाल्याप्रमाणे मला काळजी करायचं काय कारण आहे? मी मजेत वावरलो नसतो का? पण मी खरोखरच काळजीत आहे." अविचल.

"खरं बोलतोयस तू?" गफूर.

"खोटं बोलून मला काय फायदा? उलट्या बाजूने विचार केलास तर तुझ्या लक्षात येईल की धोका मलाच आहे. तूच कशावरून वांचूच्या बाजूने नाहीस? फक्त तू सांगतोस म्हणून? जे तू मला सांगितलंस त्यावर मी तरी का विश्वास ठेवावा? पण मी आता सारासार विचारापलीकडे गेलो आहे. प्रत्येक जाणाऱ्या घटकेला त्याची शक्ती वाढते आहे. तुला शेवटचं सांगतो. तुझी कहाणी जर खरी असेल तर मला मदत कर. नाहीतर वांचूला जाऊन सांग की अविचल फितूर आहे."

"मी तुला काय मदत करणार? मला तर तंत्रमंत्र काही काही येत नाही. मी माझं आयुष्य केवळ बंदगीमध्ये घालवलं आहे."

“त्यातही काहीतरी प्रयोजन असणार. मला विचार करू दे. आपल्याला एकत्र आणण्यामध्ये काही तरी हेतू असणार. तो आपल्याला कळला की आपल्याला काय करायचं आहे ते उघड होईल. आज रात्री मला विचार करू दे. उद्या काय करायचं ते मी सांगतो तुला.” अविचल म्हणाला.

त्या रात्री अविचलला लवकर झोप आली नाही. आपण आणि गफूर मिळून नेमकं काय करायचं हेच त्याला कळत नव्हतं.

कोणकोणत्या प्राचीन काळामधला नतद्रष्ट उठतो आणि आपली झोप घालवतो.

वांचूमाळचं गणित खरोखरच बरोबर असावं का? ते असलंच तर मग या इतक्या दुष्टकाली पैदा झालेला हा झोटिंग आपल्याला आवरेल का? हो, पण जसा रामाला दूषण द्यायला एक सर्वसामान्य नागरिक धजला, त्याप्रमाणेच या चलशवाचा सामना करायला माझ्यासारखा एखादा सामान्य माणूससुद्धा पुरा पडेलच की आणि शेवटी हा लढा सुष्ट आणि दुष्ट प्रकृतीतला आहे. माझ्या बाजूनेसुद्धा अनेक जण असतीलच! मला ते प्रत्यक्ष माहीत नसलं तरी काय झालं? माझ्यासारख्या माणसाचा एखादे वेळी एक अस्त्र म्हणून ते वापर करत असतील. एवढ्या सामर्थ्यवान श्रीकृष्णाचा मृत्यू शेवटी एका सर्वसामान्य माणसाने सोडलेल्या बाणाने झालाच ना?

पूर्वीच्या काळी बरं होतं. सुष्ट-दुष्टांमधल्या रेषा स्पष्ट होत्या. आताच्या काळात कोण कसा आहे हे सांगणंच मुश्कील आहे.

असे अनेक असंबद्ध विचार अविचलच्या डोक्यात घोळत होते.

प्राचीन काळ! प्राचीन काळ! निद्रेच्या सीमेवर असताना हे दोन शब्द अविचलच्या मनामध्ये पिंगा घालत होते.

आणि अचानक अविचल ताड्कन उठून आपल्या बिछान्यात बसला.

हा राजा जेव्हा जिवंत होता, त्या वेळी भारतातल्या लोकांना ना मुस्लीम माहीत होते ना ख्रिश्चन्स.

गफूर आणि पौलुमीची जोडी याकरीता महत्त्वाची होती का? वेगवेगळ्या तीन धर्मांचे ते तिघेही जिवंत राहिले हा योगायोग नसावा.

माहीत असलेल्या व्हायरसकरीता शरीरातल्या पेशी ॲन्टीबॉडीज तयार करू शकतात; पण अज्ञात रचना असलेल्या व्हायरसपुढे त्या हात टेकतात. त्याचप्रमाणे प्राचीन काळी मेलेल्या त्या दुरात्म्याला सनातन धर्मातील सर्व तोडगे आणि त्यावरचे प्रतिउपाय ठाऊक असणार; पण मस्लीम वा ख्रिश्चन धर्मातल्या दुरात्म्यांच्या विरुद्ध असलेल्या तोडग्यांच्या बाबतीत तो पूर्ण अनभिज्ञ होता.

आणि म्हणूनच गफूर आणि पौलुमीला येथे आणलं गेलं असावं. याचा अर्थ

इथे अविचलने दुय्यम भूमिका घेऊन गफूर आणि पौलुमीला पुढे करायचं होतं. अविचलच्या मनातले निराशेचे ढग हटले आणि तो किंचित हसून शांत झोपी गेला.

दुसऱ्या दिवशी न्याहारी झाल्यानंतर अविचलने गफूरला बाजूला घेतलं.

"गफूर, तुला कळो वा ना कळो; पण तुला का पाठवलं गेलं ते मला समजलं आहे."

"क्यूँ?"

अविचलने गफूरला त्याचे कालचे विचार ऐकवले.

गफूर दाढी कुरवाळत म्हणाला, "हां! या तुझ्या विचारात दम आहे; पण तुला माहीत नसेल, की आमच्यात जिन्न वा भूत कसं उतरवतात ते मला माहीत नाही."

"पण मला माहीत आहे. बाबाजींमुळे तेवढं शिकायला मिळालं."

"मला काय करायचं ते सांग. मी तयार आहे."

"दोन गोष्टी. पौलुमीला हे सर्व सांग. ही रोमन रिच्युअलची प्रत तिला दे. इथे इंटरनेट नाही, अन्यथा मी तिला एक्झॉर्सिझमचा उपचार वाचायला लावला असता. तिला सांग, अविचलने खूण केलेले पुस्तकातले भाग, वेळ येईल त्या वेळी वाचत राहा. थांबू नकोस आणि समोर काय चाललंय ते पाहू नकोस. तिच्याकडे होली वॉटर नसावं; पण जे आहे त्यात आपल्याला भागवायला पाहिजे."

"और दुसरी बात?"

"तुला मी इस्लाममधील बाधानिवारणाची प्रक्रिया सांगतो. तुला कुराण पाठ आहे?"

"ये क्या सवाल है? तेच तर करत आलोय."

"मग ठीक आहे. तुला कुराणमधल्या फक्त तीन सूरा म्हणायच्या आहेत. सुरत-अल्-इख्लास, सुरत-अल्-फलक आणि सुरत-अल्-नास यांचा जप चालू ठेव आणि ज्या वेळी तुला वाटेल की ते अमंगळ अस्तित्व टेकीला आलेलं आहे त्या वेळी सहरची आजान दे. सर्व इमानी आत्म्यांना ते सकाळचं आवाहन असतं. ते येतील आणि त्या पुरामध्ये ते त्याच्या योग्य जागी लोटलं जाईल. तुला त्या सूरा माहीत आहेत?"

"फिरसे वोही सवाल? एक बार बताया ना, जिंदगी में और कियाही क्या है मैने?"

"ठीक आहे बाबा, चूक झाली! तुझ्याजवळ ज़मज़मचं पाणी असतं तर बरं झालं असतं; कारण तिच्या धर्मात या विधीकरता पवित्र पाणीही आवश्यक असतं."

"अविचल, अब मैं समझा! ये कोई इत्तफाक नहीं हो सकता! मी ज़मज़मच्या पाण्याची बाटली हमेशा घेऊन फिरतो. जानता नहीं कब दम टूट जाये। तेव्हा

तयारीत असतो. शायद तुझे सही रास्ता मालूम पडा है.''

"मग आता लक्षात ठेव. पौलुमीशी तुला बोलायचं आहे. मी तिच्याशी बोललो तर वांचूला संशय येईल.''

"मी प्रयत्न करतो; पण ती मला मानेल असं वाटत नाही.''

"ही गोष्ट चार दिवसांपूर्वी खरी असेलही; पण आता ती नुसतीच शक्य नाही तर अटळ आहे. मंगळसूत्र घालतानाचा तिचा चेहरा पाहायला हवा होतास तू. ती आपल्याबरोबर येईल ही काळ्या दगडावरची रेघ.''

"ठीक है, देखते है।''

"आणि लक्षात ठेव, आपल्याला काय काय करायचं आहे ते असं आहे...''

अविचल बराच वेळ गफूरशी बोलत होता आणि गफूर मान डोलवत होता.

"अरे यार, तू तो क्रिकेट की फील्डिंग लगा रहा है।'' गफूर न राहवून उद्गारला.

अलविदा

रात्रीचे चार वाजले आहेत. अविचल, गफूर आणि पौलुमी जागे आहेत. बाकी सर्व वस्ती गाढ झोपलेली आहे. गफूर पौलुमीचे बंध सोडवतो. सर्व काही अविचलच्या योजनेप्रमाणे घडलं तर गफूरची आज़ान योग्य वेळी उठेल.

"पौलुमी, तुला आम्ही सोडवलं आहे. आता तुझ्यासमोर दोनच पर्याय आहेत. एक तर आम्हाला मदत करायची किंवा आत्ताच्या आत्ता वांचूला उठवून आमचं जे काय होईल ते बघत राहायचं. तुला गफूरने आम्ही काय करणार आहोत याची कल्पना दिली आहेच. फक्त एक लक्षात ठेव. तू वांचूला काहीही सांगितलंस तरी आम्ही काखा वर करून नामानिराळे राहू शकतो. एकतर आम्ही आत्तापर्यंत वांचूच्या दृष्टीने काहीही वावगं केलेलं नाही. त्यामुळे तू विरुद्ध आम्ही दोघं एकमेकांकडे बोट दाखविण्याशिवाय दुसरं काहीही करू शकत नाही. आजकाल वांचू मला किती मानतो हे तर तुला माहीतच आहे. तुला तर त्याने बांधूनच ठेवलं होतं." अविचल म्हणाला.

"अविचल, मी भारतातल्या कोणत्यातरी मागासलेल्या खेड्यात कोणत्यातरी रेड्याची म्हैस होण्याकरता इथे आले नव्हते. त्यामुळे वांचूकडे रडत जाण्याचा प्रश्नच येत नाही. राहता राहिली तुला मदत करण्याची बाब. मला जे शक्य असेल ते मी करीन; कारण त्यात माझा स्वार्थ आहे. मला या जंगलातून लवकरात लवकर बाहेर पडायचं आहे. एकच गोष्ट लक्षात ठेव, मी जे काय करणार आहे त्यात माझी कोणतीही तात्त्विक भूमिका नाही. माझी भावनिक गुंतवणूकसुद्धा नाही. तो रेडा जगला काय मेला काय मला काहीच सोयरसुतक नाही. मी इथे कोणत्याही परिस्थितीत राहणार नाही, हे मात्र नक्की." पौलुमी म्हणाली.

"हे बघ, खिळ्यावर हातोडी मारल्यानंतर खिळा लाकडात आत घुसतोच. तुझा पदार्थविज्ञानावर विश्वास असो किंवा नसो. तुझ्या खिळ्याबाबतच्या काही भावना असोत वा नसोत. काहीही फरक पडत नाही. तसंच आहे हे. मी तुला जे सांगतो

ते त्या वेळी कर. विश्वासाने कर, अविश्वासाने कर, तुझं काम फक्त हातोडी मारण्याचं आहे. तुला फक्त एकाच गोष्टीचा विचार करायचा आहे. आपला प्रयत्न जर फसलाच...''

"कोणत्यातरी पेगन गावंढळाबरोबर मी एक दिवसही घालवणार नाही! तेसुद्धा या जंगलात? शक्यच नाही! वांचूने मला फसवलं. माझा उपयोग तो असा करून घेणार आहे हे माहीत असतं, तर मी त्याला जंगलातच गाडलं असतं. तुझा प्रयत्न फसला तरी वांचूला गाडायला मी चुकणार नाही. तुला जे काय करायचंय ते करायला लाग! मी तुला जी काय मदत होईल ती करणार म्हणजे करणार. माझ्या फायद्यासाठी.'' पौलुमी अतिशय शांतपणे पण तेवढ्याच ठामपणे म्हणाली.

"ठीक आहे. आता चर्चेची वेळ संपली, काम चालू.'' अविचल म्हणाला.

गफूर आणि पौलुमीने मान डोलावली.

अविचलने चलशवाजवळ बैठक जमविली आणि ब्रह्मा गायत्री, विष्णू गायत्री आणि शिव गायत्री मंत्राचं एक आवर्तन पूर्ण केलं आणि मग कालभैरव अष्टकाचं अखंड पारायण चालू केलं. भुतांचा स्वामी असलेला कालभैरव म्हणजे शिवाचंच अतिउग्र रूप. अविचलला या परिस्थितीत कालभैरवाला आवाहन करणं गरजेचं वाटलं होतं.

देवराजसेव्यमानपावनांघ्रिपङ्कजं
व्यालयज्ञसूत्रमिन्दुशेखरं कृपाकरम् ।
नारदादियोगिवृन्दवन्दितं दिगंबरं
काशिकापुराधिनाथकालभैरवं भजे ॥१॥

भानुकोटिभास्वरं भवाब्धितारकं परं
नीलकण्ठमीप्सितार्थदायकं त्रिलोचनम् ।
कालकालमंबुजाक्षमक्षशूलमक्षरं
काशिकापुराधिनाथकालभैरवं भजे ॥२॥

भूतसंघनायकं विशालकीर्तिदायकं
काशिवासलोकपुण्यपापशोधकं विभुम् ।
नीतिमार्गकोविदं पुरातनं जगत्पति
काशिकापुराधिनाथकालभैरवं भजे ॥८॥

मनाच्या अतीव एकाग्र स्थितीतच त्याने सर्व आठ श्लोकांचं अखंड आवर्तन चालू केलं. बघता बघता अविचल बेभान झाला. त्याचा चेहरा लालभडक झाला.

गळ्याच्या नसा टरटरून फुगल्या व तो डावी-उजवीकडे झुलू लागला; पण त्याचा जप चालूच होता. अविचल अनेक विधी शिकला होता; पण त्याला माहीत होतं, की कालभैरव अष्टकाइतका दुसरा कोणताही समर्थ मंत्र निर्वाणीच्या काळात नाही. त्याला हेही कळत होतं, की मंत्राने पीडा होऊन त्यावर जबरदस्त प्रतिहल्ला होत होता. त्याला स्वत:च्या नाडीचा आवाज ऐकू येत होता. मनात कमालीची निराशा दाटून आली होती. ढोंगी सन्मार्गी मार्गाचा कंटाळा आला होता. काय हे आयुष्य? कोठेही भटकायचं, गुरूचा गुलाम असल्यासारखं! तो पाखंडी सांगेल तसं वागायचं. त्यापेक्षा कांतिलालसारख्याचं आयुष्य किती बरं? वाटेल ते ओरबाडून घेण्याची ताकद!

मधूनच इतक्या वर्षांचे संस्कार जागे होत. ओठ आणि मन पुन्हा मंत्रपठणात गढून जात. मग शरीराची आग आग व्हायची. डोकेदुखीने डोके फुटेल का काय असं वाटायचं. असा दुहेरी हल्ला चालू होता. त्याला भुलवण्याचा आणि कमालीची शिक्षा द्यायचा.

गफूरचं लक्ष अविचलकडे एकवटलेलं होतं. त्याच्या चेहऱ्यावरच्या वेदना गफूरला पाहवत नव्हत्या.

अविचलची काय अवस्था झाली असेल, आत्ताच सुरुवात करायला हवी का, असे विचार त्याच्या मनात यायला लागले. अविचल जेव्हा झटके द्यायला लागला आणि त्याच्या चेहऱ्यावरून जेव्हा घाम टपकू लागला तेव्हा त्याला जाणवलं की कदाचित हीच योग्य वेळ आहे.

त्या वेळी गफूरने पौलुमीला खूण केली.

पौलुमीने रोमन रिच्युअल्सचे उतारे वाचायला सुरुवात केली. पौलुमीकडे होली वॉटर नव्हतं; पण गफूरने त्याची कमी भरून काढली. आपल्या बाटलीतून तो ज़मज़मचे पाणी चलशवावर शिंपडत राहिला. पौलुमीचे म्हणणे संपल्यानंतर पहाटेच्या शांत वेळी गफूरने म्हटलेल्या त्या तीन सूरा अवकाशात उमटल्या आणि उमटतच राहिल्या.

अविचल थोडा भानावर आला. तो शिवाची प्रार्थना करू लागला. शिव आणि त्याचे भूतगण यांना तो ते अमंगल अस्तित्व उद्ध्वस्त करण्याची याचना करीत होता.

अविचलला स्पष्ट जाणवू लागलं होतं की ते अस्तित्व भंजाळलं होतं; कारण त्याच्या मनावरचा हल्ला खूपच सौम्य झाला होता.

अविचल काय करत होता ते चलशवाला ज्ञात होतं. अतिशक्तिशाली महामृत्युंजय मंत्राच्या प्रभावाखाली ते हेलपाटत होते खरे; पण ते त्याला परिचित होते. पौलुमी आणि गफूरकडून जे काही येत होते, त्याने मात्र ते भांबावून गेले होते.

पुन्हा त्याने मंत्रजप चालू केला. एका क्षणी अविचलचं भान हरपलं. एकाग्रतेच्या एका क्षणी जणू तो मंत्ररूपच झाला. त्याला जाग आली ती गफूरच्या गळ्यातून सुटलेल्या आज़ानच्या ललकारीने.

अविचलच्या मनातही भूपाळी जागली. सृष्टीत जे जे काय पवित्र आणि मंगल होतं त्याला आवाहन करण्यासाठी. केस जळण्याच्या वासाच्या दुर्गंधीत त्याच्या नजरेसमोर ते चल कलेवर आक्रसताना त्याने पाहिलं. शवाची सर्व हालचाल थंडावली होती.

अविचलने आपल्या पोतडीतून एक चांदीचं कृपाण काढलं आणि त्याने ते त्या कलेवराच्या हृदयात त्वेषाने रोवलं. ते कृपाण चांदीचं असूनही क्षणभरात चलशवात आता फक्त राख राहिली आहे.

अविचलने ती राख आपल्या रुमालात बांधून घेतली.

गफूर आणि पौलुमी चकित होऊन फक्त बघत राहिलेत.

"गफूर, पौलुमी, चलो, आत्ताच्या आत्ता आपल्याला निघायचंय."

पहाटेच्या अंधारात ते चालू लागले. थोडं चालल्यानंतर गफूरने विचारलं,

"अपना काम तो हो गया ना?"

"काम झालं खरं; पण त्यासाठी मला माझी एक अनमोल गोष्ट गमवायला लागली. ते कृपाण बघितलं होतंस?"

"हां, पण जे करायला हवं होतं त्याच्या सौद्यात ती कृपाण क्या चीज है?"

"तुझे पता नहीं! ते कृपाण मामुली नव्हतं. त्याच्या हृदयात ते पवित्र कृपाण खुपसताना मला खूप दुःख झालं; पण ते आवश्यक होतं. त्या राक्षसी ताकदीला पुरं पडण्यासाठी मला तितक्याच अलौकिक ताकदीची गोष्ट वापरणं आवश्यक होतं. वरना मेरी क्या औकात? खैर, नशिबात असेल तर ते परत मिळेलही मला कदाचित. दानेदाने पे लिखा है खानेवालेका नाम. ते मला वाहेगुरूंच्या प्रसादाने मिळालं होतं. त्यांचा प्रसाद अंतिम. त्यांच्या इच्छेआड कोण येणार आहे?"

"मतलब, वो वो किरपान...?"

"होय."

अविचलच्या मनाला ते कृपाण गमावण्याचं किती दुःख झालं होतं ते त्याच्या चर्येवरून दिसत होतं. गफूर आणि पौलुमी अबोलपणे चालत होते. त्यांना माहीत होतं, की आपल्या नेहमीच्या व्यवहारात त्या वस्तूंना काही किंमत नव्हती. त्या वस्तू फक्त दुसऱ्याचं भलं करण्यास उपयुक्त होत्या. वापरणाऱ्याला ना दक्षिण मुंबईतला फ्लॅट ना बीएमडब्ल्यू. अशा गोष्टी हरविल्याची उदासी अविचल सारख्यांनाच होती. ते जगतात ते दुसऱ्यांसाठी.

थोड्या वेळाने अविचल खांदे उडवून म्हणाला,

“चला, जे झालं ते झालं. वांचू आणि त्याचे गावकरी जागे होण्याच्या आत आपल्याला खूप अंतर पार पाडायचं आहे. वाहेगुरूंना त्या कृपाणाची काळजी. त्यांना माहीत आहे की मला ते वापरणं आवश्यक होतं. मी कोण काळजी करणारा? त्यांना मी लायक वाटलो तर मला ते परत मिळेलही.”

“पण आपण ज्या मार्गाने आलो तो मार्ग वेगळा होता.”

“स्वाभाविकच आहे. वांचूमाळला जेव्हा सकाळी त्याचा राजा गायब झालेला सापडेल तेव्हा पहिली गोष्ट तो काय करेल, तर त्याचे सगळे गावकरी तो आपण ज्या रस्त्याने आलो त्या रस्त्यावर पाठवेल.”

“पण तुला इथून पुढे कसं जायचं हे माहीत आहे?”

“अलबत! आपण आता परत महाराष्ट्रात जाण्याऐवजी उत्तरेकडे नर्मदा परिक्रमेच्या मार्गाला जाणार आहोत. ओंकारेश्वरला भैरव आपली वाट पाहत असेल. हा रुमाल एकदा मय्याच्या कुंडात फेकला की हे प्रकरण संपलं! तुम्हाला काय वाटलं, वांचूमाळवर आंधळा विश्वास ठेवून मी बिनडोकासारखा अनोळखी भागात जाईन? निघण्यापूर्वीच गूगलवर मी माझा परतीचा मार्ग आखून ठेवला होता. मला माझं आयुष्य, जे काय बरंवाईट आहे, ते नितांत आवडतं.” अविचल गोल्डफ्लेक पेटवत म्हणाला.

पौलुमी त्याला म्हणाली, “तुला काही मॅनर्स वगैरे आहेत की नाहीत? एक मलाही दे.”

✦✦✦